Daxa Shah

કૃષ્ણાયન

માણસ થઈને જીવેલા ઈશ્વરની વાત

(નવલકથા)

કાજલ ઓઝા - વૈદ્ય

પ્રાપ્તિસ્થાન

નવભારત સાહિત્ય મંદિર

જૈન દેરાસર પાસે, ગાંધી રોડ,
અમદાવાદ : ૩૮૦ ૦૦૧

૨૦૨, પેલિકન હાઉસ,
આશ્રમ રોડ, અમદાવાદ : ૩૮૦ ૦૦૯

૧૩૪, પ્રિન્સેસ સ્ટ્રીટ,
મુંબઈ : ૪૦૦ ૦૦૨

બુક શેલ્ફ

૧૬, સિટી સેન્ટર, સ્વસ્તિક ચાર રસ્તા પાસે, સી. જી. રોડ,
નવરંગપુરા, અમદાવાદ : ૩૮૦ ૦૦૯

E-mail : info@navbharatonline.com
Web : www.navbharatonline.com

KRISHNAAYAN
(Novel)
Written by Kaajal Oza-Vaidya
Navbharat Sahitya Mandir, Ahmedabad
2012
ISBN : 978-81-8440-198-1

પ્રથમ આવૃત્તિ : ૨૦૦૬
પુનર્મુદ્રણ : માર્ચ, ૨૦૦૭
પુનર્મુદ્રણ : ૨૦૦૮
પુનર્મુદ્રણ : ડિસેમ્બર, ૨૦૦૮
પુનર્મુદ્રણ : જૂન, ૨૦૦૯
પુનર્મુદ્રણ : ૨૦૧૦
પુનર્મુદ્રણ : ઓક્ટોબર ૨૦૧૦
પુનર્મુદ્રણ : એપ્રિલ ૨૦૧૧
પુનર્મુદ્રણ : સપ્ટેમ્બર, ૨૦૧૧
પુનર્મુદ્રણ : જૂન, ૨૦૧૨

₹ ૨૫૦.૦૦

પ્રકાશક
મહેન્દ્ર પી. શાહ
નવભારત સાહિત્ય મંદિર
દેરાસર પાસે, ગાંધી રોડ, અમદાવાદ : ૩૮૦ ૦૦૧
ટેલિ. : (૦૭૯) ૨૨૧૩૨૯૨૧, ૨૨૧૩૯૨૫૩
E-mail : info@navbharatonline.com
Web : www.navbharatonline.com

ટાઈપ સેટિંગ
પ્રિન્ટ હબ
અમદાવાદ

મુદ્રક
યશ પ્રિન્ટર્સ
અમદાવાદ

॥ त्वदियम वस्तु गोविन्द तुभ्यमेव समर्प्यते ॥

ઋણસ્વીકાર...

મહેન્દ્રભાઈ શાહ

ડૉ. ભરત સ્વામિ

ચિંતન મહેતા

તુષાર શુક્લ

વિજય પંડ્યા

શોભિત દેસાઈ

ધીરેજ પંચાલ

નિસર્ગ ત્રિવેદી

ચેતન રાવલ

અને

બાલુભાઈ જોષી

(પ્રભાસ પાટણ – સોમનાથ)

પ્રસ્તાવના

સાચું પૂછો તો 'કૃષ્ણાયન'ની કોઈ પ્રસ્તાવના જ નથી.

ઘણાબધા લોકોએ મને એમ કહ્યું, 'કશું નવું લખ... કૃષ્ણ વિશે તો બહુ લખાઈ ચૂક્યું છે...' આ ઘણાબધામાં દિગંત ઓઝા - મારા પિતા પણ...

કૃષ્ણ વિશે લખવું આમ જુઓ તો જરાય અઘરું નથી... ઢગલાબંધ સંદર્ભગ્રંથો અને એમના વિશે લખાયેલી સંખ્યાબંધ વાર્તાઓ અને નવલકથાઓમાંથી કૃષ્ણ કેટલાંય સ્વરૂપે મળી આવે છે, પરંતુ એ બધાયમાં કશુંક ક્યાંક નાનકડું ખૂટતું હોય એવું લાગે છે... મને લાગે છે !

કોઈ સાથે હરીફાઈ કરવા કે કૃષ્ણ વિશે કશું ઉત્તમ લખી શકાય તો એ કેવું હોય એવું કશું જ દેખાડવાનો મારો ઈરાદો ના જ હોઈ શકે. મારાથી કેટલાં બધાં વિદ્વાન અને મહાન નામોએ કૃષ્ણને અત્યંત સુંદર રીતે આલેખ્યા છે.

અને છતાં, મેં જે કૃષ્ણને શોધ્યા એ મને 'કૃષ્ણાયન'માં મળ્યા છે.

એનું કારણ કદાચ એ હોય કે મેં કૃષ્ણને કદી ભગવાન તરીકે નથી જોયા. એ એક એવું વ્યક્તિત્વ છે, જેને તમે 'વિરાટ' કહી શકો. પોતાના સમયથી વીસ હજાર વર્ષ વહેલો જન્મેલો એ માણસ... જો જન્મ્યો હતો અથવા જીવ્યો હતો તો એ એના સમયનો ચમત્કાર હતો એમાં શંકા નથી.

મહાભારતમાં કૃષ્ણ એક પોલિટિશિયન રાજકારણી તરીકે પ્રગટ થાય છે, તો ભાગવતમાં કૃષ્ણનું સ્વરૂપ દૈવી છે. ગીતામાં એ ગુરુ છે, જ્ઞાનનો ભંડાર છે. સ્વયં ચેતના બનીને પ્રગટ થાય છે, તો ક્યારેક સાવ સરળ, માનવીય લાગણીઓ સાથે આપણે એને કેમ ના જોઈ શકીએ ? દ્રૌપદી સાથેના એના સંબંધો આજથી કેટલાં હજારો વર્ષ પહેલાં સ્ત્રી-પુરુષની મિત્રતાનો એક ઉદાત્ત નમૂનો છે. રુક્મિણી સાથેનું દાંપત્ય વિદ્વત્તા અને સમજદારી પર રચાયેલું સ્નેહ અને એકબીજા પરત્વેના સન્માનથી તરબોળ દાંપત્ય છે. રાધા સાથેનો પ્રણય એટલો તો સાચો છે કે ફક્ત લગ્નને જ માન્યતા આપનારા આ સમાજે રાધા-કૃષ્ણની પૂજા કરી છે.

આવા એક વ્યક્તિત્વને મેં હમેશાં એના પોતાના સમયના એક અદ્‌ભુત માણસ તરીકે જોયા છે, પણ એ છે તો માણસ જ...

કૃષ્ણ સાથેના મારા સંબંધો ખૂબ જુદા અને રસપ્રદ રહ્યા છે. મારા સુખમાં, આનંદની પળોમાં મેં જઈને એમનો આભાર માન્યો છે, તો દુઃખની પળોમાં કે ક્રાઇસિસમાં એમની સાથે ઝઘડો પણ કર્યો છે. હું એમની સાથે અંગ્રેજીમાં પણ ઝઘડી છું !

કૃષ્ણ મારી પ્રત્યેક પળમાં મારી આસપાસ, મારાં તમામ સુખ અને દુઃખમાં મારી સાથે રહ્યા છે અને છતાં હું તેમને ભગવાન નથી માનતી. આ એક એવો માણસ છે કે જેનું શરીર કદાચ આ દુનિયા છોડીને ચાલી ગયું, પણ આત્માની પ્રબળતા અથવા સ્વચ્છતા અથવા દિવ્યતા એટલી હતી કે આ પૃથ્વી, અથવા એના કોસ્મોસમાં ક્યાંક એ આત્મા સર્વવ્યાપી બનીને ફેલાઈ રહ્યો. આ મારી વ્યાખ્યા છે અને સાદી વ્યાખ્યા છે...

કોઈ પણ માણસ જે આટલું અદ્‌ભુત જીવ્યો હોય, આટલી બધી ઘટનાઓ અને જીવનના સડસડાટ વહેતા પ્રવાહ સાથે વહીને જીવ્યો હોય એ માણસ જ્યારે દેહ ત્યાગે ત્યારે એની લાગણી કેવી હોય ? શું એ ફરી પાછો વળીને પોતાના ભૂતકાળને એક વાર જોતો હશે ? જિવાઈ ગયેલા જીવન સાથે કોઈ ફેરબદલ કરવા માગતો હશે ? એને આ જ જીવન ફરી જીવવાનું કહેવામાં આવે તો એ આ જ રીતે જીવે કે જુદી રીતે ? દુનિયા જેને પુરુષોત્તમ કહેતી હોય એના જીવનમાં સ્ત્રીની શું ખોટ હોઈ શકે ? ભાગવત અને પુરાણોએ કૃષ્ણની ૧૬,૧૦૯ રાણીઓ ગણાવી છે. ખરેખર હતી કે નહોતી, એની ચર્ચામાં ન પડીએ તો પણ એમના જીવનની ત્રણ મહત્ત્વની સ્ત્રીઓ તો હતી જ... પ્રેમિકા, પત્ની અને મિત્ર... રાધા, રુક્મિણી અને દ્રૌપદી. એમની સાથેના કૃષ્ણના સંબંધો ખૂબ રસપ્રદ અને ઊંડા રહ્યા છે. આ ત્રણેય સ્ત્રીઓ એના વિશે શું માને છે અથવા માનતી હતી, એ જાણવામાં મને હંમેશાં રસ રહ્યો છે. આ નવલકથા કદાચ એ કુતૂહલથી પ્રેરાયેલા રસનું જ પરિણામ હોઈ શકે !

મા, બહેન કે અન્ય સંબંધો માણસને વારસામાં મળતા હોય છે. એના જન્મ સાથે જ એ સંબંધો એના ખાતામાં લખાઈ જતા હોય છે, પરંતુ પ્રેમિકા, ઘણાખરા અંશે પત્ની અને મિત્ર– એ ત્રણ સંબંધો એવા છે કે જેને માણસ જાતે પસંદ કરે છે, જાતે વાવે છે, ઉછેરે છે અને જાતે જ જીવે છે... કૃષ્ણના જીવનની આ ત્રણ મહત્ત્વની સ્ત્રીઓ અને એમના કૃષ્ણ સાથેના સંબંધો વિશેની આ કથા છે એમ કહું તો ખોટું નથી.

મૃત્યુને જોઈ ચૂકેલા, અનુભવી ચૂકેલા કૃષ્ણ જીવનની છેલ્લી પળોમાં જીવનની

કેટલીક ઘટનાઓને ફરી એક વાર જુએ છે, અનુભવે છે, એમને ફરી જીવે છે અને એ અંતિમ પ્રયાણ પહેલાંની છેલ્લી પળોનો એક નાનકડો પડાવ એટલે 'કૃષ્ણાયન...'

આ કથાને ઇતિહાસ સાથે, હકીકતો સાથે, કૃષ્ણ વિશેનાં સંશોધનો સાથે કોઈ સંબંધ નથી. કોણ એમની પહેલાં થયું હતું અને કોણ એમના પછી મૃત્યુ પામ્યું એ વાતને અડવાનો મેં પ્રયાસ નથી કર્યો. મારા મનમાં ઉદ્ભવેલી, મારી અંદર પળપળ જીવતી અને મેં સંવેદેલી કથા છે આ.

આ મારા કૃષ્ણ છે અને એમનું મૃત્યુ મેં જે રીતે કલ્પ્યું એ આ છે !

કૃષ્ણ વિશે મેં ખૂબ વાંચ્યું છે. કારણમાં થોડુંક કુતૂહલ અને જિજ્ઞાસા, બાકીનો માત્ર કૃષ્ણપ્રેમ... હું જેને મળી નથી શકી, મેં જેને જોયા નથી એને વિશે જ્યાંથી જેટલું મળ્યું એટલું મેં વાંચ્યું છે. મિર્ઝા ગાલિબ કે અકબર વિશે વાંચીને જેમ તમને એમના ઇતિહાસમાં એમના સમયમાં સફર કરવાનો રોમાંચ થાય, રાજ કપૂર કે ગુરુદત્ત, સંજીવકુમાર કે મીનાકુમારી જેવાં પાત્રોને તમે મળી ના શકો, પણ એમને સિનેમાના પડદે જોઈ, એમના વિશેની કથાઓ સાંભળીને, એમના અદ્ભુત, અનોખા જીવન વિશે, એમની ટેલેન્ટ વિશે જે સન્માન અને કુતૂહલ થાય એનાથી સો ગણું વધારે કુતૂહલ અને રોમાંચ મને કૃષ્ણ વિશે રહ્યો છે. ભાગવત અને મહાભારતથી શરૂ કરી હરીન્દ્ર દવે, ગુણવંત શાહ, કરસનદાસ માણેક, રજનીશ અને અરુણા ઢેરે સુધીના તમામ લોકોના કૃષ્ણ વિશેનાં શબ્દચિત્રો મેં વાંચ્યાં છે અને અનુભવ્યાં છે. ક્યાંક કોઈક ઇમ્પ્રેશન અથવા છાપ રહી ગઈ હોય એવું બને... અને મારા લખાણમાંથી શોધનારાને એ કદાચ જડેય ખરી.

પણ કૃષ્ણ વિશે લખવા માટે મેં કોઈ સંદર્ભગ્રંથ કે ઐતિહાસિક સંશોધનોનો આધાર નથી લીધો. ક્યારેક કશુંક પૂછવું પડ્યું તો મેં મારી અંદર વસતા કૃષ્ણને પૂછ્યું છે...

આ કથાની દ્રૌપદી, રુક્મિણી અને રાધા કદાચ હું જ છું !

કૃષ્ણના સમયથી શરૂ કરીને આજ સુધી કૃષ્ણના જીવનનો ભાગ બનવાની મારી ઝંખના જ કદાચ મને 'કૃષ્ણાયન' સુધી દોરી ગઈ છે.

આ કથા મને જડેલી, મને સૂઝેલી કૃષ્ણકથા છે. મારા મનમાં વસતા કૃષ્ણની કથા છે અને એટલે જ આ 'કૃષ્ણાયન' મારું અંગત 'કૃષ્ણાયન' છે. મારી સાથે જોડાઈને મારા લેન્સમાંથી કૃષ્ણને જોવા માગતા મારા તમામ વાચકોને આ 'કૃષ્ણાયન' હું અર્પણ કરું છું.

આ એ કૃષ્ણ છે, જેને તમે કૉફીના ટેબલ પર સામે જોઈ શકશો. આ એ કૃષ્ણ છે, જે તમારા ડેઇલી રૂટિનમાં તમારી સાથે રહેશે. આ કોઈ યોગેશ્વર, ગિરિધારી,

પાંચજન્ય ફૂંકનાર, ગીતાનો ઉપદેશ આપતા કૃષ્ણ નથી. આ તો તમારી સાથે મોર્નિંગ વૉક પર ચાલતાં ચાલતાં તમને જીવનની ફિલોસોફી સમજાવતો તમારો એવો મિત્ર છે જેને તમે કંઈ પણ કહી શકો છો અને એ વેલ્યુસીટ પર બેઠા વિના તમને સમજવાનો પ્રયત્ન કરશે...

આ મારું તમને વચન છે.

જો તમે કૃષ્ણને તમારા ગણશો તો એ તમને એટલા બધા પોતાના ગણશે કે તમને ક્યારેય કોઈ મિત્રની, કોઈ સાથીની, કોઈ સલાહકારની કે કોઈ સપોર્ટની શોધ નહીં કરવી પડે...

કૃષ્ણ સ્વીકારનું - પરમ સ્વીકારનું એક અદ્‌ભુત ઉદાહરણ છે. તમે એમને જે આપો, તે સ્વીકારે છે, સહજ ભાવે... પ્રશ્નો નથી પૂછતા ! પણ ખરેખર તો, આપણે એમને જે આપીએ છીએ, એ એમનું જ આપેલું નથી ?

દ્રૌપદીએ છેલ્લી મુલાકાતમાં કૃષ્ણને જે કહેલું, એ જ મારે પણ કૃષ્ણને કહેવું છે,

'त्वदियम वस्तु गोविन्द तुभ्यमेव समर्प्यते ।'

કાજલ ઓઝા- વૈદ્ય

૩૦૮, સુપર પ્લાઝા,
'સંદેશ' પ્રેસ રોડ,
વસ્ત્રાપુર, અમદાવાદ-૩૮૦૦૧૫
E-mail : kov66@rediffmail.com/kaajalozavaidya@gmail.com
Website : www.kaajalozavaidya.com

કાજલ ઓઝા-વૈદ્યનાં પુસ્તકો

નવલકથા

- **કૃષ્ણાયન :** કૃષ્ણના જીવનની ત્રણ સ્ત્રીઓ. રાધા, રુક્મિણી અને દ્રૌપદી - પ્રેયસી, પત્ની અને મિત્ર...માણસ થઈને જીવી ગયેલા ઈશ્વર સાથે પોતાના મનની વાત કરે છે. અંગ્રેજી, મરાઠી, હિન્દી ભાષામાં અનુવાદિત થયેલી અને ગુજરાતીમાં ત્રણ વર્ષમાં ચાર આવૃત્તિ જીવી ચૂકેલી ધબકતી નવલકથા. (ત્રણ વર્ષમાં પાંચ આવૃત્તિ)
- **યોગ-વિયોગ (ભાગ ૧-૨-૩) :** 'યોગ-વિયોગ' છે સંબંધોના તાણાવાણા ઉકેલતી એક કથા. 'ચિત્રલેખા'ના પાના ઉપર ૭૬ પ્રકરણ સુધી સફળતાપૂર્વક વાચકોને જકડી રાખનાર અદ્‌ભુત નવલકથા, ટૂંક સમયમાં બે આવૃત્તિ.
- **મધ્યબિંદુ :** જે સ્ત્રીને પતિ અને પ્રેમીની વચ્ચે બે જિંદગી જીવતાં આવડે છે એવી સ્ત્રીના પ્રણયની સંવેદનશીલ અને છતાં હૃદયમાંથી નીકળતી સાચી વાત. 'દિવ્ય ભાસ્કર'ના વાચકોને સ્પર્શી ગયેલી પહેલી બોલ્ડ ગુજરાતી નવલકથા.
- **મૌનરાગ :** અંજલિ પોતે જ પોતાની કેદી છે ! અંજલિ અને એની આ પીડા... સાથે સાથે વહેતા અનિરુદ્ધ અને અક્ષયની બંધ હોઠોમાં કહેવાતી લગ્નજીવનથી લંબાઈને ભૂતકાળના પ્રેમસંબંધ સુધી ફેલાતી વ્યથા-કથા.
- **છલ (ભાગ ૧-૨) :** નિયતી અને રેવતી... એક જેવી દેખાતી બે ટ્વિન બહેનોની તદ્દન જુદી જિંદગીની રસપ્રદ વાર્તા.
- **પારિજાતનું પરોઢ :** ધર્મની ગાદી પર બેઠેલા એક એવા માણસની કથા જે ધર્મની વ્યાખ્યા ધરમૂળથી બદલવા માગે છે. 'ધર્મ પ્રેમ છે કે પ્રેમ જ ધર્મ ?' એ સવાલ સૌને પૂછતી એક વિધર્મી પ્રેમીઓની સ્વધર્મ કથા.
- **એક સાંજના સરનામે :** આથમતી સંધ્યાએ પાંગરતા પ્રણયની એક એવી વાત, જેમાં પ્રેમની વ્યાખ્યા નવેસરથી લખવાનો પ્રયાસ છે. અનેક જુદાં સ્થળ અને સંવેદનોમાં જીવતી સ્ત્રીઓના મનોભાવોના તાણાવાણા ગૂંથીને બનાવેલું એક ભાતીગળ પોત એટલે નવા સમયની નવલકથા.
- **તારા વિનાના શહેરમાં :** જાતથી ભાગતી રાધિકાના પ્રવાસની એવી વાત જેમાં પડાવ તો અનેક આવે છે, પરંતુ મંઝિલ ક્યાંય મળતી નથી. પ્રેમ પામવાનો પ્રયત્ન ખરેખર આટલી બધી પીડા આપતો હશે ? 'મુંબઈ સમાચાર'ના વાચકોએ વખાણેલી નવલકથા.
- **પોતપોતાની પાનખર (ભાગ ૧-૨) :** અનાહીતા અને શિવાંગી વચ્ચે જીવતા કરણને પોતાનું અસ્તિત્વ શોધવું છે. અસ્તિત્વની આ શોધમાં નીકળી પડેલા ત્રણેય જણાના રસ્તામાં સવાલોની સાથે સાથે સંબંધો અને સત્યો એવી રીતે સેળભેળ થઈ જાય છે કે ત્રણેય એકબીજામાં ગૂંથાઈને એકસાથે જીવવા મજબૂર થઈ જાય છે. સમય સાથે વહેતી સંબંધોની સંવેદનશીલ નવલકથા.

- **લીલું સગપણ લોહીનું :** શૈલરાજ અને સિકંદર... લોહી એક ને સગપણ કાંઈ નહીં ! વેરમાંથી વહાલ સુધીના વિસ્તૃત પ્રવાસની વેદના એક પછી એક એવા વળાંક લે છે જેમાં માણસના માણસ સાથેના સંબંધની એક સુંદર વાર્તા સર્જાય છે. 'સંદેશ'ના પાના ઉપર વાચકોની સાથે વહેતી રહેલી નવલકથા.
- **દરિયો એક તરસનો :** માનસશાસ્ત્રના પ્રશ્નો પર નવલકથાઓ ગુજરાતી ભાષામાં ઓછી લખાઈ છે. 'પર્સનાલીટી ડિસઓર્ડર' ઓછાવત્તા અંશે બધામાં હોય છે. 'દરિયો એક તરસનો' વિક્ષિપ્ત-વિખંડિત-વિખરાયેલાં વ્યક્તિત્વોની એક એવી જીગ્સો છે જેના કેટલાક ટુકડાઓ ખોવાઈ ગયા છે. આપણી ઈચ્છા અને સંબંધના સત્ય વચ્ચેની ખાલી જગ્યા એટલે 'દરિયો એક તરસનો'.
- **સત્ય-અસત્ય :** બિનજરૂરી રીતે ફક્ત શોખ માટે કે વાતને ટાળી જવા માટે જૂઠું બોલતો સત્યજીત... પ્રિયંકા અને આદિત્યની આ પ્રણયકથા સાવ જુદી રીતે આકાર પામે છે. કૃષ્ણે મહાભારતમાં કહ્યું હતું, 'મિથ્યા અને અસત્ય વચ્ચે તફાવત છે, સત્યજીતના સત્ય અને અસત્યને એકબીજા સાથે તાણાવાણામાં ગૂંથીને સર્જાતી એક આગવી સંવેદનશીલ નવલકથા.

નવલિકા

- **સંબંધ તો આકાશ :** સ્ત્રી-પુરુષના સંબંધોને આવરી લેતી બાર ટૂંકી વાર્તાઓ જેમાં મા-દીકરાથી શરૂ કરીને લગ્નેતર સંબંધ સુધીના આકાશને કલમથી આંબવાનો એક સંનિષ્ઠ પ્રયાસ પ્રત્યેક વાર્તામાં વિસ્તરે છે.
- **કાજલ ઓઝા-વૈદ્યની વાર્તાઓ :** આ ટૂંકી વાર્તાઓનો બીજો સંગ્રહ છે. ત્રણ લઘુનવલ અને બીજી ટૂંકી વાર્તાઓ સાથે આ સંગ્રહમાં જુદા પ્રકારની, જુદા અવાજની ટૂંકી વાર્તાઓ સંકલિત કરવામાં આવી છે.

કવિતા

- **શેષયાત્રા :** એકમાત્ર કવિતાસંગ્રહ જે મનની પીડામાંથી ઉદ્ભવતી સ્ત્રી સંવેદનાની કવિતાઓને ઉજાગર કરે છે.

નાટક

- **પરફેક્ટ હસબન્ડ :** ગુજરાતી ભાષાનાં બે એવાં નાટકો જે રંગમંચ પર ધૂમ મચાવી ચૂક્યાં છે.

નિબંધો - લેખો

- **સર્ચલાઈટ :** આ લેખો અણસમજમાંથી પ્રગટેલી એક એવી સમજ છે જે કદાચ કોઈના અંધરાઈ રહેલા રસ્તાઓ ઉપર પ્રકાશ પાથરીને એમને દિશા બતાવી શકે. આ લેખો 'ફૂડ ફોર થોટ' છે, વિચાર માટેનું અમૂલ્ય ભાથું...

- **એકબીજાને ગમતાં રહીએ :** 'સંદેશ'ના પાના ઉપર 'સંબંધોનાં સમીકરણ' નામે ઉકેલાતી રહેલી સમસ્યાઓનો એક એવો સંગ્રહ જે સુખી થવાની નાની નાની ફોર્મ્યુલાઝ તમારા સુધી લઈને આવે છે. ગુજરાતી ભાષામાં પ્રેમ અને પરિણયની છણાવટ કરતો પહેલો મૌલિક લેખસંગ્રહ. (આઠ મહિનામાં પાંચ આવૃત્તિ.)
- **મન-માઈનસથી પ્લસ :** લાગણીનાં બંધનોમાં બંધાતાં પહેલાં કે સંબંધમાં પ્રવેશતાં પહેલાં સમજવાં જ જોઈએ એવાં કેટલાંક સત્યોની નાનકડી હેન્ડબુક ! અપેક્ષાઓના લિસ્ટની બહાર નીકળીને સંબંધને સમજવાની, ફરિયાદોના લિસ્ટને ટૂંકું કરવા માટેની સાવ સરળ, છતાં ખૂબ જ ઉપયોગી એવી નાની નાની વાતોનો એવો સંગ્રહ જે આપણે બધા જ જાણીએ છીએ. જરૂર છે તો માત્ર એને ઓળખીને આવકારવાની.
- **મનની ક્લોઝ સર્કિટ :** મન સાથે જોડાયેલી કેટલીક સર્વસામાન્ય સમસ્યાઓ વિશેના લેખો. મોટા ભાગના સહુ જે વાતને જાણે છે, પણ સમજી શકતા નથી એવી સાદી વાતોની સમજણપૂર્વક કરાયેલી છણાવટ. નાના-મોટા સહુને ઉપયોગી નીવડે તેવી, સંબંધો સુધારવાની, જિંદગીને વધુ રસપ્રદ બનાવવાની સાવ સરળ ફૉર્મ્યુલા. દરેક પ્રકરણ સાથે એક એવું પ્રશ્નપત્ર જેના પ્રામાણિક જવાબો તમને એક નવા અજવાળા સાથે જોડી દેશે.
- આઈ લવ યુ... પ્રેમમાં પડેલી દરેક વ્યક્તિ લગ્નને જ જીવનનું અંતિમ ધ્યેય સમજે છે. પ્રેમમાં પડેલી દરેક વ્યક્તિ માને છે કે રોમૅન્સની અથવા પ્રેમની આ મનોદશા કાયમ રહેશે. દરેક વ્યક્તિ ઈચ્છે છે કે એનાં લગ્ન આદર્શ હોય. ભાંગી ગયેલા, તૂટી ગયેલા લાગતા, મૃતઃપ્રાય થઈ ગયેલાં લગ્ન પણ ફરીથી નવપલ્લવિત થઈ શકે છે. જરૂર છે થોડી સમજદારીની, થોડા સ્વીકારની, થોડા પ્રયત્નની અને થોડા સમાધાનની. આ પુસ્તક જાદુની લાકડી નથી, પરંતુ અનુભવમાંથી જન્મેલાં સાદાં સમીકરણો છે જે તમારાં લગ્નને થોડું ખાતર, થોડું પાણી, થોડો તડકો જરૂર પૂરો પાડી શકશે.

અનુવાદ

- **પ્રેમની પાંચ ભાષા :** ડૉ. ગેરી ચૅપમૅનના વર્લ્ડ બેસ્ટ સેલર 'ફાઈવ લવ લૅંગ્વેજીસ'નો અનુવાદ. તમારા પ્રિયજનને હૃદયની વાત કહેવાનો સાચો અને સરળ રસ્તો.

સંકલન

- **પ્રેમ - ચુંબન - પ્રાર્થના - આંસુ - સ્મિત :** ત્રણ ભાષામાં સંકલિત કરાયેલી સર્વપ્રથમ ફોટો બુક. પરિકલ્પના અને સંકલન દ્વારા દૃશ્ય અને શબ્દને નજીક લાવી જીવનના વિવિધ વિષયોને એકબીજા સાથે સાંકળતી ભેટ આપવા લાયક ઉત્તમ પુસ્તિકાઓ.

પત્રો

- **વ્હાલી આસ્થા :** પિતાએ પુત્રીને લખેલા આ પત્રો એક નાજુક સંબંધના બદલાતા રંગોને આલેખવાનો પ્રયાસ છે. સ્ત્રીલેખકે લખ્યા હોવા છતાં આ પત્રો એક પિતાના

હૃદયની લાગણીઓને વર્ષોવર્ષ વાચા આપે છે. ૭થી ૨૫ વર્ષની ઉંમર સુધી પુત્રીને સંબોધીને લખાતા પિતાના આ પત્રોમાં દરેક પિતાએ પોતાની પુત્રીને કહેવાની વાતો છે.

- **પ્રિય નમન, :** લગ્નની પહેલી એનીવર્સરીથી પચ્ચીસમી એનીવર્સરી સુધી પતિ-પત્નીના એકબીજાને લખાતા રહેલા પત્રો. જે સંબંધોનાં સત્યોથી શરૂ કરી અપેક્ષાઓની પીડા સુધી વિસ્તરે છે. લાગણીઓના એવા તાણાવાણા જેમાં દરેક વાચક પોતાના લગ્નજીવનનું પ્રતિબિંધ તો નિહાળી જ શકશે, પરંતુ ક્યાંક પોતાને પ્રશ્નો પૂછીને પરિસ્થિતિ સુધારી શકશે તો ક્યાંક સંવેદનાઓના પ્રવાહમાં વહેતાં વહેતાં પોતાનાં વીતેલાં વર્ષોમાં ભીંજાશે પણ ખરા.

ઓડિયોબુક

- **તારા ચહેરાની લગોલગ :** આદિત્ય, નિશા અને આકાશ એકબીજાંની સાથે ફક્ત પત્રોમાં વાત કરે છે... એકબીજા સુધી પહોંચવાના પ્રયાસમાં એક ન સમજાય તેવી અસમંજસ સર્જાય છે. એકબીજાને લખાતા પત્રોમાંથી સર્જાતો એક ઝંઝાવાતી પ્રણયત્રિકોણ.
- **પ્રેમપત્રો :** અહીં એક એવો અંગત સંવાદ જાહેરમાં વંચાયો છે, જે આપણા બધા માટે સાવ જાણીતો સંવાદ છે. બંધ આંખે કે ટોળાની વચ્ચે એકાદ ક્ષણ માટે એકલા પડીને આપણે બધાએ આ સંવાદ અનુભવ્યો છે. અહીં લખાયેલાં ગીતો સાચા અર્થમાં યુગલગીતો છે. બે જણાંના કંઠે ગવાતાં એવાં ગીતો, જેમાં બે જણાની વાત કહેવાઈ છે.
- **ત્રણ પેઢીની કવિતા :** કવયિત્રી પન્ના નાયક, કાજલ ઓઝા-વૈદ્ય અને એષા દાદાવાલાના સ્વમુખે ઉદ્‌ઘાટિત થતી આ કવિતાઓમાં ચિક્કાર અને ભરપૂર જીવનનો ચિત્કાર છે. ક્યાંક વતનઝુરાપો છે, ક્યાંક તનઝુરાપો છે અને ક્યાંક મનઝુરાપો છે. પ્રિય અને આત્મીય વચ્ચે આ કવિતાઓ લાગણીનો ઓવરબ્રિજ છે.

કૃષ્ણાયન

★

કાજલ ઓઝા - વૈદ્ય

પીપળાની નીચે સૂતેલા કૃષ્ણની આંખો બંધ હતી છતાં ભાતભાતનાં દૃશ્યો એમની આંખો સામે આવીને નીકળી જતાં હતાં.

દ્વારિકાનો એ મહાલય... કુરુક્ષેત્રનું યુદ્ધ, દ્રૌપદી સ્વયંવર, રુક્મિણીનું હરણ અને પ્રભાસક્ષેત્ર તરફ નીકળ્યા ત્યારે જોયેલી સત્યભામાની આંખો...

ક્યારેક આગળ તો ક્યારેક પાછળ, સમયને વળોટીને વ્યક્તિઓ અને દૃશ્યો એમના સ્મરણપટ ઉપર આવતાં હતાં અને વિલીન થઈ જતાં હતાં...

જાણે શેષનાગે પોતાની ફેણ ફેલાવી હોય એમ પીપળાનું વૃક્ષ એમના માથા પર છાંયો કરી રહ્યું હતું. સામે હિરણ્ય, કપિલા અને સરસ્વતી નદીઓ ત્રણ દિશાઓમાંથી કલકલ કરતી વહી આવતી હતી. આ ત્રિવેણીસંગમની એ પવિત્ર ભૂમિ હતી જે સોમનાથના મંદિરની નિકટ હતી. પ્રભાસક્ષેત્ર તરીકે ઓળખાતા એ સ્થળમાં કલા અને સાહિત્યનું ખૂબ સન્માન થતું હતું.

હજી તો થોડા સમય પહેલાં જ, સોમનાથના મંદિરને શ્રીકૃષ્ણએ જિર્ણોદ્ધાર કરીને સોના-ચાંદીથી મઢાવ્યું હતું. યાદવોએ હજી થોડી જ વાર પહેલાં સોમનાથના એ મંદિરમાં પૂજન-અર્ચન કર્યાં હતાં...

અને, આ ક્ષણે શ્રીકૃષ્ણ આંખો મીંચીને જાણે વીતી ગયેલી એક એક પળને વાગોળતા પીપળા નીચે બેઠા હતા.

પારાવાર પીડા એમના આખા શરીરમાંથી લખલખાંની જેમ પસાર થતી હતી. હજ્જારો વીંછી એકસામટા ડંખતા હોય એવી કાળી બળતરા એમના શરીરને વીંટળાઈ વળી હતી...

સામે જરા હાથ જોડીને બેઠો હતો...

પગમાં વાગેલા તીરના ઘામાંથી ટપકતા રક્તને કારણે જાણે પગ પાસે રક્તનું નાનકડું વર્તુળ રચાઈ ગયું હતું.

પ્રભાસક્ષેત્રના જંગલમાંથી ત્રિવેણીસંગમ સુધી આવતાં આવતાં તો કૃષ્ણને જાણે સદીઓ લાગી હતી.

માતા ગાંધારીનો શાપ...

દુર્વાસાનો શાપ...

વિફળ નહોતા જ થવાના!

એક પછી એક એમના ભાઈઓ, કાકાઓ, ભત્રીજાઓ, પુત્રો અને પૌત્રો, મિત્રો અને સ્નેહીઓ ભગવાન મહાકાળના ખપ્પરમાં હોમાઈ જવાના હતા. અને, અંતે પોતે પણ એ જ દિશામાં પ્રયાણ કરવાના હતા.

સર્વ કંઈ જાણવા છતાં કૃષ્ણ અસહાય બની આખીય પરિસ્થિતિ માત્ર સાક્ષીભાવે જોતા રહ્યા હતા. છેક આ પળ સુધી. એમના મનોમસ્તિષ્કમાં હજીયે યાદવોની મરણચીસો પડઘાતી હતી.

"એકબીજાને એઠાં વાસણો મારીને, બચકાં ભરીને, એકબીજાને પશુઓની જેમ મૃત્યુના મુખમાં ધકેલી રહેલા યાદવોને પોતાની દૃષ્ટિ સામે નિહાળવાનું દુર્ભાગ્ય પોતાને શા માટે મળ્યું હતું..." કૃષ્ણ વિચારી રહ્યા હતા.

કુરુક્ષેત્રના યુદ્ધમાં શસ્ત્ર નહીં ઉઠાવીને કૃષ્ણએ પોતે સંહાર નહોતો કર્યો એ સત્ય, પરંતુ આ આખાય યુદ્ધની સાથે સાથે એમણે જોયેલો રક્તપાત અને વિનાશ એમને આ પળે પણ સંતાપી રહ્યો હતો. "શું અર્જુનનું કથન સત્ય હતું? ભાઈ-ભાંડુ, કાકા-ભત્રીજાને મારીને મેળવેલું રાજ્ય વ્યર્થ હતું? જો એમ નહોતું તો પાંડવો સહિત કેમ કોઈ સુખની નિદ્રા નહોતું લઈ શક્યું, કુરુક્ષેત્રના યુદ્ધ પછી. ધર્મનો જય તો થયો હતો કદાચ... પણ શું અધર્મ સાચે જ નાશ પામ્યો હતો?" કૃષ્ણના મનમાં નદીના ઉપરતળે થતા પ્રવાહની જેમ ભાતભાતના વિચારો ચાલી રહ્યા હતા.

શા માટે આવતા હતા આ વિચારો? શા માટે મન શાંત નહોતું થઈ શકતું?

"શું અંતિમ પ્રયાણની ઘડીઓ આવી જ હોય?" કૃષ્ણને એક બીજો વિચાર આવી ગયો. કેટકેટલા શબ્દો, કેટકેટલી ક્ષણો, કેટકેટલી આંખો અને એ આંખોમાં ડૂબતાં-ઊભરાતાં કેટકેટલા ભાવો કૃષ્ણને એક પળ પણ વિચારહીન નહોતા થવા દેતા.

ધ્યાનસ્થ થવાનો પ્રયાસ કરતા કૃષ્ણને વારંવાર પોતાનું ધ્યાન વિચલિત થતું લાગતું... એમને ધ્યાનસ્થ થઈને સમાધિમાં ચાલી જવું હતું. જગતનિયંતા પરમ બ્રહ્મની સાથે પોતાના આત્માને જોડીને પ્રયાણ સરળ સાધ્ય બનાવવું હતું, પરંતુ એક એક વિચાર આવતો અને એમને નખશિખ વિચલિત કરીને ચાલી જતો. હજી તો એ વિચાર પૂરેપૂરો મનમાંથી બહાર પણ ન નીકળ્યો હોય ત્યાં બીજો વિચાર ધસી આવતો અને કૃષ્ણ છિન્ન-ભિન્ન થઈ જતા...

સતત સાધુત્વ, સમાધિ અને સ્વીકારમાં જીવેલો આ આત્મા કેમ આટલો વિચલિત હતો આજે? શું પીડી રહ્યું હતું એને?

જેને એના સમયે સ્વયં ઈશ્વર કહીને સન્માન્યો – પૂર્ણપુરુષોત્તમ તરીકે ઓળખાવ્યો એ પોતે જ આજે પોતાના પૂર્ણત્વને પામવા સંઘર્ષ કરી રહ્યો હતો.

કેમ બચાવી શકે સ્વયં કૃષ્ણ પણ, એમને પોતાને?

સ્વયં ઈશ્વર પણ જ્યારે મનુષ્યાવતારે જન્મે છે ત્યારે પોતે જ લખેલા પોતાના જ ભાવિ સામે કેટલો લાચાર, કેટલો અસહાય હોય છે! તો બિચારા માનવીનું શું ગજું?

યાદવાસ્થળી હજી હમણાં જ પૂરી થઈ હતી.

ભાઈઓ, બંધુઓ, પુત્રો અને પ્રપૌત્રોનાં ક્ષત-વિક્ષત શબો હજીયે પ્રભાસક્ષેત્રના જંગલમાં સમેટાઈ રહ્યાં હતાં.

થોડે દૂર હિરણ્ય, કપિલા અને સરસ્વતીના સંગમ પાસે સૂરજ ઊગવાની તૈયારી હતી. આકાશમાં રક્તવર્ણ છવાઈ ગયો હતો. ઠંડો પવન ફરફર કરતો વાતો હતો. પીપળાનાં પાન વહેતા પવન સાથે જાણે દસેય દિશાઓમાં શ્રીકૃષ્ણની પીડાનો સંદેશ મોકલાવી રહ્યા હતા. પીગળતો અંધકાર અને રાતુંચોળ આકાશ જાણે એક ભડભડતી ચિતા હોય એમ આકાશમાં જ્વાળાઓનો આકાર રચી રહ્યા હતા.

હજ્જારો બ્રાહ્મણો વેદગાન કરતા હોય એમ ચારે દિશામાં ગુંજી રહ્યું હતું...

...મમૈવાંશો જીવલોકે જીવભૂતઃ સનાતનઃ।
મનઃષષ્ઠાનીંદ્રિયાણિ પ્રકૃતિસ્થાનિ કર્ષતિ ॥

મારો જ સનાતન અંશ આ મૃત્યુલોકમાં જીવ બનીને પ્રકૃતિમાં રહેલી પાંચ ઇંદ્રિયો તથા છઠ્ઠું મન પોતાનામાં ખેંચી લે છે.

મૃત્યુમય જીવન કે જીવનથી ભરપૂર મૃત્યુ...

આ બેની વચ્ચે અટવાતા જીવોને જે કદીયે નહોતું સમજાયું, એવું 'સત્ય' સ્વયં, આજે સનાતનને સત્‌ચિદાનંદમાં ભળી જતો જોઈને આકળવિકળ હતું. જે સનાતન આત્માએ પોતાનું અવિનાશીપણું અને પોતાનું અનાદિ અનંત અસ્તિત્વ મહાસંહારની વચ્ચે વિશ્વને સમજાવ્યું હતું આજે એ સનાતન, પોતાનો જ અંશ જે મૃત્યુલોકમાં જીવ બનીને આવ્યો હતો એને પોતાની તરફ બોલાવી રહ્યા હતા ત્યારે કોણ જાણે કેમ કૃષ્ણને દ્રૌપદીનું કહેલું સ્મરણમાં આવી ગયું...

त्वदियम वस्तु गोविन्द तुभ्यमेव समर्प्यते ।

કૃષ્ણ બંધ આંખે જાણે એક વાર જીવેલું જીવન ફરી જીવી રહ્યા હતા! હજીયે એમને સમજાયું નહોતું કે એવું કેમ કહ્યું હતું દ્રૌપદીએ?

એ દિવસે દ્વારિકાથી હસ્તિનાપુર જતી વખતે દ્રૌપદીએ અચાનક જ આવી વાત કહી હતી...

...ગળું ભરાઈ આવ્યું હતું એનું. પણ, અવાજ સ્થિર હતો. આંખો કોરી હતી છતાં શબ્દોની ભીનાશ અનુભવી શક્યા હતા કૃષ્ણ!

“તમે જ કહ્યું હતું ને? સંશયાત્મા વિનશ્યતિ! ...સાચું છે સખા, જ્ઞાન પ્રશ્નો ઊભા કરે છે. સમગ્ર જીવન એક પ્રશ્નાવલિની જેમ જીવી ગઈ હું, અને પ્રત્યેક પ્રશ્ન પ્રત્યંચાની જેમ મને જ તાણતો રહ્યો. મારા પ્રશ્નો વેદનાનાં સણસણતાં બાણ બનીને મારા જ પ્રિયજનોને વાગતાં રહ્યાં... રક્તરંજીત કરતા રહ્યા... મારો સંશય, મારા પ્રશ્નો મારા જ આત્માને વિનાશ તરફ લઈ ગયા... મારા જ પ્રિયજનોને પીડા આપતા રહ્યા... હવે મને મુક્ત કરો. સંશયમાંથી, પ્રશ્નોમાંથી, પીડામાંથી...”

કૃષ્ણના મનમાં આજે કેટલીય વાતો સમુદ્રની લહેરોની જેમ ઊઠતી હતી, મનના ખૂણે ખૂણે પછડાઈને ફીણ ફીણ થઈને વિખરાઈ જતી હતી...

પરંતુ, આજે શા માટે એ વાત સ્મરણમાં આવે છે? અહીં... આ પરિસ્થિતિમાં? મુક્ત થવાની પળે - બંધનો કેમ સ્મરણ બનીને આવતાં હતાં?

દ્રૌપદી પોતાની પાસે મુક્તિ માગવા આવી ત્યારે પોતેય ક્યાં મુક્ત હતા?

હજી તો કેટલાય પ્રશ્નોના ઉત્તરો આપવાના હતા... એક પછી એક સૌ પોતાના અધિકાર માગવાના હતા, સૌ એમને બાંધવાના હતા... સૌ પાસે એમણે મુક્તિ માગવાની હતી.

કે પછી, સૌને મુક્તિ આપીને સ્વયંને મુક્ત કરવાની પ્રક્રિયા શરૂ થઈ ચૂકી હતી?

“પશુના મોતે મરીશ, સાવ એકલો, અસહાય અને પીડિત!” માતા ગાંધારીએ કુરુક્ષેત્રના યુદ્ધ પછી એમને મળવા ગયેલા કૃષ્ણને કહ્યું હતું.

હૃદય વલોવી નાખે એવી પીડા હતી એ અવાજમાં.

કોણ જાણે કેમ કૃષ્ણને એ અવાજ ગોકુળથી નીકળતી વખતે સાંભળેલા યશોદાના અવાજમાં ભળી જતો લાગ્યો હતો! “પુત્રવિયોગની પીડા એકસરખી જ હશે. કોઈ પણ યુગમાં, કોઈ પણ માને?!”

ગાંધારીએ કહ્યું હતું, "નવ્વાણું પુત્રોને ખોયા છે મેં. દુર્યોધનની જાંઘમાંથી નીતરતું રક્ત આજે પણ મારા પગ પલાળે છે... થાકી જાઉં છું મારા ચરણ ધોવડાવી ધોવડાવીને... દુઃશાસનનો ધડમાંથી છૂટો પડેલો હાથ ક્યારેક અડધી રાત્રે બોલાવે છે મને... કૃષ્ણ, તમે ઠીક નથી કર્યું!"

બધું જાણ્યા છતાં, કુંતીએ પણ કૃષ્ણને જ કારણભૂત ગણ્યા હતા, "કૃષ્ણ, મારા પુત્રોનો ભલે વિજય થયો, પણ હસ્તિનાપુરની કેટલીયે માતાઓને પુત્રવિહીન કરી છે તેં. કેટલાંય કુટુંબો નિર્વંશ થઈ ગયાં છે. આવા સમયે મને વિજયોત્સવ ઊજવવો યોગ્ય નથી લાગતો. બેન ગાંધારીની પીડા તને ક્યારેય નહીં સમજાય કૃષ્ણ, કારણ કે તું મા નથી..."

ગાંધારીની પીડા નહોતા સમજતા કૃષ્ણ એવું નહોતું, પણ આ તો નિર્મિત હતું.

જેને માટે અહીં સુધી આવવાનું કષ્ટ કર્યું હતું કૃષ્ણએ, એ કાર્ય કર્યા વિના પાછા કેમ ફરી શકે? એ જાણતા જ હતા કે આવા ભયાનક નરસંહારના સાક્ષી બનવાનું છે એમણે...

સ્વજનોના લોહી નીગળતા મૃતદેહો અને એમના અંતિમ શ્વાસ ગણવા માટે જીવવાનું છે પોતે! અને તેમ છતાં, ખૂબ સ્થિતપ્રજ્ઞ રહીને પરિસ્થિતિની સામે આંખોમાં આંખો નાંખીને જોયું હતું એમણે, હિંમતભેર.

...અભ્યુત્થાનમ્ ધર્મસ્ય તદાત્માનમ્ સૃજામ્યહમ્નું વચન કેમ વિફળ થઈ શકે?

પરંતુ, મનુષ્યાવતારે જન્મેલા ઈશ્વરે દેહધર્મ પાળવો પડતો હોય છે. દેહની સાથે જોડાયેલી તમામ લાગણીઓ, પ્રેમ, મોહ-માયા અને સંબંધોનાં બંધનો દેહને બાંધે છે એટલે દેહમાં પુરાયેલું મન પણ બંધાય છે... મન મનુષ્યથી પર નથી. એટલે સૌએ જ મનુષ્યાવતારે જન્મેલા મનની પીડાઓ ભોગવવી પડતી હોય છે...

એથી, આજે પોતાના જ ભાઈઓની, મિત્રોની, ભત્રીજાઓ, પૌત્રો અને પ્રપૌત્રોની એકબીજાના હાથે થયેલી દુર્દશા જોઈને કૃષ્ણ વ્યથિત હતા...

ત્યારે એમની સ્મરણમાં ઊભરાઈ આવ્યું દ્રૌપદીનું એ વાક્ય,

त्वदियम वस्तु गोविन्द तुभ्यमेव समर्प्यते ।

એ દિવસે હસ્તિનાપુર જતી વખતે દ્રૌપદીએ અચાનક જ આવી વાત કહી હતી.

"હવે આ જ્ઞાનના ભાર સાથે નહીં જઈ શકાય મારાથી... ક્યાં જઈ રહી છું, એ નથી જાણતી. સાચું પૂછો તો હું જઈ રહી છું કે નહીં એ પણ નથી જાણતી. છતાં, તમારું આપેલું બધું જ તમને સમર્પીને ઋણમુક્ત થવા માગું છું!"

કઈ મુક્તિની વાત હતી, એ?

કૃષ્ણ અને દ્રૌપદી બંને સમજતાં હતાં.

બંધનનો અર્થ... મુક્તિની ઝંખના...

નિર્વાણની દિશામાંથી આવતો એ અવાજ બંનેને સંભળાવા લાગ્યો હતો.

હવે સમય આવી લાગ્યો હતો! કઈ પળે, ક્યારે અને કોણ, એ કદાચ નિશ્ચિત ન હોય તો પણ, નિર્મિત હતું... એ ક્ષણ પ્રતિ પળે નિકટ આવી રહી હતી.

...અને, એ પળ માટે બંને જણા મનોમન એકબીજાને તૈયાર કરી રહ્યાં હતાં.

"મારા મનમાં કેટલાય સમયથી ચાલી રહેલો સંવાદ દ્રૌપદી સુધી પહોંચી ગયો હતો?" કૃષ્ણના મનમાં એક ન સમજી શકાય એવી લાગણી ઉદ્ભવી હતી. પોતે સામાન્યતઃ બધાને સમજી લેતા. વ્યક્તિને, વ્યક્તિના મનમાં ચાલતી વાતને પામી લેવી, જાણી લેવી... કુશળતા હતી એમની!

"એટલું બધું તાદાત્મ્ય હતું એનું મારી સાથે, કે મારામાં સાવ ઊંડે... ગોપિત રાખેલી વાત પણ એના સુધી પહોંચી ગઈ હતી? કે પછી, એણે નિશ્ચય કર્યો હતો- મને મુક્ત કરીને, પોતે મુક્ત થવાનો... જ્યાં સુધી એ મને મુક્ત ન કરે ત્યાં સુધી મારામાં બંધાયેલું એનું મન મુક્ત નહોતું થવાનું, એ વાત શું જાણતી હશે દ્રૌપદી? કૃષ્ણ પોતાને જ પૂછી રહ્યા હતા.

"આમેય સ્ત્રીઓને પોતાના મનની સમજ થોડી વધુ જ હોય છે. પુરુષો મન અને મસ્તિષ્ક વચ્ચે અંતર નથી સમજી શકતા." આવું પણ દ્રૌપદીએ જ કહ્યું હતું ને!

"મન નામની કોઈ વસ્તુ ખરેખર ક્યાં છે જ સખા? શરીરના કયા ભાગમાં, કેવા રંગની, કેવા આકારની છે એ વસ્તુ, કહી શકો છો? અને

છતાં, આટલા મોટા શરીર પર, આપણા ભૂતકાળ પર, આપણા વર્તમાન પર અને આપણા ભવિષ્ય પર સુધ્ધાં એ મન રાજ્ય કરે છે... અમને સ્ત્રીઓને મન સાથે મિત્રતા હોય છે. કેટલી બધી વાતો અમે મનમાં સંતાડી રાખીએ અને મનની વાતો તમારા કરતાં વધુ સરળતાથી સમજી પણ શકીએ... અને છતાં, અમને અમારું મન નચાવે એમ નાચીએ. અમારું મન અમારા શરીરને નકામું કરી નાખે અથવા અમારું મન જ શરીર પાસે ધાર્યું કરાવે... તમે પુરુષો મસ્તિષ્કથી વર્તો છો. દરેક પરિસ્થિતિને ત્રાજવામાં લઈને માપો, તોળો છો અને પછી, મસ્તિષ્ક કહે એ પ્રમાણે વર્તો છો. પુરુષનું મસ્તિષ્ક અને સ્ત્રીનું મન ક્યારેય એક દિશામાં વિચારી નથી શકતા. ને પ્રશ્નો ત્યાંથી જ સર્જાય છે, સખા!"

"પરંતુ, તમારા મનમાં તો જાત જાતના ને ભાત ભાતના વિચારો હોય છે. છૂટા પાડીને સાવ ભિન્ન-ભિન્ન રીતે કેમ સંભાળી શકો છો એને?" કૃષ્ણે પૂછ્યું હતું.

"સખા, એક માને પાંચ પુત્રો હોય અને ને પાંચેય ભિન્ન હોય... મા નથી સંભાળતી સૌને? સૌનાં વર્તન જુદાં, વાણી જુદી, સ્વાદ જુદા, સ્નેહની અપેક્ષા જુદી ને સ્નેહની અભિવ્યક્તિય જુદી, ને છતાંય મા સૌને સમજે, સૌને સંભાળે. બસ એમ જ, હું મારા મનના વિચારોને સંભાળી શકું છું. જોકે, બધી સ્ત્રીઓ માટે આ શક્ય નથી પણ હોતું. સૂતરના તાંતણા લપેટતાં જેમ દોરા એકમેકમાં ગૂંચવાય એમ વિચારો પણ ગૂંચવાઈ શકે ક્યારેક..."

"હા સખી, તમને મેં સતત સંયત અને સ્પષ્ટતાથી વર્તતાં જોયાં છે. સમતોલ નહીં કહું, કારણ કે સંતુલન ખોતાં જોયા છે મેં તમને. પણ તમારી સ્પષ્ટતા સતત તમારાં વાણી-વર્તન અને વિચારને એકસૂત્રમાં બાંધતી રહી છે. આવું કઈ રીતે કરી શકો છો, સખી?"

"કઈ રીતે એ નથી જાણતી. પણ હા, જો તમે કહો છો એવું તમે જોતાં હો તો હું એ જ દિશામાં હોઉં છું, એમ હું ચોક્કસ કહીશ."

"સખી, ક્યારેક હું આશ્ચર્યચકિત થઈ જાઉં છું. પાંચ પતિઓની સાથે સાવ ભિન્ન રીતે વર્તતી, તમારામાં રહેલી પાંચ સ્ત્રીઓને જોઈને..."

"એ પાંચેય સ્ત્રીઓ આજે એક થઈને સમર્પિત થાય છે. એક એવા પુરુષને જે મારા માટે સૌથી ઊંચા, અનન્ય સ્થાને છે. એ મિત્ર છે, બંધુ છે, સખા છે અને..."

"અને શું સખી?"

"અને..." સહેજ અચકાઈને ઉમેર્યું હતું દ્રૌપદીએ, "અને મારું સર્વસ્વ, મારું સન્માન, મારું સ્વત્વ અને મારું સ્ત્રીત્વ, જ્યાં આવીને શબ્દહીન થઈ જાય છે, એ સ્થાને ઊભેલા પુરુષના ચરણમાં હું આજે એણે આપેલું બધું જ પાછું સમર્પિત કરું છું. એણે નહીં આપેલું પણ એને જ પાછું આપું છું..."

દ્રૌપદીની આંખો જાણે શું આપીને ખાલી થઈ હતી? આજ સુધી જીવનથી ભરપૂર એ બે આંખો આ ક્ષણે જીવનથી વિમુખ થઈ જાણે સાધુત્વની કક્ષાએ નિઃસ્પૃહ થઈને કૃષ્ણને જોઈ રહી હતી... સતત અગ્નિની કેસરી જ્વાળાઓમાં લપેટાયેલી એ બે આંખો આજે ભગવા રંગની થઈને શાંત, સંયત દૃષ્ટિએ કૃષ્ણ સામે જોઈ રહી હતી.

વિદાયની કઈ પળ હતી આ?
કોણ જઈ રહ્યું હતું? કોનાથી દૂર?
શું દ્રૌપદીને પોતાનું જીવનકાર્ય સમાપ્ત થતું લાગ્યું હતું?

"અને એટલે આવી હતી મારી પાસે, મુક્તિ માગવા...માંગીને આપવા!" કૃષ્ણ વિચારી રહ્યા. અને એટલે જ કહ્યું હતું એણે, त्वदियम वस्तु गोविन्द तुभ्यमेव समर्प्यते ।

દ્રૌપદી અને પાંચેય ભાઈઓ જ્યારે દ્વારિકા આવ્યા, ત્યારે કોઈ નહોતું જાણતું કે હવે પછી દ્વારિકા આવવાનું થશે, પણ કૃષ્ણ વગરની દ્વારિકામાં!

...પાછા ફરતી વખતે દ્રૌપદી વહેલી સવારે કૃષ્ણના કક્ષમાં આવી હતી. આમ તો વહેલી સવારે કૃષ્ણના કક્ષમાં એમની રાણીઓ કે બલરામ પણ જતાં સહેજ ખચકાતા. કૃષ્ણની પૂજા અને ધ્યાનનો સમય હતો આ. સવારના સમયે એ એકાંત ઇચ્છતા, પરંતુ દ્રૌપદીને જાણે આજે ગયા વગર ચાલે એમ નહોતું. એને જે કહેવું હતું, એ બધાની સામે કહી શકાય એમ નહોતું. કૃષ્ણ એકવાર પોતાની પૂજા અને ધ્યાન પરવારીને જો રાજ્યસભામાં ચાલી જાય તો એમની સાથે એકાંત મળવું અસંભવ હતું, દ્રૌપદી જાણતી હતી આ... અને એટલે જ, એણે આજે પ્રાતઃકાળે સ્નાનાદિથી પરવારીને કૃષ્ણના કક્ષમાં જવાનું નક્કી કર્યું હતું.

હમણાં જ પૂજામાંથી ઊઠેલા કૃષ્ણના ચહેરા પર અદ્વિતીય તેજ હતું. કપાળમાં ચંદનની અર્ચા કરી હતી. ઉત્તરીય વગરનું એમનું શરીર જાણે આરસપહાણમાં કંડાર્યું હોય એટલું સુંદર અને સુદૃઢ હતું. સિંહ જેવી કટિ, વિશાળ ખભા અને પહોળી છાતી... છાતી પર અલંકારો વગર માત્ર એક જનોઈ... મોરમુગુટ વગરનું મસ્તક, તાજા ધોયેલા કાળા ચમકતા વાળ, કાન પાસે સહેજ સફેદી... અને આંખોમાં વિશ્વભરની કરુણા અને વાત્સલ્ય...

દ્રૌપદી એક ક્ષણ જોઈ રહી એમની સામે.

"આ જ ઈશ્વરનું મનુષ્યસ્વરૂપ હશે?!"

દ્રૌપદીને જોઈને કૃષ્ણને જરાય આશ્ચર્ય ન થયું, હાથમાં આરતીની થાળી પકડીને ઊભેલા કૃષ્ણએ સુંદર સ્મિતથી દ્રૌપદીનું સ્વાગત કર્યું.

"પધારો યાજ્ઞસેની...પૂજાના સમયે સાક્ષાત્ દેવીનું આગમન શુભનો સંકેત કરે છે."

"સખા..." દ્રૌપદી કશું બોલી શકી નહીં.

કૃષ્ણએ આસન આગળ કર્યું, "બિરાજો!"

સારી એવી ક્ષણો એક પણ અક્ષર બોલ્યા વિના સાવ મૌન રહીને એ કૃષ્ણની સામે બેસી રહી.

સદ્યસ્નાતા દ્રૌપદી સૌમ્ય લાગતી હતી. એના છૂટા વાળમાંથી હજીયે પાણીનાં બિંદુ ઝળકી જતાં હતાં. મલાઈ અથવા એવો કોઈ સ્નિગ્ધ પદાર્થ લગાડીને સ્નાન કર્યું હશે કદાચ, એટલે કપાળ પર અને નાક પર ત્વચા તગતગતી હતી.

પ્રૌઢા બનેલી દ્રૌપદીનો બાંધો અને શરીર આજે પણ કોઈ કુંવારી યુવતીને શરમાવે એટલો સુડોળ અને આકર્ષક હતો. આછા ભૂરા રંગની કંચૂકી અને એ જ રંગનું રેશમી ઉત્તરીય પહેરેલી દ્રૌપદીના ચહેરા પર આખીયે રાતનો ઉજાગરો ચાડી ખાતો હતો.

બે-ત્રણ વાર બોલવાનો પ્રયત્ન કરીને એ અટકી ગઈ.

વાત ક્યાંથી શરૂ કરવી, એ ન સમજાતું હોય એમ કૃષ્ણના ચહેરા સામે, પોતાની હથેળી સામે, ઝરૂખામાંથી દેખાતા ખુલ્લા આકાશ સામે અને ઓરડાની છત સામે ખાલી દૃષ્ટિ ફેરવતી રહી... પોતાના ઉત્તરીયને આંગળી સાથે લપેટીને છોડતી હતી અને ફરી લપેટતાં જાણે વાત લપેટી લેતી હતી!

એ કશુંક ગોઠવતી હતી મનોમન – શબ્દો કે સંવેદના!

"કંઈ કહેવું છે, સખી?" કૃષ્ણએ પૂછ્યું હતું, "કોઈ મૂંઝવણ છે?"

"કંઈ કહેવું છે પણ કઈ રીતે કહું, એ નથી સમજાતું..."

"શરૂ કરો. આપોઆપ કહેવાતું જશે." કૃષ્ણએ કહ્યું.

"ખરી વાત છે સખા... તમારી સામે કદીયે શબ્દ શોધવાની મૂંઝવણ નથી થઈ મને... મારા મનની વાત વગર કહ્યે જ, વગર શબ્દે જ તમારા સુધી પહોંચતી રહી છે. પણ આજે..."

"કહો, નિઃસંકોચ કહો."

"તમારી સામે વળી સંકોચ કેવો સખા, પરંતુ, તમને આ વાત કહ્યા પછી મારી પાસે મારું શું રહેશે, એ વિચારે અચકાઈ જાઉં છું..."

"હું આખેઆખો તમારી પાસે, તમારી સાથે જ છું ને... પછી... મને કોઈ વાત કહેવાથી તમારી પાસેથી કંઈ ચાલ્યા જવાનો પ્રશ્ન જ ક્યાં ઉદ્ભવે છે?"

" બસ! આ જ વાત કહેવી છે સખા..." દ્રૌપદીએ કહ્યું, કૃષ્ણની આંખોમાં આંખો પરોવીને...

આટલાં વરસોમાં પહેલીવાર કૃષ્ણને દ્રૌપદીની આંખોમાંથી કશુંક અજાણ્યું, અપાર્થિવ, ધોધમાર-મુશળધાર વરસતું લાગ્યું. દ્રૌપદીની આવી આંખો કૃષ્ણએ પહેલાં ક્યારેય નહોતી જોઈ!

એને ડૂમો ભરાઈ ગયો. આંખોમાં પાણી ધસી આવ્યાં. ગળું રૂંધાઈ ગયું... અને, એ અચાનક જ પૂંઠ ફેરવીને ત્યાંથી ચાલી નીકળી...

દ્રૌપદી તો ચાલી ગઈ. પણ એની કહેલી વાત કૃષ્ણના કક્ષમાં ગુંજતી રહી...

त्वदियम वस्तु गोविन्द तुभ्यमेव समर्प्यते ।

આમ તો દ્રૌપદી જ નહીં, સર્વે કહેતા - "ગોવિંદનું આપેલું સ્વીકારીને ગોવિંદને જ અર્પણ કરવું, એ જ જીવન છે. જો તમે એમને સ્વીકારો તો એ તમને કેમ ત્યજી શકે?"

ઉદ્ધવ, અર્જુન, ભ્રાતા બલરામ સહિત સૌ જાણતા, કૃષ્ણના સ્વભાવમાં અસ્વીકાર હતો જ નહીં!

તિરસ્કાર કે ત્યજવાનું એ શીખ્યા જ નહોતા, જે એવું કરે એને એમ ન કરવાનું કહેતા - "અશુભ કે અસત્ય પણ ત્યાજ્ય નથી, એ સત્ય અને શુભની બીજી બાજુ છે. સોનામહોર કે સિક્કાની એક બાજુના સ્વીકાર સાથે આપોઆપ જ બીજી બાજુનો સ્વીકાર થઈ જાય છે. સૂર્યોદયના સમયે જ સૂર્યાસ્તની આગાહી થઈ જતી હોય છે." કૃષ્ણ કહેતા..."કોઈ પણ વ્યક્તિ, વસ્તુ કે વિચારનો સંપૂર્ણ સ્વીકાર જ આપણા અસ્તિત્વને પૂર્ણ કરે છે. આપણું પૂર્ણત્વ બીજાના પૂર્ણ સ્વીકાર પર આધારિત છે, કારણ કે, પૂર્ણત્વ જ પૂર્ણત્વ સુધી લઈ જાય છે..."

અસુંદર કે અસત્ય પણ એમને સ્પર્શીને સુંદર અને સત્ય બની જતું...

પૂર્ણપણે જીવી ગયેલા, જીવનને ઊજવીને પળેપળને સંપૂર્ણપણે માણીને જીવનને એક અર્થ આપીને જીવેલા શ્રીકૃષ્ણ આજે મૃત્યુને પણ સ્વીકાર, આવકાર સાથે માણી રહ્યા હતા.

આજે મૃત્યુને સહજભાવે સ્વીકારીને કૃષ્ણ શાંત હતા. પરંતુ, કોઈ વ્યથા જાણે એમને પગમાં વાગેલા તીરની જેમ હૃદયમાં પણ વલોવી રહી હતી!

અને એટલે જ કદાચ આજે, અહીં, દ્રૌપદીની કહેલી એ વાત એમના સ્મરણમાં આવી હતી.

"આમેય, કશુંય ત્યજવું એ તમારો સ્વભાવ નથી, તમે મને સતત સ્વીકારી છે... મારા સુખ અને દુઃખ સાથે, મારા ગર્વ, અહંકાર, ક્રોધ અને દ્વેષ સાથે... માધવ તમે સંપૂર્ણ જ સ્વીકારો છો, એ જાણું છું હું, કારણ કે તમે પૂર્ણ છો. અર્પૂણતા કે શંકાને માટે તમારે ત્યાં કોઈ અવકાશ નથી... પણ, ગોવિંદ, એક પ્રશ્ન પૂછવાની આજે ઇચ્છા થાય છે, મને સ્વીકારી ત્યારે તમે પોતાનો સ્વીકાર નથી ઝંખ્યો? ને, અમે પણ નથી સ્વીકાર્યા તમને? એટલા જ ભાવથી, એટલી જ ઊલટથી?... અને તમારો સ્વીકાર એટલે તમે આપેલા બધા જ ભાવ-અભાવ અને સત્યો-અસત્યોનો સ્વીકાર. એનો અર્થ એમ કે સુખ અને દુઃખનો સમાન ભાવે સ્વીકાર. તમારું આપેલું બધું જ જીવી છું! આજે, એ બધું જ તમને સમર્પીને જઈ રહી છું ત્યારે જીવન પણ તમને જ સોંપું છું એમ માનજો... અને એને પણ તમે નહીં ત્યજો એવા વિશ્વાસ સાથે..."

કૃષ્ણએ સુખ અને દુઃખની પરિસ્થિતિને સમાન ભાવે સ્વીકારી હતી. સમાન દૃષ્ટિએ પ્રશ્નો અને ઉત્તરોને જોયા હતા. સમાન આપ્યું હતું, સૌને... અને, સમાન લીધું હતું સૌ પાસેથી... જીવનની આટલી ઊંડી સ્વીકૃતિ કોઈ જ વ્યક્તિએ કદી પણ નહોતી આપી એ પહેલાં, કે ન આપી શક્યા એ પછી! કૃષ્ણએ સમસ્તનો સ્વીકાર કર્યો હતો. એમની સાથે બધી ગાંઠો છૂટી જતી, બધી દીવાલો તૂટી જતી. એમની પૂર્ણતા બહુ આયામી હતી. કદાચ એટલે જ એમને પૂર્ણ-પુરુષોત્તમ કહીને સન્માનિત કર્યા, એમના સમયે. ધર્મનાં પરમ ઊંડાણો અને ઊંચાઈઓ પર હોવા છતાં એમણે ગંભીર, ઉદાસ કે રડમસ થઈને જીવનને નથી જોયું. નૃત્ય, સંગીત અને પ્રેમની સાથે જીવનને સ્વીકાર્યું. એમણે જીવનને ઉત્સવ તરીકે જોયું. પ્રદર્શન કે મનોરંજનનો કોઈ ખેલ નહીં, કોઈ રથયાત્રા કે શોભાયાત્રા નહીં... જેને ઝરૂખામાં ઊભા ઊભા જોઈ શકાય, માણી શકાય... પણ ઉત્સવ! જેમાં જાતે જોડાવું પડે, જેને જાતે ઊજવવો પડે... જેમાં, જાતે જ આનંદ માણવો પડે. અહમ્‌થી પરમ તરફની એ ગતિમાં ડગલાં જાતે જ ઉપાડવાં પડે. સ્વને પામીને સ્વયંને સમર્પી દેવાની વૃત્તિ અને પ્રવૃત્તિ એ જ કૃષ્ણનો જીવનધર્મ હતો. જો આત્મા તરફ ધ્યાન હોય, તો જીવનમાં બધા કામો ઉત્સવ બની જાય છે. સાચા અર્થમાં કર્મયોગ, સાચા અર્થમાં અનાસક્તિ અને સ્થિતપ્રજ્ઞતાનું જીવન એટલે કૃષ્ણ...

એ સૌના હતા... એમણે સૌને સ્વીકાર્યા હતા.

અને, તોય આજે એ એકલા હતા.

કૃષ્ણને પગમાં પારવાર પીડા થતી હતી...

પ્રતિપળ નિકટ આવી રહેલી મૃત્યુની એ પળ એમને વધુ ને વધુ શાંતિ, વધુ ને વધુ સ્વીકાર તરફ લઈ જઈ રહી હતી...

તે છતાં, દ્રૌપદીના આ શબ્દો એમના મનોમસ્તિષ્કમાં સમુદ્રની ભરતીની જેમ ધસમસતા આવી આવીને એક ભીનાશ, એક ખારાશ આપતા હતા...

આ ખારાશ...

આ ભીનાશ...

દ્રૌપદીનાં આંસુની હતી, કદાચિત્‌!

એ આંસુ, જેને જીવનભર પીધાં હતાં, એણે.

એ આંસુ, જે યજ્ઞવેદીમાંથી સાથે લઈને જન્મી હતી એ.

એ આંસુ, જે સ્વયંવરના મંડપમાં, રાજ્યસભામાં અને કુરુક્ષેત્રના યુદ્ધમાં અને એ પછી પણ રોજેરોજ એનું ગળું ભીંજવતાં રહ્યાં, પણ આંખ સુધી ક્યારેય ન આવ્યાં.

એ આંસુ, આજે આંખોની બહાર ધસી આવવા મથામણ કરતાં હતાં. પણ, એને રોકીને અવિરત વહેતા હતા, શબ્દો.

"ગોવિંદ... તમારું આપેલું બધું જ, તમને સમર્પિત કરું છું, અને છતાંયે, હું સમર્પિત થવાનો અર્થ આજે પણ નથી જાણતી. તમારી સાથેનાં આ વરસો દરિમયાન સતત મને પ્રશ્ન થતો રહ્યો કે સુખ અને દુઃખ બંને તમારે ચરણે ધરી દઉં તો, મારું શું? મને લાગતું હતું કે સુખ મારે સ્વકલ્યાણ અર્થે મેળવવું રહ્યું અને દુઃખ સ્વકલ્યાણ અર્થે ત્યજવું રહ્યું... પરંતુ, ત્યજવાથી કશું યે આપણાથી દૂર નથી જતું. દરેક મનુષ્યનું અને પરિસ્થિતિનું સ્થાન આપણા જીવનમાં નિશ્ચિત હોય છે અને એટલે જ, આપણા ત્યજવાથી કે અસ્વીકાર કરવાથી નિયતિમાં કોઈ ફેર નથી પડતો..."

દ્વારિકાથી સુવર્ણરથોમાં સવાર થઈને આનંદિત યાદવો જ્યારે નીકળ્યા ત્યારે આમાંના એકેય પાછા નથી આવવાના એની એમનામાંથી કોઈનેય ક્યાં કલ્પના હતી? દ્વારિકાના સમુદ્રતટ સુધી સુવર્ણરથોમાં પહોંચીને યાદવો નૌકાઓમાં સવાર થયા. સોમનાથના સમુદ્રતટ પર એ નૌકાઓ લાંગરી ત્યારે સુવર્ણનગરી દ્વારિકાના વૈભવસમા આ ચહેરાઓ હવે થોડાક જ પ્રહરોમાં નામશેષ થઈ જવાના છે એવી કલ્પનાથી અજાણ યાદવોએ સમુદ્રમાં સ્નાન કર્યું, પછી સોમનાથની પૂજા કરી.

બાર જ્યોતિર્લિંગોમાંના એક એવા સોમનાથનું નામ જ્યોતિર્લિંગમાં પણ સર્વપ્રથમ લેવાતું હતું. સ્વયં ચંદ્રએ દક્ષ પ્રજાપતિના શાપથી મુક્ત થવા અહીં તપ કર્યું હતું અને સ્વયં ભગવાન શિવે એને શાપનું નિવારણ આપ્યું હતું...

અહીં પૂજા કરીને અંતિમ પ્રયાણ કરનારા યાદવો જન્માંતરોના ફેરામાંથી મુક્ત થાય, અને સ્વર્ગારોહણ કરે એ જ કૃષ્ણનો યત્ન હતો!

પ્રભાસક્ષેત્રમાં યાદવો અને બલરામ સાથે કૃષ્ણ જ્યારે પહોંચ્યા ત્યારે કૃષ્ણના મનમાં સ્પષ્ટ હતું કે અહીંથી યાદવકુળનો એક પણ વ્યક્તિ પાછો જવાનો નથી. સર્વ યાદવોએ સોમનાથક્ષેત્રમાં સ્નાન કર્યું... અને સ્નાન કર્યા પછી પૂજા બાદ ઉજાણી માટે પ્રભાસક્ષેત્રના જંગલમાં ગયા... અહીં, મદિરા-પાન કરતાં કરતાં ઈંધણની બાબતમાં વાદવિવાદ થયો, જેમાંથી શસ્ત્રો ઉઠાવવા સુધી વાત પહોંચી ગઈ અને ઉજાણી કરવા આવેલા યાદવોની પાસે શસ્ત્રો બહુ હતાં નહીં, એટલે પ્રભાસક્ષેત્રમાં ઊગેલા એરકા (ચીયો) નામના ઘાસનો શસ્ત્ર તરીકે ઉપયોગ કરવા લાગ્યા. આ ઘાસ લોખંડ જેવું સખ્ત અને તીણું હતું. એકબીજાને ઘાસ મારી મારીને મોટા ભાગના યાદવો મૃત્યુ પામ્યા. કૃષ્ણ વ્યથિત હૃદયે આ જોતા રહ્યા. પછી વધેલા યાદવો એંઠાં વાસણો એકબીજાને મારવા લાગ્યા. એકબીજાને કરડવા લાગ્યા... જે યાદવકુળ મહાસત્તા કહેવાતું, જે યાદવકુળ ભારતવર્ષના ઈતિહાસમાં એક સુવર્ણપૃષ્ઠ બનીને અવતર્યું હતું એ આખુંય કુળ કમોતને વર્યું.

શસ્ત્ર જેને માટે ત્યાજ્ય હતાં એવા શ્રીકૃષ્ણએ પોતાના જ ભાંડુઓને વધુ પીડા ન ભોગવવી પડે, વધુ દુઃખી ન થવું પડે અને એકબીજાને એકબીજાની સામે લડતા રોકવા આખરે પોતે જ નિર્ણય લેવો પડ્યો...

જેમ જેમ યાદવોને સામસામે વધુ ને વધુ ઝેર ઓકતા, વધુ ને વધુ પીડાતા જોતા એમ કૃષ્ણને વધુ ને વધુ દુઃખ પહોંચતું હતું. છેવટે, મુઠ્ઠીભર વધેલા યાદવોને વધુ કમોતે મરતા રોકવા વ્યથિત કૃષ્ણએ એક મુઠ્ઠી એરકા તોડી. એક મુઠ્ઠી ઘાસમાંથી એક એક ઘાસની સળી મુશળ બની ગઈ અને યાદવો પર ફેંકાયેલું એ એરકાનું એકએક મુશળ એકએક યાદવને મૃત્યુનો સંદેશ સંભળાવતું ગયું.

યાદવાસ્થળી પૂરી થઈ હતી.

દુર્વાસાનો શાપ સાચો ઠર્યો હતો.

અને, યાદવકુળનો નાશ થયો હતો...

હવે, ગાંધારીના શાપની ઘડી આવી ગઈ હતી.

ધીમાં પણ સ્થિર પગલે કૃષ્ણ વ્યથિત હૃદયે આવીને હિરણ્ય નદીના કાંઠે આવેલા જંગલમાં એક પીપળા નીચે બેઠા. દૂર ચમકતી ચાંદીની રેખા

જેવી હિરણ્ય નદી વહેતી હતી. દૃષ્ટિ પહોંચે ત્યાં સુધી એક પણ માણસ નહોતો દેખાતો. સૂર્ય ઊગવાની તૈયારીમાં હતો.

કપિલા, હિરણ્ય અને સરસ્વતીનો સંગમ પીપળાની નીચે બેઠેલા કૃષ્ણને દૂર દેખાતો હતો. આ એ જ સંગમ હતો, જ્યાં એમના જ્યેષ્ઠ ભ્રાતા સમાધિસ્થ થયા હતા. યાદવાસ્થળી શરૂ થઈ, ત્યારે જ બલરામે કૃષ્ણની વિદાય માગી હતી. પોતાના જ્યેષ્ઠ ભ્રાતાને ભારે હૃદયે કૃષ્ણએ નિર્વાણના પંથે સંચરવા અનુમતિ આપી હતી.

બલરામ ત્રિવેણીસંગમ પાસે આવીને ધ્યાનમાં બેઠા હતા.

અને, એક ગોવાળિયો બીજાને કહેતો સંભળાયો હતો, "એક માણસ સાત ફેણવાળો નાગ બનીને આ નદીમાં ઊતરી ગયો..."

યાદવાસ્થળી પૂરી થયા પછી વિખરાયેલા - વેરાયેલા પોતાના જ સ્વજનોના મૃતદેહોને એકઠા કરી એમને યોગ્ય દાહ-સંસ્કાર મળે એવી વ્યવસ્થા કરી કૃષ્ણ એકલા, અડવાણે પગે, અલંકારવિહીન પ્રભાસક્ષેત્રનાં જંગલોમાં ચાલી ગયા. મોરમુગુટવિહીન મસ્તક અને ગળામાં વૈજયંતી વિનાના કૃષ્ણ જુદા, જાણે અજાણ્યા, અડવા અથવા સાવ સૂના લાગતા હતા.

ભુવનમોહિની મુખ તો એ જ હતું પણ આંખોમાં અપાર પીડા હતી. આછી ભીનાશની સાથે સાથે આવનારી પળની પ્રતીક્ષા પણ હતી...

ધીરે પગલે કૃષ્ણ પીપળાના વૃક્ષ નીચે આવી પહોંચ્યા...અશ્વત્થ વૃક્ષને જોઈને કૃષ્ણ એને ટેકે હળવેથી ગોઠવાયા.

પ્રભાસક્ષેત્રના જંગલમાં વિશાળ વૃક્ષ નીચે પગના ઢીંચણ ઉપર પોતાનો બીજો પગ રાખી બેઠેલા પણ નહીં અને સૂતેલા પણ નહીં એ રીતે બેસીને ધ્યાનમાં ચાલી ગયા... આંખો ખુલ્લી હતી. છતાં, જાણે પથ્થરવત્ થઈ ગઈ હતી. જે આંખોમાં એક રમતિયાળ સ્મિત રહેતું, જે આંખો જીવનરસથી ભરપૂર હતી એ આંખો આજે જાણે આકાશને પેલે પાર દૂર અનંતમાં પોતાના જ જીવનનો અંત જોઈ રહી હતી. દુર્વાસાએ ક્રોધમાં યાદવોને આપેલો શાપ ઊગતા સૂરજની સાથે પોતાનું અમીટ અસ્તિત્વ અને વિજયનું સ્મિત લઈને ઊગી રહ્યો હતો. યાદવાસ્થળીમાં તમામ યાદવોનો અંત આવ્યો હતો અને યાદવકુળના મુગુટમણિ સમા શ્રીકૃષ્ણ પોતાના અંતની પ્રતીક્ષા કરતા અહીં આવીને બેઠા હતા. એમના હૃદયમાં એક અકથ્ય વેદના હતી... એ વેદના

આવી રહેલી વિદાયની પળ માટે હતી કે વીતી ગયેલી વિદાયની પળ માટે? ઊગતો સૂરજ વ્યથિત થઈને પૃથ્વી પર મનુષ્ય થઈને અવતરેલા એક ઈશ્વરની વિદાય માટે જ ઊગ્યો હોય એમ ઝાંખો, તેજવિહીન હતો આજે. તેવામાં જરા નામનો પારધી નદીને પેલે પાર આથમતા અંધકારને સમયે શિકાર કરવા આવી પહોંચ્યો. કૃષ્ણ એવી રીતે બેઠા હતા કે અંધારામાં જાણે હરણ બેઠું હોય એમ લાગતું હતું...

"**પ**શુના મોતે મરીશ તું... એકલો, અસહાય અને પીડિત... બરાબર એ જ રીતે જેમ મારા પુત્રો મર્યા... અને તું પણ જોઈશ વિનાશ તારા કુળનો, તારા પુત્રો, તારા પૌત્રો અને તમામ સ્વજનો તારી સામે જ એકએક કરીને તરફડી તરફડીને મૃત્યુ પામશે." ગાંધારીનો અવાજ જાણે મહેલની દીવાલો ચીરીને દસે દિશામાં ફેલાઈ ગયો હતો. બ્રહ્માંડમાંથી પાછો પડઘાયો હતો, એ અવાજ... "પશુના મોતે મરીશ તું... એકલો, અસહાય અને પીડિત..."

વારંવાર આ શાપનું ઉચ્ચારણ કર્યું હતું ગાંધારીએ. મહેલની દીવાલના એક-એક પથ્થર પર કોતરી દેવા હોય શબ્દો, એ રીતે.

અને છતાં, હાથ જોડીને નમસ્કાર કર્યા હતા કૃષ્ણએ!

જાણે સ્વીકાર કરતા હોય એ અભિશાપનો!

આમેય, માતા ગાંધારી સિવાય કોની શક્તિ હતી, સ્વયં શ્રીકૃષ્ણને શાપ આપવાની અને એ પરિસ્થિતિનું નિર્માણ પણ સ્વયં કૃષ્ણે જ કર્યું હતું!

બંધ આંખે માત્ર પુત્રપ્રેમમાં અંધ બનીને જીવી ગયેલાં માતા ગાંધારીના ત્યાગે એમને સતીત્વ તો આપ્યું, પણ સમાધાન ન મળ્યું! પોતાના પુત્રોનો દોષ ન જોઈ શકતાં ગાંધારીને સાચે જ કૃષ્ણ જ કારણભૂત લાગ્યા હતા એના કુળના વિનાશ માટે કે પછી મા બનીને એમણે કૃષ્ણની મુક્તિ પ્રાર્થી હતી પોતાના શાપમાં...

કૃષ્ણ કદીયે યુદ્ધ કે વિનાશ ન ઇચ્છે. એમના અસ્તિત્વમાં એમણે સતત સમાધાન અને સ્વીકારનો સંદેશ આપ્યો હતો. સમાધાનની ટોચની અવસ્થા એ સમાધિ, જીવનભર સમાધિસ્થ થઈને જીવી ગયેલા સ્થિતપ્રજ્ઞ કહેવાતા એવા યોગેશ્વર હતા પોતે! તેમ છતાંયે, આવા મહાભયાનક માનવસંહારના સાક્ષી બનવાનું એમના ભાગે આવ્યું હતું.

અધર્મના નાશ માટેનાં અનિવાર્ય પગલાં હતાં આ?

કે પછી, માનવદેહ છોડવા માટે કારણો શોધતા હતા, કૃષ્ણ સ્વયં...!?

મહાસંહારના અંતે પોતાની મુક્તિ માટે કશુંક તો કરવું જ રહ્યું...

અને એથી જ, માતા ગાંધારીના શાપની એ ઘડીનું નિર્માણ કર્યું હતું, એમણે જ?!

માતા ગાંધારીના શાપ પછી હાથ જોડી નમસ્કારની મુદ્રામાં સ્વયં એમણે જ કહ્યું હતું, "તથાસ્તુ"!!

સ્વયં, પોતાના જ મૃત્યુનો સ્વીકાર!

આટલો સહજ, આટલો સ્વસ્થ...

કૃષ્ણ સિવાય કોણ હોઈ શકે?

...**અ**ને, મૃત્યુ આવી લાગ્યું હતું!

કૃષ્ણ મનુષ્યદેહ ત્યાગે ત્યારે યાદવો પણ એમની સાથે જ આ પૃથ્વી છોડી જાય એવી કૃષ્ણની ઇચ્છા હતી. કલિયુગના અધર્મ અને અનીતિ જોવા માટે યાદવો ન બચે એમાં જ યાદવકુળનું શ્રેય હતું... આના સૌથી પહેલા ચરણ રૂપે દુર્વાસાએ યાદવોને શાપ આપ્યો.

પિંડારાતીર્થમાં દુર્વાસા ઋષિ તપ કરતા હતા. યૌવન અને મહાસત્તાના કેફમાં જીવતા, ઉન્મત્ત બનેલા યાદવો એમની ઉદ્ધતાઈ માટે જાણીતા હતા. સુરા, સુંદરી, જુગાર, માંહોમાંહેની લડાઈ અને સત્તામાં અંધ બનેલા યાદવો તમામ પાપો આચરવા લાગ્યા હતા. યાદવકુમારોએ સાથે મળીને જાંબુવતી અને કૃષ્ણના પુત્ર સાંબને સ્ત્રીરૂપે શણગાર્યો અને દુર્વાસા પાસે લઈ ગયા... મુનિને પ્રણામ કર્યા વિના હસતાં હસતાં મશ્કરી કરતાં બોલ્યા, "આ સ્ત્રી બભ્રુ યાદવની પત્ની છે. એને પુત્રની બહુ ઝંખના છે... એ કોને જન્મ આપશે?"

દુર્વાસાએ યાદવોની ઉદ્ધતાઈ અને અહંકાર જોતાં શાપયુક્ત વચન કહ્યું, "આ સ્ત્રી મુશળને જન્મ આપશે, જેનાથી સમગ્ર યાદવકુળનો વિનાશ થશે..."

યાદવકુમારોએ ડરીને આ વાત કૃષ્ણને ન કહી. સાંબના શરીરમાંથી એક મુશળનો જન્મ થયો. યાદવકુમારોએ લોખંડના એ મુશળને ઘસાવી, ભુક્કો કરાવી સમુદ્રમાં ફેંકાવી દીધો. તે ભુક્કો પ્રભાસક્ષેત્રમાં એરકા નામનું ઘાસ થઈને ઊગ્યો... જેમ જેમ એરકા ઘાસ કપાતું, તેમ તેમ નવું ઊગનારું ઘાસ વધુ ને વધુ મજબૂત, લોખંડની જેમ સીધું અને તીણું બનીને ઊગી નીકળતું... અહીં યાદવાસ્થળી માટેનાં શસ્ત્ર તૈયાર થઈ રહ્યાં હતાં. સત્તાના મદમાં છાકટા યાદવો જેનાથી અજાણ બનીને જીવી રહ્યા હતા... ત્યાંથી કેટલાંય જોજનો દૂર દ્વારિકામાં!

એક ટુકડો જેનો ભુક્કો નહોતો થયો એને એક માછલું ગળી ગયું... માછલું માછીમારના હાથમાં આવ્યું અને એ લોખંડનો ટુકડો માછીમારે જરા નામના પારધીને આપી દીધો...

'જરા' પારધીએ એ બાણ પર એ ટુકડો ચોંટાડ્યો...

કૃષ્ણ સિવાય કોને ખબર હતી કે એ જ બાણ કૃષ્ણના મનુષ્યદેહના અંતનું કારણ બનવાની તૈયારીમાં હતું...

જરાએ મુશળમાંથી વધેલો એક ટુકડો પોતાના બાણ પર ચોંટાડ્યો અને મુશળના ટુકડાવાળું બાણ હરણને માર્યું...

હવામાં સનનન કરતો એક સુસવાટો થયો...

ઉદ્ધવનાં આંસુ, રુક્મિણીની લટો અને ચંદનનો જ્યાં રોજેરોજ સ્પર્શ થતો હતો એ અંગૂઠો અચાનક બધિર બની ગયો. જાણે એક નાનકડી આગની લપટ શરીરમાં અંગૂઠા વાટે પ્રવેશી અને વીજળીવેગે શરીરમાંથી પસાર થઈને તાળવામાંથી નીકળી ગઈ.

જરાનું બાણ તોમર શસ્ત્ર બનીને કૃષ્ણને વાગ્યું. પગના તળિયાને વીંધીને એ બાણ કૃષ્ણને વાગ્યું... માતા ગાંધારી અને દુર્વાસાનો શાપ "તથાસ્તુ" બનીને કૃષ્ણને અંતિમ પળ સુધી ઘસડી ગયો.

હરણ વીંધાયેલું જાણી જરા છબછબિયાં કરતો, છાતી સમાણું પાણી વીંધીને સામે કાંઠે પહોંચ્યો. પરંતુ અહીં હરણને બદલે પ્રભુના ચતુર્ભુજ સ્વરૂપનાં દર્શન થયાં!

જરા સહેજ ડરી ગયો. ભોળા પારધીને કોઈક જીવની આશા હતી, પરંતુ અહીં તો સ્વયં જીવનાધારનું જીવન વિંધાઈ ચૂક્યું હતું... પારધીએ ઉતાવળમાં કૃષ્ણના પગમાંથી તીર ખેંચવાનો પ્રયાસ કર્યો...

"રહેવા દે ભાઈ!" એક ડૂબતો અવાજ સંભળાયો... ક્યારેક કુરુક્ષેત્રમાં ગુંજેલા એ અવાજે કહ્યું હતું,

નિયતં કુરુમ કર્મ ત્વં કર્મ જયાયો હ્યકર્મણઃ।
શરીરયાત્રાપિ ચ તે ન પ્રસિદ્ધયેદકર્મણઃ ॥

નિયત એટલે નિમાએલું કર્મ તું કર, કારણ કે કર્મ ન કરવા કરતાં કર્મ કરવું સારું જ છે. કર્મ ન કરવાથી તો શરીરનો નિર્વાહ પણ ચાલશે નહીં...

પોતાનું કર્મ કરીને ધ્રૂજતા જરાને એ અવાજમાં અજબની પીડા અને એક ઘેરી વળતી તંદ્રા સંભળાઈ...

કાન પાસે સહેજ સફેદ વાળ, ક્ષીણ થઈ ગયેલી અર્ધનિમીલિત આંખો, મુકુટ અને મોરપિચ્છ ન હોવા છતાં એ શ્યામવર્ણ અને રાજીવલોચન ચહેરો એટલો જ મોહક અને એટલો જ કરુણામય હતો.

પગમાં ખૂંચેલા તીરમાંથી રક્ત ટપકવા લાગ્યું, પીડા વધવા લાગી...

કૃષ્ણનું શરીર પોતાના પ્રાણ ત્યાગવાની તૈયારી કરવા લાગ્યું... પરમાત્માનો અંશ મનુષ્યદેહ છોડીને પરમબ્રહ્મમાં વિલીન થવાની તૈયારીમાં હતો ત્યારે, ફરી એક વાર દ્રૌપદીનો અવાજ કૃષ્ણના કાનમાં ગુંજ્યો...

त्वदियम वस्तु गोविन्द तुभ्यमेव समर्प्यते ।

શા માટે?

શા માટે એ વાક્ય રહી રહીને કૃષ્ણના કાનમાં ગૂંજતું હતું?

કયાં બંધનો હજીયે દેહને બાંધતાં હતાં? મનને મુક્તિ નહોતાં આપતાં?

આત્મા જ્યારે પોતાનું પિંજર છોડી ઊડવા માટે પાંખો ફફડાવતો હતો ત્યારે કયો અવાજ વારંવાર કૃષ્ણને સ્મરણ કરાવતો હતો, એમનો દેહધર્મ?!

અને,

શું હતો એ દેહધર્મ?

જરાના ગળગળા, ગભરાયેલા, ડૂમો ભરાઈ ગયેલા અવાજથી કૃષ્ણનું ધ્યાન તૂટ્યું...

દૃષ્ટિ સામે લંગોટી પહેરેલો, કાળો, માથામાં પીંછાં ખોસેલો જરા હાથ જોડીને આંખમાં આંસુ સાથે પ્રભુને વિનંતી કરતો હતો... ચતુર્ભુજ સ્વરૂપ જોઈને ગભરાઈ ગયેલા જરાએ થરથરતાં, કાંપતાં કૃષ્ણની માફી માગી... કૃષ્ણના ચહેરા પર ઘણા સમય પછી સ્મિત આવ્યું. પીડામાં ડૂબકી મારીને નીકળ્યું હોય એવું. ભીનું, ગળગળું, અને ભુવનમોહિની સ્મિત!

કૃષ્ણએ જરાને પૂછ્યું, "કોણ છે ભાઈ તું?"

જરાએ થરથરતા અવાજે કહ્યું, "જ..જ... જરા..."

કૃષ્ણના ચહેરા પર હજીયે એ સ્મિત હતું. "જરા! તારી જ તો રાહ જોતો હતો. કેમ આટલું મોડું કર્યું ભાઈ?"

જરાએ કંઈ સમજ્યા વિના કૃષ્ણ સામે હાથ જોડ્યા. "પ્રભુ, આ બાણ..."

કૃષ્ણએ જરાને કહ્યું, "તારું છે... જાણું છું. આ મુશળનો ટુકડો ઓળખું છું હું... પ્રાતઃસ્મરણીય દુર્વાસા અને મા ગાંધારીનું જ સ્મરણ કરી રહ્યો હતો હું."

જરા અનિમેષ નયને જોઈ રહ્યો.

"મારી મુક્તિનો સંદેશ લાવ્યો છે તું." કૃષ્ણએ કહ્યું.

"મને ક્ષમા કરો પ્રભુ." જરાની આંખોમાંથી આંસુ વહેતાં હતાં.

કૃષ્ણએ જરાને કહ્યું, "ભયભીત થયા વિના તું સ્વર્ગમાં જા... તેં પરમ આત્માને મનુષ્યદેહના પિંજરમાંથી મુક્ત કર્યો છે. વંદન તો મારે કરવાનાં છે, તને."

કૃષ્ણએ હાથ જોડ્યા. આંખો મીંચી. એમના ચહેરા પર વાગેલા બાણની પીડા અને મુક્તિનો આનંદ મિશ્ર સ્વરૂપે ઝળહળી રહ્યા હતા. એ દિવ્ય તેજથી ઝળહળતો ચહેરો, અને બંધ નયનો...

જરા કૃષ્ણને જોઈ રહ્યો...

એ ચહેરો, એ ક્ષમા, એ અર્ધ બિડાયેલાં રાજીવલોચન અને પગના અંગૂઠામાંથી ધીમે ધીમે ટપકી રહેલું રક્ત! પારાવાર પીડામાં પણ કૃષ્ણના ચહેરા પર આવેલું સ્મિત સ્થિર થઈ ગયું... કૃષ્ણને વીંધીને જરાને સ્વર્ગ પ્રાપ્ત થયું... જરાને આ વાત સમજાઈ નહીં. ભોળો પારધી હાથ જોડીને પ્રભુની આ આખરી, અકળ લીલા જોઈ રહ્યો...

કૃષ્ણએ આંખો મીંચી લીધી... પીડાથી અને શાંતિથી! અનેક જીવોની પીડાને શાંત કરનાર આજે પોતે જ અપાર પીડા ભોગવી રહ્યા હતા. મનુષ્યશરીર ત્યજવા માટે મનથી લગભગ તૈયાર થઈ ચૂકેલા કૃષ્ણને બંધ આંખો સામે બનેલી બધી ઘટનાઓ જાણે એક પછી એક પસાર થવા લાગી.

પ્રભાસક્ષેત્રની યાદવાસ્થળી પૂરી થયા પછી કૃષ્ણએ પોતાના સારથિ દારુકને હાથ જોડીને ત્યાંથી જવા માટે વિનંતી કરી. દારુક કૃષ્ણને એકલા છોડવા તૈયાર નહોતો, પળભર માટે પણ.

કૃષ્ણનો જે રથ દરેક યુદ્ધમાં વિજય અપાવતો એ રથ, સુદર્શન ચક્ર, કૌમુદી ગદા, શારંગધનુષ, બે ભાથાં, પાંચજન્ય શંખ અને નંદક તલવાર બધું જ દારુકની દૃષ્ટિ સામે કૃષ્ણની પ્રદક્ષિણા કરીને સૂર્યની દિશામાં ચાલી ગયું! સારથિ દારુક કૃષ્ણની સામે જોઈને ઊભો રહ્યો. દારુકની આંખોમાં વિદાયની પીડા હતી. એના જીવનઆધારનું જીવન હવે કેટલી પળો, કેટલી ઘડી ટકવાનું હતું એ દારુક પણ જાણતો હતો અને કૃષ્ણ સ્વયં પણ...

કૃષ્ણ જાણતા હતા કે અર્જુન જ્યારે પહોંચશે ત્યારે પોતે નહીં હોય કદાચ! અર્જુનના ભાગે હવે જઈને આ આખીયે કથા ઉગ્રસેન, દેવકી અને વસુદેવને કહેવાનું વિકટ કામ આવી પડવાનું છે... એમના ગયા પછી વિયોગનું દુઃખ એ સૌએ ઝીલવાનું હતું...

સ્વજનોથી વિયોગ, માનવ માટે કેટલો દુઃખદાયી હોય છે, એ સ્વયં ઈશ્વરને પણ સમજાઈ રહ્યું હતું!

કૃષ્ણએ દારુકને અર્જુનને લઈ હિરણ્ય-કપિલાના એ પટ પાસે આવવાનું કહ્યું... માનવદેહના ત્યાગ પછી યોગ્ય સંસ્કાર થાય એવું પ્રભુ પણ ઇચ્છતા હતા, કદાચ!

મનુષ્યદેહ છોડીને જવાનું દુઃખ કૃષ્ણને પોતાને પણ હશે જ... પ્રેમ, કરુણા, લાગણીનાં બંધનો દરેકેદરેક મનુષ્યની જેમ કૃષ્ણને પણ પોતાની તરફ ખેંચતાં હતાં. ન જવા માટે રોકતા હતા અને આ બધી પીડામાં ગર્ત કૃષ્ણ અન્યમનસ્ક જેવા, ધ્યાનસ્થ થઈને પીપળાની નીચે વ્યથિત હૃદયે બેઠા હતા અંને દ્રૌપદીની એ વાત વારંવાર એમના મનોમસ્તિષ્કમાં પડઘાઈ રહી હતી.

આજે જ્યારે જીવન મહાપ્રયાણ માટે સજ્જ હતું ત્યારે પૂર્ણ પુરુષોત્તમને શું કોઈક અપૂર્ણતા ઊંડે ઊંડે દૂભવી રહી હતી?

જે સ્થળેથી ભાઈ બલરામે સ્વધામ પ્રયાણ કર્યું, એ જ સ્થળેથી પોતાનો આત્મા પણ પરમ બ્રહ્મમાં લીન થાય એવી ઇચ્છા હશે કે કોણ જાણે કેમ,

પણ કૃષ્ણ આટલી બધી પીડા સાથે ઊઠ્યા અને ત્રિવેણીસંગમ તરફ ચાલવા લાગ્યા...

ભાઈ બલરામ જાણે એમને બોલાવી રહ્યા હતા, "ચાલ ચાલ કા'ના, જવાની વેળા થઈ છે, ક્યાં સુધી સૂતો રહીશ? હું ક્યારનોય તારી રાહ જોઉં છું, ઊઠ કા'ના, અને આવી જા..."

કૃષ્ણ કોણ જાણે કયા બળે ઊઠીને હિરણ્ય, કપિલા અને સરસ્વતીના સંગમ તરફ ચાલવા લાગ્યા. લોહી નીંગળતા પગે અને હજારો વીંછીના ડંખની વેદના સાથે કૃષ્ણ ધીમાં પરંતુ સ્થિર ડગલાં ભરી રહ્યા હતા. દેહત્યાગની પળો ત્રિવેણી સંગમ તરફ ખેંચી રહી હતી એમને.

ભાઈ બલરામનો દેહ પણ અહીંથી જ સ્વધામ ગયો હતો. કૃષ્ણ પણ એ ત્રિવેણીસંગમની પવિત્ર ભૂમિ પર દેહત્યાગ કરવા કટિબદ્ધ હતા. જરા ધીમે ધીમે એમની પાછળ પાછળ ચાલી રહ્યો હતો. કૃષ્ણએ સહેજ અટકીને પાછળ જોયું, એ અટક્યા, જરાને હાથ જોડ્યા. ભુવનમોહિની સ્મિત કરીને જરાને કહ્યું, "ભાઈ, હવે તું સીધાવ, આમ મારી પાછળ પાછળ આવીને શા માટે તારો સમય વ્યતીત કરે છે?"

જરાની આંખમાં આંસુ આવી ગયાં, "સાવ એકલા..."

આ પરિસ્થિતિમાં પણ કૃષ્ણ હસી પડ્યા, "આ તો અંતિમ પ્રયાણ છે ભાઈ, આમાં સંગાથ કેવો? આ તો એકલા જ કરવાની યાત્રા છે... તારો આભાર."

જરા સ્તબ્ધ થઈને કૃષ્ણ સામે જોઈ રહ્યો.

કૃષ્ણ ફરી ત્રિવેણીસંગમની દિશામાં ચાલવા લાગ્યા. પ્રત્યેક ડગલું ભરતી વખતે એમના ચહેરા પર એક પીડા ઊપસી આવતી. આંખ મિંચાઈ જતી. પરંતુ, ડગલાં એટલાં જ સ્થિર અને એટલાં જ મક્કમ હતાં...

ધીરે ધીરે કૃષ્ણ ત્રિવેણીસંગમ સુધી પહોંચી ગયા.

વિશાળ પીપળાના વૃક્ષ નીચે બેસીને એમણે દેહ લંબાવી દીધો. સામે હિરણ્ય, સરસ્વતી અને કપિલાનો સંગમ થઈ રહ્યો હતો. ત્રણેય નદીઓ કલ કલ કરતી વહેતી હતી. હિરણ્યનું આછું ભૂરું - કપિલાનું લીલું અને સરસ્વતીનું સ્વચ્છ પાંખા પ્રવાહવાળું સલિલ એમની દૃષ્ટિ સામે એક થઈને સમુદ્ર તરફ આગળ વધતું હતું... પુણ્યશાળી નદીઓનો અહીં ભવ્ય સંગમ થતો હતો. ત્રણેય નદીઓ એકમેકમાં મળીને સમુદ્ર તરફ આગળ વધતી હતી.

આમ પણ નદીનું અંતિમ ધ્યેય સમુદ્ર જ હોય છે. જેમ આત્મા પરમાત્મા તરફ આગળ વધે છે અને અંશ બ્રહ્માંડમાં ભળીને સ્વયં બ્રહ્મા બની જાય છે એમ જ નદી પણ સમુદ્રમાં ભળીને સ્વયં સમુદ્ર બની જાય છે...

કૃષ્ણએ આંખો મીંચી દીધી - પીડાથી અને શાંતિથી!

'અહમ્ બ્રહ્માસ્મિ'નો નાદ ચારે તરફ ગુંજી રહ્યો હતો... અને, બ્રહ્માંડનો અંશ ફરી એકવાર બ્રહ્માંડમાં ભળી જવા તત્પર હતો!

પીપળાના વૃક્ષ નીચે સૂતેલા કૃષ્ણ કોઈ અદ્ભુત મનોદશામાંથી પસાર થઈ રહ્યા હતા. સ્વીકારનો સંન્યાસ હતો એ... નેતિ નહોતી, અસ્તિ હતી...

જરા કૃષ્ણને હલાવતો હતો,

"પ્રભુ, પ્રભુ! બહુ રક્ત વહી રહ્યું છે, પ્રભુ... મને ઘા-બાઝરિયું બાંધવા દો, હમણાં સારું થઈ જશે..."

કૃષ્ણના ચહેરા પર એક સ્મિત હતું,

"ખરે જ! હવે બધું જ સારું થવાનું... સર્વનું..."

ગુરુ સાંદિપનીના આશ્રમમાં ગવાતો શાંતિમંત્ર કૃષ્ણના કાનમાં ગુંજવા લાગ્યો...

"અંતરિક્ષ હી શાંતિઃ... વનસ્પતયઃ શાંતિઃ,
પૃથ્વી શાંતિઃ, દેવાઃ શાંતિઃ..."

હવે બધે જ શાંતિ હતી, અંદર અને બહાર... ભીતર અને ચારે તરફ... હવે મન અને શરીર બંને શાંત થઈ જવાનાં હતાં!

વાંસળી... કોણ જાણે ક્યાંથી કૃષ્ણના કાનમાં ગુંજવા લાગી... નદીનો કલ કલ કરતો વહી રહેલો પ્રવાહ જાણે યમુના બનીને ઉછાળા મારવા લાગ્યો... કદમ્બનું ઝાડ કૃષ્ણની આંખો પર ઝૂકી આવ્યું... અને યમુનાના કાંઠે ઊગેલાં વૃક્ષોની ગાઢી, લીલી, ભીનાશવાળી હવા કોણ જાણે ક્યાંથી આવી લાગી... મોરપિચ્છના ઢગલેઢગલા કૃષ્ણના શરીર પર પડી પડીને લસરી જવા લાગ્યા...

ગોકુળની ગલીઓ, ગાયના ગળામાં બાંધેલી ઘંટડીઓ રણકાવતી જાણે સ્વયં ચાલીને કૃષ્ણની બંધ આંખો સામે આવીને ઊભી રહી... બધી જ ગલીઓ હાથ ફેલાવીને કૃષ્ણને જાણે કહેતી હોય, "આવ... ચાલી આવ..."

ઊગતા સૂરજની સાથે પંખીઓનો કલબલાટ... ઘર ઘરમાંથી આવતી ગાયોની ભાંભર અને ગોકુળની સ્ત્રીઓનાં પ્રભાતિયાં કૃષ્ણના કાનમાં કોણ જાણે ક્યાંથી સંભળાવા લાગ્યાં!

માના અવાજમાં ગવાતાં પ્રભાતિયાં સાંભળીને ગાયો ચરાવવા જવાની વેળા થઈ છે, એમ જાણીને કૃષ્ણએ આંખો ખોલવાનો બહુ પ્રયાસ કર્યો... પણ કોણ જાણે આંખો પર કોણે મણ મણનું વજન મૂક્યું હતું.. કૃષ્ણની આંખો જ નહોતી ખૂલતી...

હિરણ્યના પ્રવાહ પર જાણે દ્રૌપદીનો ચહેરો કૃષ્ણની સામે કલ કલ કરતો વહી રહ્યો હતો... અને કહેતો હતો, "સખા! તમારું આપેલું સુખ, તમારું આપેલું દુઃખ, તમારું આપેલું માન, તમારું આપેલું અપમાન, તમારું આપેલું જીવન અને તમારું આપેલું મૃત્યુ - બધું જ સ્વીકારીને તમને સમર્પિત કરું છું..."

કૃષ્ણને દ્રૌપદીનો એ તરફડાટ, એની ઝઝૂમવાની, જીવન સાથે લડવાની અને લડીને ફરી-ફરીને હારવાની, હારીને ઊભા થવાની અને ફરી લડવાની, એ શક્તિ માટે અજબ માન હતું. દ્રૌપદીનું સ્વત્વ જ એનું વ્યક્તિત્વ હતું. આવી સ્ત્રી સમર્પિત થાય ત્યારે એ શું આપી શકે, એની જાણ હતી કૃષ્ણને...

એમને પહેલી વાર વિચાર આવ્યો, "આ સ્ત્રીએ આપેલું બધું જ હું સ્વીકારી શકીશ ખરો? શું હું લાયક છું આટલા મોટા, આટલા વિરાટ સમર્પણને? એક વ્યક્તિ પોતાનું સ્વત્વ, પોતાનું વ્યક્તિત્વ જ્યારે તમને સમર્પે ત્યારે એને સામે આપવા માટે શું છે મારી પાસે? હું તો પોતે જ જઈ રહ્યો છું... સમર્પણ સ્વીકારવાનો સમય ક્યાં બચ્યો છે મારી પાસે? અને છતાંય, એણે આપેલું બધું જ મારી છાતી ઉપર એક ભાર બનીને બેસી ગયું છે.

"સખી, શા માટે? શા માટે આટલી મોટી જવાબદારીઓમાં નાખો છો મને, હવે પ્રયાણની ક્ષણોમાં?" કૃષ્ણથી પુછાઈ ગયું અને એ તેજ વેરતી અગ્નિશિખા સમી બે આંખો કૃષ્ણની સામે છલોછલ ભરાયેલા સરોવરની જેમ છલકાઈ રહી.

"શું હું ઊણી ઊતરી છું સહધર્મચારિણી તરીકે?" એક વ્હાલસોયો સૌમ્ય ચહેરો કૃષ્ણ સામે જોઈ રહ્યો હતો. કપિલાનો વેગવંતો પ્રવાહ કૃષ્ણની સામે

વહી આવતો હતો અને સડસડાટ સમુદ્રને મળવા ઉતાવળો થઈને જઈ રહ્યો હતો. કૃષ્ણ નિરુત્તર હતા પ્રશ્ન સામે. કપિલા ઉપર વહેતો રુક્મિણીનો ચહેરો કૃષ્ણની સામે ભીની આંખે જોઈ રહ્યો હતો... અને જાણે કેટલીય સદીઓની પ્રતીક્ષા પછી હજુય એ જ પ્રશ્ન લઈને કૃષ્ણને મૂંઝવી રહ્યો હતો.

"શા માટે? શા માટે આર્યપુત્ર? આટલો બધો ભાર... એકલા ઉપાડીને... શા માટે ચાલ્યા? મને તમારી સાથે ના આવવા દીધી તો કંઈ નહીં પણ તમારા માર્ગમાં ક્યાંક.. ઘડીક.. જો થંભ્યા હોત મારે માટે તો..." રુક્મિણીની આંખોમાં ઉપાલંભ ઓછો અને વેદના વધુ હતી. "હું તમને ક્યારેય રોકત નહીં, તમારા માર્ગના કંટકો વીણી લેત, પુષ્પો પાથરી દેત, અંધારા માર્ગમાં સ્વયં દીપક થઈને પ્રજ્વલિત થઈ હોત હું સ્વયં.. શા માટે પ્રભુ? શા માટે આ આકરી યાત્રા આમ એકલા કરતા રહ્યા? શું હું સહધર્મચારિણી તરીકે ઊણી ઊતરી છું?" આવી રિક્ત આંખો કૃષ્ણએ પહેલા ક્યારેય નહોતી જોઈ. કશુંક ખૂબ સૂકું, ખૂબ ખાલી અને તરડાયેલું રુક્મિણીની આંખોમાં જોતાં કૃષ્ણને વિચલિત કરી ગયું.

"નાથ, ધર્મ, અર્થ અને કામના માર્ગ પર મેં તમારો હાથ પકડી રાખ્યો. હવે મોક્ષના માર્ગે એકલા જ જશો?" હજીય રુક્મિણી પૂછી રહી હતી અને કૃષ્ણ પત્નીના આ પ્રશ્ન સામે નિરુત્તર હતા.

કૃષ્ણના હૃદય પર જાણે ભાર વધી રહ્યો હતો. આ એ સ્ત્રીઓ હતી, જેમણે એમને બધું આપ્યું હતું... પોતાનું સ્વત્વ, પોતાનું તત્ત્વ અને પોતાનું વ્યક્તિત્વ. કૃષ્ણમાં ઓગાળીને જીવી હતી આ સ્ત્રીઓ અને આજે એમની આંખો કેમ આટલી સૂની, કેમ આટલી શૂન્ય હતી? શું પોતે એમને કશુંય નહોતા આપી શક્યા? કૃષ્ણનું મન ખૂબ ઉદાસ થઈ ગયું...

"તું જ્યારે જ્યારે ઉદાસ થાય, એકલો પડે, મૂંઝાય ત્યારે મારું સ્મરણ કરજે. આંખો મીંચી દેજે અને એક ઊંડો શ્વાસ લેજે... તું મને તારી આસપાસ અનુભવી શકીશ. આમ તો હું તારાથી જુદી પડતી જ નથી. તું જાય છે મને મૂકીને... પણ કા'ના, એક વાત સ્મરણમાં રાખજે... તારા એકાંતમાં, તારા એકલાપણામાં કે તારા મૂંઝારામાં એક માત્ર નામ તારા સ્મરણમાં આવશે અને એ મારું હશે... તું ભલે મને પાછળ છોડીને જાય. હું તારી સાથે જ આવું છું. મને મૂકીને જવું તારે માટે શક્ય નથી.

હું તારા પ્રાણમાં વસું છું કા'ના.. જો શ્વાસ લે અને પાડ મારા નામની બૂમ... છું ને તારી બાજુમાં?"

સરસ્વતીનો પાંખો પ્રવાહ અને સ્વચ્છ નીરમાં બે આંખો તરવરતી હતી... પ્રતીક્ષારત, રિસાયેલી, કૃષ્ણમય, કૃષ્ણસમર્પિત આંખો... જાણે કહેતી હોય,

"હજીયે? હજીયે મારી વંચના કરીને એકલો જ જઈશ... મને આવવા દે સાથે. મારા વિના તારું વર્તુળ પૂરું નહીં થાય. હું તારી સમગ્ર કમનીયતા છું. હું તારું સંગીત છું, હું તારી છાયા છું... છાયાને છોડીને કાયા કેમ જશે, કૃષ્ણ?"

કૃષ્ણ હજી બંધ આંખે ગોકુળની ગલીઓમાં જ ફરી રહ્યા હતા.

ગોપસ્ત્રીઓ મટુકીઓ ભરી ભરીને મથુરામાં મહી વેચવા જતી હતી... આવતી-જતી સ્ત્રીઓ મા યશોદાને પ્રણામ કરતી હતી... માખણ વલોવતી માની ચૂડીનો રણકાર કૃષ્ણના કાનમાં મિસરી ઘોળતો હતો. પ્હો ફાટતાં જ ઊઠી જતી મા ગાયોને ઘાસ નીરીને હજી હમણાં જ માખણ વલોવવા બેઠી હતી. વલોણાનો એકધારો મધુર સૂર ઘર આખામાં ગુંજી રહ્યો હતો. આંગણામાં બાંધેલી ગાયો એમનાં વાછરડાંને જીભથી, ગળાથી અને દૃષ્ટિથી વહાલ કરતી હતી. એમનાં વાછરડાં માતાઓને ધાવતાં હજી થાક્યાં નહોતાં. એમના મોઢામાંથી ટપકતું ફીણ, તાજા દૂધની સુવાસ અને વલોવાતા માખણની સાથે વલોણામાં બાંધેલી ઘૂઘરીઓ એક અજબ સંગીત રેલાવતી હતી...

...માખણ વલોવતી માના વલોણાની ઘૂઘરીઓ, માની ચૂડી અને ઝાંઝરનો ઝણકાર, પ્રભાતિયાં અને વાંસળીના સૂરની પેલે પારથી કોણ જાણે કોનો અવાજ સાદ દેતો હતો.

"કા'ના... એ કા'ના... કાનાઆઆઆ... એ કાનાઆઆઆ!"

ત્રણેય નદીઓ એકમેકમાં ભળીને જાણે સ્મરણની સેળભેળ કરતી હતી. સખી, પત્ની અને પ્રિયતમા જાણે એકમેકમાં ભળીને એક અખંડ સ્ત્રીત્વ, એક અખંડ નારીત્વ ઊભું કરતી હતી. કૃષ્ણની અંદર જીવતી કૃષ્ણમય થઈ ગયેલી આ સ્ત્રીઓ કૃષ્ણના પૂર્ણત્વને સાચા અર્થમાં પૂર્ણ કરતી હતી...

ત્રણેય નદીઓ આખરે સમુદ્રમાં સમાઈ જતી હતી.

મહાસમુદ્રની વિશાળતા, એની મર્યાદા અને છતાં, એની ખારાશ... નદીઓને અંતે ખારી કરી નાખતી હતી...

"પોતાની પાસે વિશાળતાની અપેક્ષાએ આવેલી આ ત્રણેય સ્ત્રીઓને શું કૃષ્ણએ પણ પોતાની મર્યાદાઓને કારણે ખારાશ આપી હતી?" કૃષ્ણને વિચાર આવી ગયો...

મનુષ્ય અવતારમાં કેટલાક સંબંધો એમને જન્મ સાથે જ મળે છે. પોતાના માતા-પિતા કે ભાઈભાંડુ નક્કી કરવાનો અધિકાર નથી મળતો માણસને! મા, બહેન અને પરિવારના અન્ય સંબંધો માણસ જાતે નિશ્ચિત નથી કરી શકતો, પરંતુ એના જીવનમાં ત્રણ સ્ત્રીસંબંધો એવા હોય છે કે જેની પસંદગી મનુષ્ય કરી શકે. એક પત્ની, પ્રિયતમા, મિત્ર - આ ત્રણ સંબંધો માણસ જાતે મેળવે છે. જાતે સાચવે છે, જાતે રચે છે અથવા નષ્ટ કરે છે... પોતાના જીવનમાં આવેલી આ પત્ની, પ્રિયતમા અને સખીને શું આપી શક્યા હતા પોતે?

ફરી એકવાર કૃષ્ણને એ ત્રણેય ચહેરાઓ વારાફરતી સ્મરણમાં આવી ગયા...

ગોકુળથી નીકળતી વખતે રાધાએ કહ્યું હતું, "ઠાલાં વચનો ન આપ કા'ના, હું ગોકુળ છોડવાની નથી ને તું ક્યારેય ગોકુળ પાછો આવવાનો નથી... હવે આ યમુનાનાં પાણી, આ કદમ્બની ડાળીઓ અને ગોકુળની ગલીઓ તને ભૂલશે નહીં, અને હું તને કદીયે સ્મરણમાં નહીં લાવું."

અને, પોતે એને કહ્યું હતું, "રાધિકે! સ્મરણ એનું કરાય જે ભુલાઈ ગયું હોય... તું મને ભૂલી જાય એવું થશે નહીં, અને હું તને ભૂલી જાઉં તો શ્વાસ કયા બળે લઈશ?"

દ્રૌપદીએ એકવાર સાવ અચાનક, આમ જ પૂછી નાખ્યું હતું : "હું એવું વિચારતાં જ રોમાંચિત થઈ ઊઠું છું કે મેં તમને ક્યારેક એવું પૂછ્યું હોત કે તમે મને ચાહો છો કે નહીં? તમારા જીવનમાં મારું શું સ્થાન છે અથવા તમે મને ઝંખી છે કદીયે, એક ક્ષણ માટે ય... તો તમે શું ઉત્તર આપો?" પછી એણે પોતે જ કહ્યું, "ઉત્તર આપતા નહીં સખા, મેં હજી પૂછ્યું નથી કારણ કે ઉત્તર સાંભળ્યા પછી મન અને તન એક દિશામાં ન પણ રહે..."

ત્યારે કૃષ્ણએ કહ્યું હતું, "ઉત્તરની અપેક્ષા હોય તો પૂછો, પરંતુ જે ઉત્તર તમારા મનમાં અખંડ વિશ્વાસ થઈને પ્રજ્વળી રહ્યો છે, એ પ્રશ્નનો ઉત્તર બહાર શોધવો પડે તો મને તમારા 'સખા'ના સંબોધન વિશે પ્રશ્ન થાય. ઉત્તર તમારા મનમાં જ છે. ઇચ્છો ત્યારે પૂછજો... મને... કે મનને, અમે ભિન્ન નથી સખી."

રુક્મિણીએ કેટલીયે રાતો પ્રતીક્ષા કરીને થાક્યા પછી કદીક પ્રસન્ન ક્ષણોમાં પતિને કહ્યું હતું, "નાથ, હું દ્વારિકાના રાજાને પરણી છું કે મારા પ્રિયતમને, જેને મેં પત્ર લખીને માત્ર શ્રદ્ધાના બળે સહજીવનના કોલ આપ્યા હતા? સતત બીજાઓની જ ચિંતા કરશો? તમારી અર્ધાંગિની વિશે ક્યારેય નહીં વિચારો નાથ? મને શું જોઈએ છે, અથવા મારી અપેક્ષાઓ શું છે, એવું તો કદી પૂછ્યું જ નથી તમે..."

કૃષ્ણએ રુક્મિણીને સ્મિતસહ કહ્યું હતું, "જ્યારે મારા પોતાના અડધા અંગની ચિંતા કરીશ, ત્યારે આપોઆપ બીજા અડધા અંગની ચિંતા થઈ જ જશે. પ્રિયા! તમે દ્વારિકાના સિંહાસન પર બિરાજો છો અને સિંહાસન પર બેસનારાને માથે મુકાતા મુકુટમાં અપરંપાર કંટકો હોય છે, એ કંટકો પહેરનારાને વાગે, જોનારાને તો એ સુવર્ણના મુકુટથી વિશેષ કશું દેખાતું નથી..."

રુક્મિણીની આંખો આશ્ચર્યથી શ્રીકૃષ્ણને જોતી રહી.

એમની આંખોમાં આ કઈ પીડા હતી? કયો રંજ અને ગ્લાનિ એમના તેજસ્વી મુખ પર ઓછાયો બનીને ઊતરી આવ્યાં હતાં...

"સુવર્ણમુકુટનો ભાર ઉપાડી શકે, એ જ મસ્તકને ઉન્નત રહેવાનો અધિકાર હોય છે, દેવી! સિંહાસનના પાયામાં અંગત સુખોનું સમર્પણ દટાયેલું હોય છે. તો અને ત્યારે જ, એ પાયા સ્થિર રહી શકે છે..."

આટલું કહીને એમણે પ્રિય પત્નીને આશ્લેષમાં લીધી હતી. રુક્મિણીને આજે ફરી એકવાર કૃષ્ણ સાથે પ્રેમ થઈ ગયો હતો.

ગોકુળ છોડીને આવતી વખતે મા યશોદાએ કૃષ્ણને કહ્યું હતું, "ન જા, હું ના કહી દઉં અક્રૂરજીને... હજી તો તને મન ભરીને વહાલ નથી કર્યું કા'ના... મારો ખોળો છોડ્યાને હજી કેટલા દિવસ થયા છે? અને તું લડીશ? એ કંસ સામે? અન્યાય સામે? શું કામ કા'ના? પહેલાં તારી માની ચિંતા કર... હું ઘરડી થઈશ, આંખે ઝાંખપ વળશે, ત્યારે કોણ મારો હાથ સાહીને લઈ જશે મને? કોણ મને સંભાળીને યમુનાનાં દર્શન કરાવશે? કોણ મને ઔષધ આપશે? કોણ મારી ચિતાને મુખાગ્નિ આપશે કા'ના? ન જા..."

અને, કૃષ્ણએ માને છાતીસરસી ચાંપી દીધી હતી. ડૂસકું છૂટી ગયું હતું યશોદાનું...

માની પીઠ પર ફરતો કાનાનો હાથ જાણે કહેતો હતો, "હું કોઈનો પુત્ર નથી, હું કોઈનો પ્રેમી નથી, હું કોઈનો પતિ નથી...હું મારું કાર્ય પૂર્ણ કરવા આવ્યો છું અને એ મારે કરવું જ રહ્યું..."

માતા યશોદાની આંખો કૃષ્ણની સામે આવીને નીકળી ગઈ, ગુસ્સામાં કૃષ્ણને વઢતી મા, માખણ પીરસતી મા, અને કાલિન્દીના કિનારે આક્રંદ કરતી યશોદાની સાથે સાથે અને કૃષ્ણ માટે ઝૂરતી દેવકીની આંખો જાણે એકમેકમાં મળીને કૃષ્ણની આંખના ખૂણે આંસુનું ટીપું બનીને તોળાઈ રહી...

કૃષ્ણને મથુરા મોકલતી વખતે યમુનાના કિનારે જોયેલી વસુદેવની આંખો કૃષ્ણની દૃષ્ટિ સામે ફરી એકવાર તરવરવા લાગી... સુદામાની, રુક્મિણીની, સુભદ્રાની, દ્રૌપદીની, અર્જુનની અને બાણશય્યા પર સૂતેલા ભીષ્મની આંખો... કર્ણની આંખો, દુર્યોધનની ઉરુભંગ થયા પછીની આંખો...

માતા ગાંધારીની આંખો, જે ક્યારેય કોઈએ જોઈ નહોતી એ આજે કૃષ્ણ સામે જોઈ રહી હતી, એકીટશે. જાણે કૃષ્ણને સ્મરણ કરાવતી હોય... પોતાનો શાપ!

કૃષ્ણની બંધ આંખો સામે વારાફરતી બધી આંખો ઉપાલંભથી જોવા લાગી... ઉદ્ધવની વહેતી આંખો કૃષ્ણની આંખો માટે આજે પણ આંસુ લઈ આવી. કૃષ્ણ વીતી ગયેલી પળોને પોતાની અંદર સમાવીને આ હવામાં. આ વાતાવરણમાં આથમતા સૂરજ સાથે વિલીન થઈ જવાના હોય એવા અશરીરી અનુભવમાંથી જાણે પસાર થઈ રહ્યા હતા.

...કોઠી પર બંધાયેલો બાળકૃષ્ણ જાણે મુક્તિ માટે કરગરી રહ્યો હતો.

બંધ આંખે કૃષ્ણ જાણે આ આખીયે ઘટનાને જોઈ રહ્યા હતા...

ઉદ્ધવની સાથે ગાળેલી રુક્મિણીના મહેલના ઝરૂખાની એ સાંજ, એ રાત કૃષ્ણને પોતાની અંદર ઓગળતી લાગી.

કૃષ્ણએ નિશ્ચય કરી લીધો હતો. પરંતુ, યોગ્ય સમયની રાહ જોવાઈ રહી હતી.

યાદવાસ્થળી તો નિશ્ચિત હતી, નિશ્ચિત નહોતો તો એનો સમય...

એક દિવસ એ પણ નક્કી થઈ ગયો!

કૃષ્ણ પોતાના મહેલના ગવાક્ષમાં અમસ્તા જ ઊભા હતા. સામે સૂર્ય આથમી રહ્યો હતો. સંધ્યાકાળનાં કેસરી કિરણોએ આખાય આકાશને ભરી દીધું હતું...

સૂર્યને જોતાં જોતાં કૃષ્ણના મનમાં અચાનક જ એક વિચાર આવ્યો. અને કૃષ્ણએ નિર્ણય કરી લીધો કે હવે વધારે સમય વેડફ્યા વિના દુર્વાસાનો શાપ સત્ય કરી નાખવો...

સૂર્ય જેમ પોતાના નિશ્ચિત સમયે ઊગે છે, અને આથમે છે, એમ જ મનુષ્યદેહે પણ પોતાના નિશ્ચિત સમયે વિદાય લેવી યોગ્ય છે... કૃષ્ણના કાનમાં પોતાનો જ અવાજ ગુંજી ઊઠ્યો :

કાલોઽસ્મિ લોકક્ષયકૃત્ પ્રવૃદ્ધો
લોકાન્સમાહર્તુમિહ પ્રવૃત્તઃ,
ઋતેઽપિ ત્વાં ન ભવિષ્યન્તિ સર્વે
યેઽવસ્થિતાઃ પ્રત્યનિકેષુ યોધાઃ

હજી ગઈ કાલે જ દેવતાઓએ મોકલાવેલો દૂત ગુપ્ત વેશે કૃષ્ણ પાસે આવ્યો હતો અને કૃષ્ણને વસુઓ, આદિત્યો, અશ્વિનીકુમારો, મરુત, રુદ્ર તથા સર્વ દેવતાઓએ મોકલાવેલો સંદેશ આપ્યો હતો : "પ્રભુ, આપે આપનું કાર્ય પૂરું કર્યું છે. તેમ છતાં પૃથ્વીલોકમાં આપને આનંદ હોય તો ખુશીથી રહો. હું સેવક, સમયનું સ્મરણ અપાવવા આવ્યો છું!"

કૃષ્ણે કહ્યું હતું, "યાદવોનો નાશ ન થાય, ત્યાં સુધી પૃથ્વી પરથી સંપૂર્ણ ભાર ઊતરશે નહીં. યદા યદા હિ ધર્મસ્ય, ગ્લાનિર્ભવતિ ભારત, અભ્યુત્થાનમ્ અધર્મસ્ય, તદાત્માનમ્ સૃજામ્યહમ્... એ વાત હજી પૂરી નથી થઈ. મારી સાથે આવેલા મારા તમામ અંશોને એના મૂળ સ્થાને સ્થાપિત કર્યા વિના મારાથી આ પૃથ્વી છોડાય નહીં. વિશ્વકર્માએ સર્જેલી મૃત્યુ, જરા, દુઃખ અને રોગ ન આપે તેવી ધરા હું સમુદ્રને પાછી સોંપીશ અને ત્યાર પછી હું સ્વધામ પાછો ફરીશ..."

દૂત આ સંદેશ લઈને સ્વર્ગ તરફ પાછો ગયો.

કાળના નિશ્ચિત બંધનનો સ્વીકાર હતો એ.

મહાકાળનું સ્વાગત અને મનુષ્યદેહની વિદાયની વિરલ ઘડી હતી.

ન દિવસ - ન રાત, સંધ્યાકાળ... સંધિકાળ...

એક રાત્રે જ્યારે સમુદ્ર પૂરેપૂરી ભરતી પર હતો... સમુદ્રનાં મોજાંઓ ભયાનક અવાજ કરતાં કિનારા સુધી આવતાં હતાં અને ફીણ ફીણ થઈ વિખરાઈ જતાં હતાં. રાત વધારે કાળી, વધારે શાંત અને ભાવિને પોતાના ગર્ભમાં છુપાવીને વધુ અકળાવનારી થઈને દ્વારિકા પર છવાયેલી હતી... કૃષ્ણ પટરાણીના મહેલના ઝરૂખામાં આથમતી સાંજથી એકલા બેઠા હતા...

મુહૂર્તોનાં મુહૂર્તો એકલા બેસવું અને ચિંતન કરવું એ કૃષ્ણ માટે નવાઈની વાત નહોતી. રુક્મિણી લગ્ન કરીને આવી એ દિવસથી એમને આમ દીર્ઘ સમય સુધી ધ્યાનસ્થ થઈને એકલા બેઠેલા જોવાની ટેવ પાડી હતી.

રુક્મિણી માટે એકાંત અને એકલતા વચ્ચે બહુ ફેર નહોતો. કૃષ્ણની પ્રતીક્ષા કરતાં બેસી રહેવું, એ જ જાણે ભાગ્ય હતું દ્વારિકાની પટરાણીનું...

ખૂબ બુદ્ધિશાળી હતી રુક્મિણી. વિદુષી કહી શકાય એ કક્ષાએ શાસ્ત્રો અને રાજનીતિનો અભ્યાસ કર્યો હતો. કુંડિનપુરના મહારાજાએ પુત્ર રુક્મિ અને પુત્રી રુક્મિણીના ઉછેર વચ્ચે કોઈ તફાવત નહોતો રાખ્યો. અસ્ત્ર-શસ્ત્ર અને રાજનીતિનો અભ્યાસ ભાઈ-બહેન બંનેને કરાવાયો હતો.

ક્યારેક રુક્મિણીને લાગતું કે એ પણ બીજી સ્ત્રીઓની જેમ સામાન્યા હોત, આટલી વિદુષી ન હોત તો સારું થાત... આટઆટલું વિચારીને ક્યારેક થાક લાગતો હતો રુક્મિણીને. કૃષ્ણ આમ પણ એમની સાથે સમય ઓછો ગાળતા.. અને ગાળે ત્યારે મુખ્યત્વે રાજનીતિની વાત કરતા. રુક્મિણી

ક્યારેક કૃષ્ણને કહેતી, "એક પખવાડિયાની પ્રતીક્ષા પછી આજે મુખ જોયું છે તમારું. મારે દ્વારિકાની રાજનીતિ કે દુર્યોધન અને હસ્તિનાપુર વિશે કોઈ વાત નથી કરવી." ક્યારેક લજ્જાને નેવે મૂકીને એ કૃષ્ણને કહેતી, "નાથ, મને પ્રેમ કરો. હું પત્ની છું તમારી, મંત્રી નથી."

હજી તો ગઈ કાલે - આખી રાત... ફરી એકવાર એ મહેલની ભવ્ય અટ્ટાલિકામાં આખી રાત જાગી હતી. આ મહેલની એક એક અટ્ટાલિકા, એક એક ઝરૂખો, એક એક દ્વાર અને દ્વારપાળો સુધ્ધાં એની શાશ્વત પ્રતીક્ષાના સાક્ષી હતાં. છેલ્લાં કેટલાંય વર્ષોથી... એમને હવે તો આશ્ચર્ય પણ નહોતું લાગતું. રાતભર એના મહાલયમાં સળગતા દીવાઓ જોઈને.

એ સૌ જાણતા હતા, એની ચિર પ્રતીક્ષા અને સાંપડતી નિરાશા વિષે.

દ્વારિકાના એક એક રસ્તા, એકેએક નગરજન, એકએક પ્રાસાદ અને એકેએક મંદિરનાં સર્વે દેવીદેવતા એની આંખમાં ખટકતા ઉજાગરાની કથા જાણતાં હતાં.

કુંડિનપુરના લીલાછમ પ્રદેશ, વીણા અને ભદ્રા નદીના સાંકડા ત્રિકોણાકાર મુખપ્રદેશના હરિયાળા વિદર્ભમાંથી જ્યારે પહેલી વાર એ અહીં દ્વારિકા આવી ત્યારે, કૃષ્ણની પટરાણી નહોતી બની હજી, માત્ર વાગ્દત્તા હતી સોળ વર્ષની મુગ્ધા! કૃષ્ણપ્રેમમાં અંધ - કૃષ્ણના આકર્ષણમાં ડૂબેલી! એમની આંખોમાં - એમના મોહક હાસ્યમાં - એમના રણકતા અવાજમાં... તણાતી... ભીષ્મક-પુત્રી રુક્મિણી!

પયોષ્ણી નદીને તીરે વસેલું કુંડિનપુર હસ્તિનાપુરની દક્ષિણે હતું.

કુંડિનપુરના ઘાટ ઉપર જ્યારે કૃષ્ણએ રથમાંથી હાથ લંબાવ્યો ત્યારે રુક્મિણીએ ક્ષણભર માટે આંખ મીંચી - એના ઇષ્ટદેવનું સ્મરણ કર્યું, ને...

એણે પોતાનો હાથ ગોવિંદના હાથમાં મૂક્યો.

ફૂલ ઊંચકે એટલી કોમળતાથી ગોવિંદે એને રથમાં લીધી અને રથ વીજળીની ગતિએ સરકી ગયો.

એને માટે એ હસ્તમિલાપની, એની શ્રદ્ધાની - એના સમર્પણની ક્ષણ હતી. ગોવિંદ એ જ ક્ષણથી એના પતિ - એના ઈશ્વર - એના પ્રભુ હતા.

રુક્મિણીને કૃષ્ણના હાથમાંથી છોડાવીને પાછી લાવવાની પ્રતિજ્ઞા સાથે એનો ભાઈ રુક્મિ વિદર્ભ છોડીને એમની પાછળ પડ્યો હતો. શ્રીકૃષ્ણ પર એણે જોરદાર આક્રમણ કર્યું હતું. એને પરાજિત કર્યા પછી કૃષ્ણએ જીવતદાન આપ્યું હતું.

ફૂલસરખી કોમળતાથી પોતાનો હાથ પકડનાર એ પ્રિયતમ!

અને, વિદર્ભની આટલી મોટી સેના સામે લડીને શ્રેષ્ઠ યોદ્ધા મનાતા પોતાના ભાઈને પરાજિત કરનાર એ આજાનબાહુ, પહાડ જેવું વક્ષ:સ્થળ અને સિંહ જેવી કટિ ધરાવતા એ વિશાલાક્ષી અદ્ભુત પુરુષને પોતે પરણી હતી, એ વાતે જ રુક્મિણી ગદ્ગદ થઈ ગઈ...

એમની સાથે એ દ્વારિકાના સમુદ્રકિનારે ઊતરી હતી. ઘણું સાંભળ્યું હતું સુવર્ણનગરી દ્વારિકા વિશે, આજે જોઈને આશ્ચર્યચકિત હતી એ! જાણે ચાંદી પાથરી હોય એવી ઝીણી સુંવાળી સફેદ રેતી હતી અહીંની! એણે દરિયાકિનારે ઊતરીને રેતીની મુઠ્ઠી ભરી, સુંવાળી - સફેદ રેતી સરસરાટ કરતી સરકી ગઈ એની હથેળીમાંથી - હવામાં ઝીણી ઝીણી કણો કોઈ અસ્પષ્ટ આકાર રચતી અલોપ થઈ ગઈ.

એના નાથે પાછળ ફરીને આ જોયું —

ને એ હસ્યા - મીઠું... મોહક... એ જ મુગ્ધ કરી નાખતું લાસ્યભર્યું સ્મિત!

ત્યારે નહોતું સમજાયું એને કે એ રેતીની મુઠ્ઠી નહોતી —

એ તો સમય ભર્યો હતો એણે એની મુઠ્ઠીમાં, જે સરકતો ગયો, સરકી ગયો.

કેટલાં વર્ષ હશે કોને ખબર? કોઈ નાની સમયાવધિ નથી - ગોવિંદ વિધિવત્ લગ્ન કરીને એને આ મહાલયમાં લાવ્યા હતા.

એના પોતાના મહાલયમાં પ્રથમ રાત્રિ અને આજની રાત્રિમાં કોઈ અંતર નહોતું...

ત્યારેય ગોવિંદ રાત્રિભર નહોતા આવ્યા, આજે આવ્યા છતાંયે નથી અહીં.

આજે પણ સ્મરણ છે એ લગ્નની પહેલી રાત્રિ.

પોતાના મહાલયમાં ગાળેલી એ પ્રથમ રાત શમણાંની રાત્રિ હતી. સળંગ ફૂલમાળાઓ - સુશોભિત ફૂલપાંદડીઓની રંગોળીઓ- અત્તરની દીપાવલીથી સુગંધિત ઓરડો... અને રેશમી ચાદરથી સુશોભિત ઢોલિયો.

એને આ રાત્રિની જન્મોજન્મથી જાણે પ્રતીક્ષા હતી. ફરફરતા સમુદ્રતટના પવન સાથે ભટકાતાં ખુલ્લાં કમાડ, ઝરૂખાની બારીઓના દરવાજા, ઊડતી ફૂલમાળાઓ સાથે એને "ગોવિંદ... ગોવિંદ આવ્યા"નો આભાસ થતો રહ્યો - રેશમી પડદાની રણઝણતી ઘંટડીઓ - એને જાણે વાંસળી લાગવા માંડી...

છતાં એની પ્રતીક્ષા, પ્રતીક્ષા જ બની રહી.

વૈજયંતીના પહેરનાર, મોરમુકુટધારી એના વ્હાલમ ન આવ્યા!

કોઈ વહાણ ફસાયાં હતાં દ્વારિકાના દરિયાકિનારે, એને ઉગારવા ચાલી ગયા કૃષ્ણ... એની જીવનનૈયાને પ્રતીક્ષાના અફાટ સમુદ્રમાં એકલી-અટૂલી છોડીને.

એનાં લગ્નની પ્રથમ રાત્રિ હતી આ.

એણે જાણ્યું કે આટઆટલાં તપ પછીયે એણે એના ઈશ્વરને મેળવ્યા નહોતા.

એના પ્રભુ - એના પ્રિયતમ - એના પતિ, એની એકલીના નહોતા. એમનો સમય અને એ પોતે પણ સૌના હતા. પહેલાં બીજા સૌના પછી જો વધે તો એના.

ગોવિંદ એના પતિ હતા અને એ દ્વારિકાની પટરાણી! પરંતુ, સાચે જ એણે આ તો નહોતું માંગ્યું!

એ પહેલી નહોતી -

ને, છેલ્લીયે એ નહોતી. એ એમને ચાહતી હતી, ઝંખતી હતી, સમર્પિત હતી, પરંતુ એ એકલી જ નહોતી. જે એમને વિષે આવો ભાવ ધરાવતી હતી. આખું ગોકુળ, આખું દ્વારિકા, આખું હસ્તિનાપુર, આખું ઈન્દ્રપ્રસ્થ, તમામ યાદવો, કુંતી મા, સર્વે પાંડવો, મોટાભાઈ બલરામ, મા દેવકી, સુભદ્રાબહેન, ઉદ્ધવ, અક્રૂર, વિદુર, નારદ અને... અને...

એક ધડકારો ચૂકી ગયું રુક્મિણીનું હૃદય, અને પછી મહાકષ્ટથી આવ્યું એ નામ –

રાધા...

કોનાં કોનાં નામ લે એ? સર્વે કૃષ્ણમય - કૃષ્ણસમર્પિત - કૃષ્ણલીન હતાં.

અને, કૃષ્ણ પણ એ તમામ માટે પોતાનો જીવ આપતાં લગીરે વિચાર કરે એમ નહોતા. જેમ એણે પત્ર પાઠવીને કૃષ્ણને શિશુપાલ સાથેના પોતાના વિવાહમાંથી ઉગારવા બોલાવ્યા, એમ બીજા સર્વે પણ પોતાની મુશ્કેલીમાં - દુ:ખમાં કૃષ્ણનું સ્મરણ કરતાં ને કૃષ્ણ સર્વેની સહાય માટે સદા તત્પર રહેતા.

રુક્મિણી હંમેશાં ફરિયાદ કરતી, "મારે માટે, મારી લાગણીઓ, મારી ઝંખનાઓ, મારાં સ્વપ્નનાંઓ માટે સમય જ ક્યાં હતો, ઘડીનોય."

આજે પણ રાધા-કૃષ્ણ નામ લેવાતું લોકજીભે, કોઈ રુક્મિણી-કૃષ્ણ નહોતું કહેતું.

"શા માટે?" રુક્મિણીને ઘણી વાર વિચાર આવતો, "એ, એ પત્ની હતી કૃષ્ણની, પટરાણી હતી દ્વારિકાની, લગ્ન કરીને લાવ્યા હતા કૃષ્ણ એને, ને છતાંયે..."

રુક્મિણીને થોડાંક વર્ષો ઉપર બનેલો પ્રસંગ સ્મરણમાં આવી ગયો.

એકવાર એના મહેલમાં જન્માષ્ટમી ગાળવાનું વચન આપ્યું હતું કૃષ્ણએ.

દિવસભરના ઉત્સવોમાંથી મુક્ત થઈને કૃષ્ણ આવ્યા, ખરે જ!

રુક્મિણીએ ઢળતી સાંજે ગવાક્ષમાં ગોવિંદને સોનાની વાંસળી ભેટ આપી. હીરા-માણેક અને નીલમના મોર-પોપટ જડેલી... છેડે સોનેરી રેશમના બે ફૂમતાં ઝૂલતાં હતાં.

કૃષ્ણ ઘડીભર જોઈ રહ્યા રુક્મિણી સામે અને એ આંખો એવી તો આરપાર નીકળી રુક્મિણીની કે...

એમણે વાંસળી કોરે મૂકી અને ભેટમાં બાંધેલો પાંચજન્ય ઉપાડ્યો. એવા તો વેદનામય અવાજે ફૂંક્યો...

...એ અવાજ સ્મરણમાં આવતાં આજે પણ કાને હાથ દઈ દે છે રુક્મિણી. ગોવિંદની આંખમાંથી સરકતી અશ્રુધારા અને પાંચજન્યનો એ રુદન જેવો વેદનાથી તરફડતો નાદ!

કૃષ્ણને પીપળા નીચે આજે પણ એ પાંચજન્ય વગાડતાં થયેલી વેદના સાંભરી આવી.

રુક્મિણીની આંખોમાં જે તરછોડાયાના, છેતરાયાના ભાવ જોયા હતા એ જ ભાવ - એ જ આંખો ફરી તરવરી રહી કૃષ્ણની મીંચેલી આંખો સામે.

કેમ કરીને સમજાવે એ પોતાની પ્રિય પત્નીને કે પીડા વાંસળી જોઈને ઉદ્‌ભવી હતી એ સાચું...

પણ, એ વાંસળી સાથે જોડાયેલી રાધાની સ્મરણની પીડા નહોતી એ. એ પીડા આવનારા મહાયુદ્ધની હતી.

શ્રાવણમાસની કૃષ્ણપક્ષની આઠમની એ સાંજે કૃષ્ણના મનમાં આવનારી કાર્તિકી પૂર્ણિમાને દિવસે થનારી ભયાવહ ઘટનાનો અવાજ ગુંજી રહ્યો હતો.

આજના ઉત્સવમાં એમને દેખાતી હતી આવનારી મહાસંહારની નાચતી ભૂતાવળ... હાથીઓની ચિંઘાડ, ઘોડાઓની હાવળ...

અને એમની નિર્દોષ, પ્રિય પત્ની એમને વાંસળીની ભેટ ધરતી હતી... એ એમને જીવનનો રાગ આપતી હતી.

એ એવું અપૂર્વ સંગીત, જે એમના શુદ્ધ, પવિત્ર બાળપણના ઉલ્લાસપૂર્ણ દિવસોનું સ્મરણ હતું. વાંસળીમાં માત્ર રાધા નહોતી. એમાં મા યશોદા અને નંદબાબા હતા. ભાઈ બલરામ અને અસંખ્ય ગોપમિત્રો હતા.

યમુનાનો કિનારો અને વૃક્ષોની ગાઢી વનરાજી હતી.

તોફાનો હતાં.

આનંદ હતો.

ઉત્સવ હતો.

અને, એથી જ એમણે પાંચજન્ય ફૂંક્યો હતો. મહાકાળની વાણી હવે દસેય દિશામાં ગુંજવાની હતી... કેટલીય મરણચીસોથી આવનારી અનેક રાત્રિઓ નિદ્રાવિહોણી બનવાની હતી...

અનેક સ્ત્રીઓ વિધવા - બાળકો અનાથ બનવાનાં હતાં.

અને પોતે, એ બધાના સાક્ષી બનવાના હતા. માત્ર સાક્ષી... એ એમનું કર્મ હતું. એ એમનું અનિવાર્ય ભાવિ હતું.

આવા સમયે એમની પત્ની એમને સુવર્ણની વાંસળી ભેટ ધરતી હતી...

અહીં, આ પળે, આટલાં બધાં વર્ષો પછી પણ રુક્મિણીની પીડાએ, એની આહત દૃષ્ટિએ કૃષ્ણની આંખોમાં પાણી લાવી દીધાં.

રુક્મિણીને એ પ્રસંગ સ્મરણ આવતાં આજે પણ રાધાની ઈર્ષ્યા આવી ગઈ.

હું યાદવોની ભાગ્યલક્ષ્મી, દ્વારિકાની સિંહાસનહાસિની, પટરાણી ખરી, પણ કૃષ્ણપ્રિયા નહીં હું, એ તો રાધા! સખી પણ હું નહીં, એ દ્રૌપદી! ઘડી ઘડી રિસાતી, ખીજે ભરાતી અને જેને કૃષ્ણ આળપંપાળ, અનુનય-વિનય કરીને મનાવે એ સત્યભામા પણ હું નહીં... કૃષ્ણનો સ્પર્શ પામી સુંદર બનતી કુબજા, કે સર્વાંગસુંદરી બનતી ત્રિવક્રા પણ હું તો નહીં જ ને?

ચારુહાસિની શૈબ્યા કે જાંબવાનની પુત્રી રોહિણી - જે કૃષ્ણ માટે જીવ આપી શકે એ પણ, હું તો નહીં જ.

તો પછી હું કોણ?

કૃષ્ણના જીવનમાં મારું સ્થાન શું?

કૃષ્ણ તો પ્રભુ... અર્જુનને ગીતા કહેનાર, વિરાટ સ્વરૂપનું દર્શન કરાવનાર, માતાને મુખમાં બ્રહ્માંડ દેખાડનાર, ગોવર્ધનધારી, કુરુક્ષેત્રના સારથિ! પરતું હું તો સામાન્ય સ્ત્રી છું, મેં 'મારા' ગોવિંદને માંગ્યા હતા પતિસ્વરૂપે...

એવો પતિ, જે પ્રેમ કરે, વઢે-લડે, ભૂલ કાઢે, રિસાય અને મનાવેય

ખરો. સૂર્યનારાયણના ઢળતાં ઘેર આવે, ને રાત્રિસમયે મને બાહુપાશમાં લે. પ્રગાઢ રતિ પછી ઊઘડતી સવારે જેને હું મારી નિકટ જોઉં."

આ કંઈ વધુ પડતી ઝંખના નહોતી અને છતાં..

રુક્મિણીની દૃષ્ટિ પડી.

કૃષ્ણ ગવાક્ષમાં ઊભા ઊભા કંઈક વિચારી રહ્યા હતા. અહીં, કૃષ્ણની પીઠ નિહાળતી એની પટરાણી પણ આજે વિચારે ચઢી હતી.

"લગ્નના શ્લોકો પત્નીને સહધર્મચારિણી કહે છે, સહધર્મચારિણી... કેવું છલ છે આ શબ્દમાં, સહધર્મચારિણી એટલે ધર્મમાં સાથે ચાલનારી...

અને ધર્મ શું? પ્રતીક્ષા કરવી તે કે પોતાને રસ્તે ચાલી જતા કૃષ્ણ બોલાવે એની રાહ જોતાં એમના માર્ગમાં ઊભા રહેવું તે..."

કૃષ્ણ પટરાણીના મહેલના ઝરૂખામાં આથમતી સાંજથી એકલા બેઠા હતા...

"શું વિચારતા હશે ગોવિંદ?"

રુક્મિણીને ફરી એ જ વિચાર પજવી રહ્યા હતા. કુરુક્ષેત્રના યુદ્ધ પછી કલાકો કૃષ્ણ આમ શાંત ચૂપચાપ બેસીને આથમતો સૂરજ નિહાળતા રહેતા... આ મૌનની રુક્મિણીને હવે તો ટેવ પડવા લાગી હતી. પરંતુ આજનું મૌન, આજનું એકાંત જાણે અકળાવનારું હતું. કોઈ અમંગળ ઘટનાના ઓછાયા કૃષ્ણની આંખોમાં સમુદ્રનાં મોજાંની જેમ જ પછડાઈ પછડાઈને ફીણ થઈને વિખરાતા હતા... રાત્રિના બીજા પ્રહર પછી રુક્મિણીની ધીરજ ન રહી... એણે ઉદ્ધવને બોલાવવા દાસી મોકલી...

ઉદ્ધવ આટલી રાત્રે પણ ક્ષણનોય વિલંબ કર્યા વગર રુક્મિણીનું કહેણ મળતાં જ આવી પહોંચ્યા...

બંનેએ એકલા બેઠેલા કૃષ્ણની કાળી રાતમાં ઓગળી જતી આકૃતિ જોઈ... કૃષ્ણની પીઠ જોઈને ઉદ્ધવને કોણ જાણે કેમ, બનનારી ઘટનાનું આક્રંદ સંભળાયું... સતત યોદ્ધાની જેમ તણાયેલા રહેતા એ ખભા, એ વિશાળ છાતી અને એ આરસપહાણના પથ્થર જેવી લીસી પીઠ... એ સિંહ જેવી પાતળી કટી, કટિ ઉપર બાંધેલો કટિબંધ... નીચે પીતાંબર...

ઉદ્ધવનું હૃદય એક ધબકાર ચૂકી ગયું. કોઈ દિવસ નહીં ને આજે ઉદ્ધવને જાણે એમ થયું કે એ એના સખાને, પ્રિય પ્રભુને, એના શ્વાસ-પ્રાણને ફરી નહીં જોઈ શકે...

ઉદ્ધવ સામાન્યતઃ કૃષ્ણના મૌનમાં કદી ખલેલ ન પહોંચાડતા, પરંતુ, આજે આ વિચારની સાથે જ ઉદ્ધવ ઝરૂખામાં પહોંચી ગયા. પ્રભુના પગ પકડી લીધા...એમની આંખોમાં આંસુ હતાં...

"પ્રભુ, આ કઈ લીલા છે? શા માટે આમ મને વ્યથિત કરો છો?"

હવાનો એક ભેજવાળો ખારો સપાટો આવ્યો... કૃષ્ણનું ઉત્તરીય ઊડીને ઉદ્ધવના માથે ફેલાઈ ગયું. કૃષ્ણએ ખૂબ કોમળતાથી એ ઉત્તરીય પાછું ખેંચ્યું અને ફૂલ ચૂંટતા હોય એટલી કોમળતાથી ઉદ્ધવને ખભેથી પકડીને ઊભા કર્યા... છાતીસરસા ચાંપ્યા... ઉદ્ધવ ધ્રૂસકે ધ્રૂસકે રડી પડ્યા. રુદન જાણે નાભિમાંથી નીકળતું હતું. આવનારી કોઈ એક ક્ષણ ઉદ્ધવ અત્યારથી અનુભવી રહ્યો હતો જાણે...

"પ્રભુ, શું થાય છે? કેમ થાય છે?" ઉદ્ધવે રૂંધાયેલા કંઠે પૂછ્યું.

કૃષ્ણે ઉદ્ધવના માથે હાથ ફેરવ્યો... હિમાલયની ઠંડક જાણે ઉદ્ધવના રૂંએ રૂંએ વ્યાપી ગઈ. ઉદ્ધવે કૃષ્ણની આંખમાં આંખ નાખી. કૃષ્ણની આંખો પણ સહેજ ભીની હતી, કદાચ!

"શું?" કૃષ્ણએ પૂછ્યું એક સ્મિત સાથે.

ઉદ્ધવ ફરિયાદભરી આંખે જોઈ રહ્યા. જાણે સેંકડો પ્રશ્નો એના હોઠ પર સમુદ્રનાં મોજાંની જેમ પછડાટ ખાતા હતા. પળભર પહેલાં એમને આવેલો વિચાર, એમના મનની ભ્રમણા હતી કે કોઈ આવનારી ક્ષણની આગાહી? ઉદ્ધવ એકીટશે આંસુના પડદાને વીંધીને કૃષ્ણ સામે જોઈ રહ્યો. એમની આંખોમાંથી જાણે યમુના વહી રહી હતી.

કૃષ્ણએ ઉદ્ધવનો હાથ પકડ્યો. કોઈ નિર્ણય કરતા હોય એમ પળભર માટે આંખો મીંચી, હોઠ ભીંસ્યા. ક્ષણેક એમ જ ઊભા રહ્યા. ઉદ્ધવનો હાથ પંપાળતા...

અને હિમાલયની કંદરાઓમાંથી આવતો હોય એવો ઘેરો, ઊંડો, ગંભીર અવાજ રુક્મિણીના મહેલના ગુંબજોમાં પડઘાવા લાગ્યો...

"હવે સમય નથી, તું બદ્રિકાશ્રમ ચાલ્યો જા... યાદવોનો સંહાર નિશ્ચિત છે! દ્વારિકાના સૌથી ઊંચા મહેલના સુવર્ણકળશને સમુદ્રનાં મોજાં પોતાની

અંદર સમાવી લે ત્યારે તું હિમાલયના ખોળે પહોંચીને શાંતિ અને સુખ પામે એવી મારી મનોકામના છે..."

ઉદ્ધવને લાગ્યું કે જાણે આ જ ક્ષણ એની અંતિમ ક્ષણ છે! એના પ્રિય સખા, એના પ્રભુ, એના પ્રાણ આ શું કહી રહ્યા હતા? કૃષ્ણ નહીં હોય? તો શું હશે? શા માટે બદ્રિકાશ્રમ કે હિમાલય જવાનું? કૃષ્ણ વિનાની આ ધરતી ઉદ્ધવ માટે નરકથી પણ નકામી હતી...

ઉદ્ધવ ફરી એકવાર કૃષ્ણના ચરણમાં ઝૂકી ગયા...

દૂર ઊભેલી રુક્મિણી આખુંય દશ્ય જોઈ રહી હતી... કૃષ્ણની ભીની આંખો આછા ઉજાસમાં ચમકતી હતી... રુક્મિણીને એકવાર થયું કે એ દોડીને કૃષ્ણને આલિંગી જાય... કયા દુઃખે એના સ્વામીની આંખો પલળી હતી એ ન જાણે ત્યાં સુધી રાત્રિઓ જાગીને જ વીતવાની હતી હવે...

કેટલાંય વર્ષો, કેટલાય દિવસો અને રાત્રિઓ કૃષ્ણની સાથે, કૃષ્ણમય થઈને ગાળ્યા હતા રુક્મિણીએ! એ જ કૃષ્ણ જેને રુક્મિણી નખશિખ ઓળખતી... એના ગમા-અણગમા, એનાં સુખ-અસુખ, એની ચિંતાઓ અને ઝંખનાઓને પોતાની માનીને જીવી ગયેલી કૃષ્ણની અર્ધાંગિનીને આજે વાસુદેવ જાણે કોઈ અજાણ્યા, કોઈ બીજા લાગ્યા!

રુક્મિણીનું કાળજું ધક ધક કરવા લાગ્યું... શું હતું એવું કે જે પોતાનો પતિ પોતાને નહોતો કહી શકતો અને ઉદ્ધવ સાથે વહેંચી રહ્યો હતો...

સાત-સાત રાણીઓ સાથે કૃષ્ણને વહેંચતી આ પટરાણી આજે પહેલી વાર કૃષ્ણ વિશેનો અધિકારભાવ પોતાની અંદર આળસ મરડતો અનુભવી રહી...

ઉદ્ધવે કૃષ્ણનાં ચરણ આંસુથી પખાળવા માંડ્યાં... "ના પ્રભુ, હું ક્યાંય નહીં જાઉં. તમને છોડીને મને ક્યાંય નહીં ગોઠે."

"ઉદ્ધવ! ભૂલી ગયો? ભૂલી ગયો મારી વાત? કુરુક્ષેત્રમાં અર્જુનને કહેલી આખી વાત તને ફરી કહેવી પડશે? જે જન્મે છે, તેનું મૃત્યુ નિશ્ચિત છે..."

ઉદ્ધવ વચમાં જ રૂંધાયેલા કંઠે ઉશ્કેરાઈને બોલી પડ્યા, "પ્રભુ હું પણ જન્મ્યો છું, તો મને શા માટે..."

કૃષ્ણએ માત્ર સ્મિત કર્યું... એ સ્મિતમાં ઉદ્ધવના સેંકડો પ્રશ્નોના ઉત્તરો હતા. કુરુક્ષેત્રની વચ્ચોવચ ઊભેલો એ રથ, એના સારથિ અને સારથિના મુખે કહેવાયેલી આખેઆખી ગીતા એ સ્મિત માત્રમાં આવી ગઈ.

"સમસ્તનો સ્વીકાર કર, સુખ સ્વીકારે છે, એમ જ દુઃખ સ્વીકાર. જન્મ સ્વીકાર્યો છે, એમ જ મૃત્યુનો સ્વીકાર કરવો એ તારો ધર્મ છે, ઉદ્ધવ... સમયને પાર, સમયની આજ્ઞા વિના કશું જ સંભવતું નથી... અને સમય મહાકાળ છે. સૌને સમાન ભાવે સ્વીકારતો મહાકાળ... આજે એ મહાકાળ પોતાના બાહુ ફેલાવીને મને બોલાવે છે, મારે જવું રહ્યું, ઉદ્ધવ..."

"અને હું પ્રભુ? મને ક્યારે સ્વીકારશે મહાકાળ?"

"સમય કોઈના વશમાં નથી." કૃષ્ણએ કરુણામય દૃષ્ટિએ જાણે ઉદ્ધવનો વિષાદ ધોવા માંડ્યો.

"સુખદુઃખને સમાન માનનારો અને કશાયનો દ્વેષ વિનાનો જે મારો ભક્ત છે, એ મારામાં શ્રદ્ધા સાથે તમામ પરિસ્થિતિઓને મારી પ્રસાદી સમજીને સ્વીકારે છે..."

ઉદ્ધવના ચહેરા પર વરસાદ પડી ગયા પછીના તડકા જેવું સ્મિત પ્રગટ્યું... ભીની આંખે, હોઠ ઉપર સ્મિત સાથે ઉદ્ધવે ઘૂંટણિયે પડીને હાથ જોડ્યા... જાણે કૃષ્ણની વાતને સ્વીકારતા હોય!

રુક્મિણી આ દૃશ્ય જોઈ રહી.

"એવું તે શું હતું, જેને વિશે કૃષ્ણ ઉદ્ધવને આટલી કોમળતાથી સમજાવી રહ્યા હતા?"

ઉદ્ધવ ધીરે ધીરે ઊભા થયા અને જાણે આત્મા વિનાનું શરીર હોય એમ મંથરગતિએ રુક્મિણીના ઓરડામાંથી બહાર નીકળી ગયા. બીજા કોઈ પણ પ્રસંગે રુક્મિણીને પ્રણામ કર્યા વિના કે શુભરાત્રિ કહ્યા વિના ઉદ્ધવ જાય એવું શક્ય જ નહોતું. રુક્મિણી આશ્ચર્યચકિત પોતાની સામેથી પસાર થતા ઉદ્ધવને જોઈ રહી. એના ચહેરા પર કોઈ અપાર્થિવ તેજ હતું. એના હોઠ સ્મિતમાં ખૂલેલા હતા અને આંખોમાંથી અનવરત આંસુ વહી રહ્યાં હતાં.

રુક્મિણી ઉદ્ધવની પાછળ દોડી, પરંતુ ઉદ્ધવ જાણે મહેલના પથ્થરો પર નહીં, હવામાં પગલાં ભરતા હોય એમ બહાર નીકળી ગયા. દ્વારપાળ, દાસીઓ કે બીજા કોઈ પણ ચહેરા જાણે હવે ઉદ્ધવ ઓળખતા જ ન હોય એમ એની આંખો અનંતમાં ખોડાયેલી હતી... આકાશ તરફ મીટ માંડીને કોણ જાણે કઈ આવનારી ક્ષણ માટે પોતાનું કાળજું મજબૂત કરી રહ્યા હતા એ...

રુક્મિણી પાછી ફરી ત્યારે ફરી કૃષ્ણ સમુદ્રની સામે જોઈ રહ્યા હતા.

રાત્રિનો ત્રીજો પ્રહર પૂરો થવાની તૈયારીમાં હતો... સમુદ્ર ધીમે ધીમે શાંત થઈ ગયો હતો. મોજાં અવાજ કર્યા વિના કિનારા સુધી આવીને વિખરાઈ જતાં હતા. પૂર્વાકાશમાં લાલી છવાવા લાગી હતી અને સૂર્યનારાયણ આવનારા દિવસનો સંદેશ લઈને પધારવાની તૈયારીમાં હતા...

આકાશમાં છવાયેલી લાલી કૃષ્ણની આંખોમાં પ્રતિબિંબિત થતી હતી. આખી રાતનો ઉજાગરો અને ભીનાશ મળીને કોઈ અજબ રંગ આપતા હતા, કૃષ્ણની આંખોને...

રુક્મિણી આગળ વધી. ઝરૂખામાં ઊભેલા કૃષ્ણની બાજુમાં જઈને ઊભી રહી. થોડીક ક્ષણો એમ જ પસાર થવા દઈને રુક્મિણીએ કૃષ્ણના ખભા પર હાથ મૂક્યો.

કૃષ્ણએ બાજુમાં ઊભેલી રુક્મિણી તરફ જોયું.

રુક્મિણી એ આંખોને, એ લાલાશને, એ ભીનાશને, એ ચહેરા પરના ભાવને જાણે ઓળખતી જ નહોતી. જેણે રુક્મિણી તરફ જોયું એ કૃષ્ણ રુક્મિણીના પતિ વાસુદેવ નહોતા...

આ એ ગોવાળિયો નહોતો જે એને કુંડિનપુરથી રથમાં ઉપાડી લાવ્યો હતો... આ એ પ્રેમી નહોતો, જેની સાથે પ્રગાઢ રતિમાં ચૂર ચૂર થઈ જવાય એવી રાત્રિઓ ગાળી હતી એણે... આ દ્વારિકાનો રાજા નહોતો, જેની એ પટરાણી કહેવાતી હતી... કોણ હતો એ?

રુક્મિણી કૃષ્ણ તરફ અસમંજસમાં જોઈ રહી.

એ અકળ, ન સમજાય એવા ભાવ ધરાવતો અજાણ્યો પરંતુ પીડામાં ડૂબેલો ચહેરો કોનો હતો? રુક્મિણી વિચારતી રહી...

"કહો." કૃષ્ણએ કહ્યું. અવાજ સાવ ક્ષીણ, મ્લાન હતો.

"કહેવાનું તો તમારે છે સ્વામી." રુક્મિણીએ ઉપાલંભ કર્યો.

"હું? શું કહું તમને?"

"ઉદ્ધવને શું કહ્યું?"

"તો ઉદ્ધવને જે કહ્યું એ જાણવું છે તમારે!"

"અંગત હોય તો ન કહેશો. આગ્રહ નથી."

"ઇચ્છા છે જાણવાની!" કૃષ્ણના ચહેરા પર સ્મિત આવીને વિલાઈ ગયું.

"ન હોય? હું અર્ધાંગિની છું તમારી, માત્ર સુખમાં નહીં, દુઃખમાં પણ..."

કૃષ્ણએ પોતાનો હાથ રુક્મિણીની પીઠ પર થઈને ખભા પર મૂક્યો. એને નજીક ખેંચી... અને પછી સાવ કાનમાં પોતાનું મોઢું લઈ જઈને હોઠ ફફડાવ્યા...

"પ્રિયે, આવો સુંદર નિકટતમ સમય હવે પૂરો થવામાં છે... તમારો સ્પર્શ, તમારો સાથ કદાચ અહીં સુધી જ હતો...સમયે ફરી એકવાર સાદ દીધો છે... આપણે પ્રયાણ કરવાનું છે..."

રુક્મિણીએ ફાટેલી આંખે કૃષ્ણ સામે જોયું.

એમના ચહેરા પર હંમેશ રહેતું એ ભુવનમોહિની શાંત સ્મિત હતું! રુક્મિણીએ કૃષ્ણને ખભામાંથી પકડીને હલબલાવી નાખ્યા...

"એટલે? મનુષ્યદેહનો ધર્મ પૂરો થયો?"

"દેવી, દરેકનો ધર્મ પૂરો થાય છે, પૂર્ણતા જ સત્ય છે, અને સત્ય સિવાય કૃષ્ણ કેવી રીતે સંભવી શકે?"

"પરંતુ પ્રભુ, શું આ જ એકમાત્ર સત્ય છે?" રુક્મિણીની આંખોમાં જાણે અશ્રદ્ધા હતી. જેની સાથે માત્ર શ્રદ્ધાના બળે હાથ પકડીને ચાલી આવી હતી, એ માણસની વાત પર આજે પહેલીવાર એને શંકા જાગી હતી...

"શું કહો છો, જાણો છો પ્રભુ?"

કૃષ્ણના ચહેરા પર હજીયે સ્મિત હતું.

"પ્રિયે, અર્ધાંગિની છો તમે, મેં આજ સુધી જાણ્યા વિના કશુંયે કહ્યું છે?"

રુક્મિણીની આંખો છલછલાઈ ઊઠી. "એટલે? તમે... હવે..."

"મનુષ્યદેહનો ધર્મ પૂરો થયો છે, પ્રિયે!"

"અને હું?" રુક્મિણીનો કંઠ રૂંધાતો જતો હતો. એની આંખો હવે આંસુને ખાળી શકે એમ નહોતી.

"અર્ધું અંગ ક્યારેય ગયું હોય અને અર્ધું બાકી રહે એવું બન્યું છે? તમે તો મારા શરીરનો, મારા આત્માનો ભાગ છો..."

"પરંતુ..." રુક્મિણીને ઘણું કહેવું હતું, ઘણું પૂછવું હતું. પરંતુ કૃષ્ણના ચહેરા પર એક કદી ન જોયેલો ભાવ એને રોકી રહ્યો હતો. એણે ઘડીભર કૃષ્ણ સામે જોયા કર્યું. આંખોમાંથી વહેતાં આંસુ કેમ રોકવાં એ જ નહોતું સમજાતું રુક્મિણીને...

કૃષ્ણએ પોતાની એ પ્રિય પત્નીને બાહુપાશમાં લીધી. છાતીસરસી ચાંપી દીધી. અત્યાર સુધી માંડ માંડ રોકેલું રુદન ધ્રુસકાં બનીને રૂંએ રૂંએ ફૂટી નીકળ્યું... રુક્મિણી આખો મહેલ ધ્રૂજી જાય એમ રડી રહી હતી. કૃષ્ણની છાતી પર એ આંસુઓ રેલાઈ રહ્યાં હતાં. એમની માળા - ઉત્તરીય પલળી રહ્યાં હતાં અને દૂર અનંતમાં જોતી કૃષ્ણની આંખોમાં જાણે સંદેશ હતો સ્વર્ગના એ વસુઓ, આદિત્યો, અશ્વિનીકુમારો, મરુત, રૂદ્ર તથા સર્વ દેવતાઓ માટે, "બસ! હું હવે આવી રહ્યો છું!"

હિરણ્ય-કપિલાના પટમાં જાણે કુરુક્ષેત્ર રચાઈ ગયું હતું. એક તરફ પાંડવ સેના અને બીજી તરફ કૌરવ સેનાને જોતા મધ્યમાં ઊભેલા રથમાં ગાંડીવ ત્યજીને યુદ્ધ ન કરવાની દલીલ કરતો અર્જુન... અને વિરાટ સ્વરૂપનું દર્શન આપતા કૃષ્ણ હજીય જાણે અહીં જ હતા...

ઘેરા ગંભીર અવાજે પાંચજન્ય ફૂંકાઈ રહ્યો હતો અને કૃષ્ણ કહી રહ્યા હતા, "જેમને પોતાના સ્વરૂપનું જ્ઞાન થયું છે એ કામ, ક્રોધ આદિથી રહિત છે અને જેમણે ચિત્તને વશ કર્યું છે તેવાઓને સર્વત્ર નિર્વિકલ્પ સમાધિનો જ અનુભવ થાય છે..."

કૃષ્ણનો અવાજ જાણે અર્જુનને જ નહીં, સમગ્ર વિશ્વને સંદેશ આપવા માટે ગુંજી રહ્યો હતો. "જે કશાનો દ્વેષ કરતો નથી અને કશાની અપેક્ષા રાખતો નથી તેવો ઈન્દ્રિયોથી પર થયેલો મનુષ્ય અનાયાસે સંસારનાં બંધનોથી મુક્ત બન્યો છે.

"જેનું મન પોતાને વશ છે, તે જિતેન્દ્રિય અને શુદ્ધ અંતઃકરણવાળો છે, જેનો આત્મા વિસ્તરીને સર્વ પ્રાણીઓના આત્મારૂપ બન્યો છે, જે જન્મ-મરણના બંધનથી મુક્ત છે..."

શા માટે આ મનુષ્યદેહનો ત્યાગ આટલો બધો પીડાકારી હતો? શું દરેક મનુષ્ય આટલી જ પીડામાંથી પસાર થતો હશે?

કૃષ્ણની બંધ આંખો એક અકલ્પ્ય, અનિવાર્ય પીડામાંથી પસાર થઈ રહી હતી. માતા દેવકીના ઉદરમાં જે અંધકાર, અને શ્રાવણમાસની કૃષ્ણપક્ષની અષ્ટમીએ અવતરણના સમયે જે પીડા કૃષ્ણએ ભોગવી હતી એ પીડા અને આજની પીડા...

મનુષ્યાવતાર શું પીડાથી શરૂ થઈને પીડામાં પૂર્ણ થતી એક યાત્રા માત્ર જ હતી?

"જન્મેલાનું મૃત્યુ નક્કી છે અને મૃત્યુ થયા પછી જન્મ નક્કી છે... ન હન્યતે હન્યમાને શરીરે..."

પોતાના જ શબ્દો કૃષ્ણને વ્યર્થ લાગી રહ્યા હતા. કયાં બંધનો, કઈ લાગણીઓ, કયા સંબંધોમાંથી મુક્ત રહી શક્યા હતા પોતે? શું સાચે જ એમનું કાર્ય પૃથ્વીલોક પર પૂરું થયું હતું?

શું સાચે જ આ પૃથ્વી ભારમુક્ત હતી હવે?
શું એમને હવે જવાની રજા મળી હતી?

મા દેવકી અને પિતા વસુદેવ, ગોકુળની ગલીઓ અને યમુનાનો પ્રવાહ શું એમને જવા દેવા માટે તૈયાર હતો?

શા માટે? શા માટે આ બંધનોમાં અટવાઈને કૃષ્ણ વધુ ને વધુ પીડા ભોગવવા તૈયાર થયા હતા આજે?

અંગૂઠામાં પેઠેલું જરાનું તીર શરીરમાંથી રક્ત વહેવડાવી રહ્યું હતું.

કૃષ્ણના પગ પાસે એક નાનું ખાબોચિયું બની ગયું હતું. જરા લાચાર થઈને બેઠો હતો. કૃષ્ણની આંખો હજીયે બંધ હતી.

"પ્રભુ, શું કરું જેનાથી તમને સુખ થાય?"

"જરા, તારું કામ પીડા આપવાનું, મુક્તિ આપવાનું છે, અસુખ પહોંચાડવાનું છે. તું સુખ આપવાના પ્રયાસમાં પણ અસુખ જ આપીશ..." કૃષ્ણના ચહેરા પર વિલસતું એ સ્મિત અકબંધ હતું.

મોરપિચ્છોના ઢગલેઢગલા એમની આસપાસ વિખરાઈ રહ્યા હતા. વાંસળીનો સૂર હજીય બંધ નહોતો થયો...

વાંસળીના એ સૂરને પેલે પારથી એક અવાજ સંભળાતો હતો. હાલરડું ગાતો હોય એવો હૂંફાળો અને હેતાળ અવાજ...

"કા'ના... એ કા'ના... કાનાઆઆઆ... એ કાનાઆઆઆ!" મા યશોદા બેબાકળાં થઈ બૂમો પાડતાં હતાં.

નાનકડો કૃષ્ણ ઘરના આંગણાના વૃક્ષની પાછળ છુપાઈને અકળાયેલી, ચિડાયેલી માને જોઈ રહ્યો હતો. આ નિત્યક્રમ હતો.

જમવાના સમયે મા બૂમો પાડી પાડીને થાકી જાય અને કા'નો આવે જ નહીં. છેવટે મા એને શોધવા નીકળે અને કાન પકડીને ઘર ભેગો કરે.

આજે પણ કા'નો ઘેર તો આવી ગયો હતો... છતાં, માને સતાવવાની મજા છોડી શકે એમ નહોતો.

મા યશોદા કંટાળ્યાં... ઘરની બહાર નીકળ્યાં, એમણે વૃક્ષની પાછળ સંતાયેલા કાનાનું પીતાંબર જોયું. માએ દોડીને બીજી તરફથી કાનાને પકડ્યો... પકડીને ઘેર લાવ્યા અને જમવા બેસાડ્યો.

"ચાલ કા'ના, મોઢું ખોલ."

"ઉંહું." કા'નો ભીંસેલા હોઠે અદબ વાળીને બેઠો હતો. આજે એણે માને સતાવવાનું નક્કી જ કરી લીધું હતું.

"મોઢું ખોલે છે કે નહીં?"

"ઉંહું."

માએ ઘડીભર કા'ના સામે જોયા કર્યું. એની આંખોમાં ગુસ્સો હતો.

"નથી ખાવું ને?"

"ઉંહું."

"જો હોં, પછી દિવસભર ખાવા નહીં આપું."

"ઉંહું." કાનાએ ખભા ઉછાળ્યા.

"મારી પાસે ખાવાનું માગવા આવ્યો તો મારીશ." માને પણ ખબર હતી કે આ વાક્યનો કોઈ અર્થ નહોતો!

"ભલે." કા'નો ઊભો થઈ ગયો અને બહારની તરફ દોડી ગયો.

"કા'ના... કા'ના..." મા બૂમ પાડતી રહી અને કા'નો ઘરમાંથી બહાર ભાગી ગયો...

"કા'ના... એ કા'ના... કાનાઆઆઆ... એ કાનાઆઆઆ!" એક મધૂરો સૂર યમુનાના કાંઠે કાંઠે ફરતો ક્યારનો એને બોલાવી રહ્યો હતો. એણે બૂમ તો સાંભળી પણ કોઈ જવાબ ના આપ્યો. અત્યારે એ ગુસ્સામાં હતો. રિસાયેલો, ચિડાયેલો કા'નો યમુનામાં એક એક પથ્થર નાખી રહ્યો હતો. પથ્થર પડતાં 'ડબૂક' અવાજ થતો અને પથ્થર તળિયે જઈને બેસતો. યમુનાનો પ્રવાહ કલકલ કરતો વહી રહ્યો હતો. પંખીઓનો કલબલાટ યમુનાના પ્રવાહના અવાજ સાથે જાણે સૂર મિલાવતો હતો. સૂરજ મહારાજ સંધ્યાકાશ તરફ ગતિ કરી રહ્યા હતા...

દિવસભરનો ભૂખ્યો કા'નો થોડો ગુસ્સામાં, થોડો પશ્ચાત્તાપમાં અને થોડો અકળામણમાં યમુનામાં પગ બોળીને એક પછી એક પથ્થર નાખી રહ્યો હતો.

"કા'ના... એ કા'ના... કા'નાઆઆઆ... એ કા'નાઆઆઆ!" હવે એ મીઠો અવાજ સાવ નજીક, દૃષ્ટિની સામે આવીને ઊભો. રાધા એને શોધતી છેક યમુનાકિનારે આવી પહોંચી. "શું કરે છે અહીં? સવારથી શોધું છું તને."

"શું કામ?" કાનાનો ગુસ્સો સહેજ પણ ઘટ્યો નહોતો. ભૂખ્યા પેટે એને બધા પર ગુસ્સો આવતો. માને સતાવવા જતાં આજે પોતે જ ફસાઈ પડ્યો હતો.

"શું કામ!" રાધાની આંખો આશ્ચર્યમાં પહોળી થઈ. એ પણ કાનાની બાજુમાં નદીના કાંઠે બેસી ગઈ. કાનાનો આ વખતે નંખાયેલો પથ્થર રાધાએ પાણીમાં પડે એ પહેલાં જ ઝીલી લીધો.

"હું શું કામ શોધું છું તને, રોજ?"

"એ જ તો હું પૂછું છું. જા, મારું માથું ના ખા."

"માથું!" રાધાએ એનો હાથ કાનાના વાળમાં પરોવ્યો અને વાળ વીંખી નાખ્યા, "ગુસ્સામાં લાગે છે."

"હા." કાનાએ એના હાથમાંથી પથ્થર ઝૂંટવ્યો અને પાણીમાં ફેંક્યો.

"ભૂખ્યો પણ છું."

રાધા હસી, "તે મા જમવા બોલાવે ત્યારે જમી લઈએ ને! કેમ ના જમ્યો?"

"તને પૂછ્યું નહોતું ને એટલે."

"હવે હું હા પાડું છું, જા જમી લે." પાણીમાં પગ હલાવતી રાધા ખડખડાટ હસતી હતી.

"તું જઈશ અહીંથી?"

"હાસ્તો! પણ તને લઈને. મને માએ તને બોલાવવા મોકલી છે."

"તો ક્યારની કહેતી કેમ નથી?"

"તેં ક્યાં પૂછ્યું?" રાધા હજીય હસતી હતી.

"ચાલ ઊભી થા." કા'નો ઊભો થઈ ગયો અને રાધાનો હાથ પકડી ખેંચવા લાગ્યો. "ચાલ જલદી!"

"બેસને ઘડીભર. શું ઉતાવળ છે?" રાધા હજીય પરિહાસ કરી રહી હતી.

"તું આવે છે કે હું જાઉં?" કાનાએ એનો હાથ છોડ્યો નહોતો, હજી.

"એકલો? પછી માને શું કહીશ? ભૂખ લાગી એટલે ઘેર આવી ગયો?" રાધા હજીય પાણીમાં પગ હલાવતી હતી અને હસતી જતી હતી. ઊભા થવાનો એનો કોઈ ઇરાદો નહોતો લાગતો...

કાનાએ ઘડીભર વિચાર કર્યો અને પછી રાધાને જોરદાર ધક્કો માર્યો. અજાણ, સાવ કાંઠે બેઠેલી રાધા ઊછળીને પાણીમાં પડી. નખશિખ ભીંજાઈ ગઈ અને કા'નો પીઠ ફેરવીને, ધમધમ કરતો ઘર તરફ ચાલવા લાગ્યો...

"કા'ના... એ કા'ના... કાનાઆઆઆ... એ કાનાઆઆઆ!" પેલો મીઠો અવાજ પણ એની પાછળ પાછળ ચાલી નીકળ્યો.

ક્યાં એ યમુનાનો કાંઠો અને ક્યાં આ હિરણ-કપિલાનો પાંખો પ્રવાહ!

ક્યાં એ તોછડો, અભિમાની, ગુસ્સાવાળો, રિસાળ કા'નો અને ક્યાં આ યોગેશ્વર શ્રીકૃષ્ણ!

અને છતાંય, કોઈ સાદ દઈ રહ્યું હતું... દૂ..રથી.. "કા'ના... એ કા'ના... કા'નાઆઆઆ... એ કા'નાઆઆઆ!"

કૃષ્ણએ અચાનક આંખો ખોલી નાખી. બેબાકળા થઈને ચોતરફ જોયું.

ઘૂંટણ વાળીને, હાથ જોડીને બેઠેલા જરા સિવાય કોઈ નહોતું. તો? કોણે સાદ દીધો આ? કૃષ્ણની આંખો બહાવરી થઈને ચારે તરફ શોધવા લાગી, એ સાદના દેનારને...

"પ્રભુ! શું સેવા કરું? પાણી પીવું છે?" જરાએ હાથ જોડીને પૂછ્યું.

કૃષ્ણની આંખો હજીય ચારે તરફ જાણે કંઈ શોધતી હતી... એ સાદ હજીયે ગુંજતો હતો. કૃષ્ણએ ફરી આંખો મીંચી લીધી.

"કા'ના... એ કા'ના... કા'નાઆઆઆ... એ કા'નાઆઆઆ!"

કોણ હતું જે રોકી રહ્યું હતું આ મહાપ્રયાણને? કોના તરફની જવાબદારી અધૂરી હતી? કયું કાર્ય બાકી હતું, જે કૃષ્ણને મનુષ્યદેહ ત્યાગતાં અટકાવી રહ્યું હતું...

પ્રવાસનો દિવસ નિશ્ચિત થઈ ગયો હતો. અક્રૂરજી નંદબાબાના આંગણામાં આવીને બેસી ગયા હતા.

મથુરાથી સંદેશ આવ્યો હતો. કૃષ્ણના મામા કંસે એને યજ્ઞમાં આમંત્રિત કર્યો હતો. યશોદા આ વિશે નંદબાબા સાથે કેટલીય વાર રિસામણાં-મનામણાં કરી ચૂક્યાં હતાં. નંદબાબાએ આનો નિર્ણય કા'ના પર છોડ્યો હતો. કોણ જાણે કેમ સૌ ભલે કૃષ્ણને બાળક ગણે, પણ નંદબાબાને કૃષ્ણની બુદ્ધિમત્તામાં અને એની શક્તિઓમાં અપાર વિશ્વાસ હતો. એ માનતા કે કૃષ્ણ જે કરે તે સાચું જ કરે, સારું જ કરે...

યમુનાના કાંઠે ઝાડની નીચે રાધાની આંખોમાં ધોધમાર શ્રાવણ-ભાદરવો વરસતો હતો. એના વાળ ખુલ્લા હતા. ઓઢણુંય બરાબર નહોતું પહેર્યું. શૃંગાર કરવાનો પણ સમય બગાડ્યા વિના એ વહેલી સવારથી યમુનાના કાંઠે કૃષ્ણની પ્રતીક્ષા કરવા ગોઠવાઈ ગઈ હતી. અંતે બધું જ પૂરું કરીને કા'નો આવ્યો. આવતાંની સાથે એણે રાધાના વાળ પોતાના હાથમાં લઈ

એનો અંબોડો બાંધવા માંડ્યો. રાધાએ એને આઘો કર્યો. "તું જઈશ?" રાધાની આંખોમાં યમુના આવીને બેઠી હતી. કા'નો સમજાવતો હતો એને, પણ એના કાને જાણે કોઈ વાત પડતી જ નહોતી.

"ન જા કા'ના, હું શું કરીશ, તારા વિના?"

આ સવાલ સહસ્રવાર પૂછ્યો હતો એણે સવારથી...

"દૂધ વેચવા જજે, દાણ ભરજે અને... અને... અયનને સાચવજે." કા'નાનો અવાજ રાધાનાં આંસુથી પલળી ગયો હતો જાણે!

"એમ!" રાધા એની સામે જોઈ રહી... "તારે જવું જ છે, એમ ને? તને અમારી કાંઈ પડી નથી એમ ને?"

"રાધા, તું તો જાણે છે, ગોકુળ મારી શરૂઆત છે. હજી તો કેટલોય પ્રવાસ કરવાનો છે મારે, તું આમ આંસુભરી આંખે જોયા કરીશ, તો કેમ જઈ શકીશ હું?"

"તો ન જા. શું કામ છે તારે મથુરામાં?"

"નથી જાણતી?"

"નથી જાણતી... કંઈ નથી જાણતી જા."

"બસ, આમ તું રિસાયને, ત્યારે એટલી તો વહાલી લાગે છે..."

"વહાલી લાગે છે." ચાળા પાડ્યા રાધાએ, "એટલે તો છોડીને જાય છે."

"સાચે જ, એટલે જ છોડીને જાઉં છું. તું આમ ને આમ વહાલ કર્યા કરીશ તો હું ક્યાંય નહીં જઈ શકું... કેટલી સદીઓ સુધી આમ જ બંધાઈને રહેવું પડશે મારે, જાણે છે?"

રાધા ભોળી આંખે, કંઈ સમજ્યા વિના એકીટશે કૃષ્ણ સામે જોતી રહી. "શું કહે છે?" રાધાએ પૂછ્યું.

"કંઈ નહીં." કા'નો હસ્યો. "અક્રૂરજી આવતા જ હશે. હું નીકળું? હજી તો માને મનાવવાની છે."

"આટલા બધાનો પ્રેમ છોડીને તારે પેલા લુચ્ચા કંસ પાસે જવું છે, ખરું ને?"

"હા, મુક્તિનો અધિકાર બધાનો છે..."

"તું શું કહે છે, એ ક્યારેક મને સમજાતું નથી..."

"મનેય ક્યાં પૂરું સમજાયું છે... એ માટે તો પ્રવાસ કરવાનો છે, જાઉં?"

"જા. જતો રહે. અને ક્યારેય પાછો નહીં આવતો." રાધા ઊંધી ફરી ગઈ.

કા'નો એની નજીક ગયો. એના ખભે હાથ મૂકવાનો વિચાર કર્યો અને પછી કોણ જાણે કેમ, પળભર એમ જ ઊભો રહ્યો... "ફરી બોલ તો..."

"હા... હા. જતો રહે, અને ફરી ક્યારેય પાછો નહીં આવતો..."

કા'નાની આંખો ભરાઈ આવી. એણે અત્યંત કરુણામય આંખે રાધા તરફ જોયું. વાંસળી ભેટમાં ખોસી, અને હાથ ઊંચો કર્યો...

"તથાસ્તુ!"

અને પીઠ ફેરવીને ચાલવા માંડ્યું. રાધા કા'નાનાં જતાં પગલાં સાંભળતી રહી, એણે નક્કી કર્યું કે આ વખતે એ કા'નાને નહીં રોકે... પણ પળભરમાં તો વીજળીવેગે એણે પીઠ ફેરવી અને જતા કા'નાની પાછળ દોડવા માંડ્યું...

"કા'ના... એ કા'ના... કા'નાઆઆઆ... એ કા'નાઆઆઆ!" પેલો મીઠો સ્વર કા'નાની પાછળ પાછળ દોડી રહ્યો હતો અને એ જ સ્વર અહીં પણ - આ નદીઓના પટમાં શું કરી રહ્યો હતો?

સૂર્યનાં કૂણાં કિરણો, હિરણ્ય-કપિલાના પટ પર ફેલાવા લાગ્યાં હતાં. ચાંદી જેવી હિરણ નદી હવે સોનેરી પાણીની બની હોય એમ વહેવા લાગી હતી. જરા હજીય ત્યાં જ બેઠો હતો, હાથ જોડીને, ઘૂંટણ વાળીને!

કૃષ્ણના ચહેરા પર સૂર્યનાં કિરણો પડી રહ્યાં હતાં. પીપળાની ડાળીઓ ફર ફર વહેતા પવનમાં હાલતી હતી અને કૃષ્ણના ચહેરા પર એ સૂર્યનાં સોનેરી કિરણો અને પીપળાનાં પાન મળીને એક જાળું રચતાં હતાં જે અવારનવાર હાલતું હતું...

કૃષ્ણની પીડાથી મીંચાયેલી આંખો અને વિલસતું સ્મિત હજીયે એમ જ હતાં... મોરપિચ્છના ઢગલા હજીયે બંધ આંખોમાં ચોતરફ ઊડી રહ્યા હતા... વાંસળીના સૂરો પાંચજન્યના નાદ સાથે મળીને કોઈ અજબ સંગીત પેદા કરી રહ્યા હતા.

અને, મહાપ્રયાણના પંથે એક ડગલું ઉપાડી ચૂકેલો એ પ્રવાસી કોણ જાણે, કયા બંધનમાં બંધાઈને બીજો પગ ઉપાડતાં ખચકાઈ રહ્યો હતો...

બંધ આંખે જ કૃષ્ણ અસ્ફુટ સ્વરે બોલ્યા, “કેમ બાંધે છે, મને રાધા? જવા દે... જવા દે મને... પ્રવાસ હજી અધૂરો જ છે!”

સ્નાનાદિથી પરવારીને રુક્મિણીના ઓરડામાં દાખલ થતા કૃષ્ણના ચહેરા પર આજે રોજ જેવું જ તેજ હતું! છતાં, ગઈ કાલ રાતના ઓળાઓ હજીય એમના ચહેરા પર નાચી રહ્યા હતા.

કોઈ એક નિશ્ચય, કોઈ એક દિશાના પ્રયાણની વાત એમના ચહેરા પર પથ્થરની જેમ આલેખાઈ ગઈ હતી...

તિલક અને આરતી લઈને કૃષ્ણની સામે ઊભેલી રુક્મિણીનો હાથ ધ્રૂજી રહ્યો હતો.

પવનથી હોય કે ધ્રૂજતા હાથથી આરતીની જ્યોત પણ થરથરતી હતી.

રુક્મિણીએ તિલક કરવા માટે હાથ ઉપાડ્યો, કૃષ્ણના ભાલ સુધી પહોંચવા માટે હાથને ખાસ્સો ઊંચો કરવો પડ્યો એણે...

ધ્રૂજતા હાથે તિલક કરીને ચોખા ચોડ્યા. આરતી ઉતારી અને એ ક્ષણભર માટે કૃષ્ણની આંખોમાં જોઈ રહી. રુક્મિણીની આંખો ફરી ભરાઈ આવી...

“દેવી! આ તો નિશ્ચિત હતું... નહોતું? આ કંપ, આ ભય શાનો છે?”

“ભય નથી... મોહ છે.”

“તમને?”

“પ્રભુ, મનુષ્યાવતારના ધર્મ છે, ફરજો છે, એમ બંધનો પણ છે... આ શરીર ઇન્દ્રિયોને વશ છે પ્રભુ!”

“આ તમે કહો છો? આશ્ચર્ય થાય છે.”

“ન થવું જોઈએ. સ્ત્રીઓને તમારાથી વધુ કોણ ઓળખે છે?”

“વ્યંગ કરો છો?”

“ન કરી શકું?”

"આ સમય નથી..." કૃષ્ણએ કહ્યું અને રુક્મિણીના ને પોતાની બે હથેળીઓ વચ્ચે પકડી લીધું. "સમય જ ક્યાં છે હવે?"

રુક્મિણીની આંખો ભરાઈ આવી. "આ પ્રેમ, મમતા, લાગણીનાં બંધનો અને આ સંબંધો... છોડીને..."

"જે જન્મે છે, એનું મૃત્યુ નિશ્ચિત છે દેવી..."

"પરંતુ તમે તો..."

"હું કૃષ્ણ છું... મા દેવકીની કૂખે અવતરેલો, મા યશોદાનો પુત્ર, તમારો પતિ અને દ્વારિકાનો પ્રજાપાલક... બસ દેવી, એટલું જ!"

"સમજું છું, સ્વીકારી નથી શકતી."

"સ્વધર્મનું સ્મરણ કરો અને સ્વીકાર સહજ થઈ જશે..." કૃષ્ણએ રુક્મિણીના માથા પર હાથ મૂક્યો. રુક્મિણીએ આંખો મીંચી દીધી. ક્યારનાં તોળાઈ રહેલાં બે આંસુ ટપકી પડ્યાં. કૃષ્ણએ પણ આંખો મીંચી દીધી. પળભર હાથ એમ જ રહેવા દીધો.

રુક્મિણીનો સઘળો વિષાદ, સઘળો અ ોશ, છાતીમાં ઘુમરાઈ રહેલું સઘળું આક્રંદ જાણે કૃષ્ણના સ્પર્શથી શમી ગયું અને એણે આરતીની થાળી સહિત કૃષ્ણનાં ચરણમાં સમર્પણ કરી દીધું... શરીર, મન અને આત્માનું સમર્પણ!

અને સાવ ધીમા અવાજે કહ્યું, "त्वदियमस्ति गोविन्द तुभ्यमेव समर्प्यते..." ચોંકી ગયા કૃષ્ણ!

રુક્મિણી પણ!!!

શા માટે, સૌ મને આમ સમર્પી રહ્યા છે, 'સ્વ'ને?

અસ્વીકાર કરું તો અધર્મ બને, ને સ્વીકારીને પણ ક્યાં લઈ જાઉં...

મારે જ ઉતારવાની છે આ બંધનોની - મોહિની - દેહધર્મની કાંચળીને..."

આશ્ચર્યચકિત હતા કૃષ્ણ.

"હું જેમની આટલો નિકટ રહીને પણ જેમના મનોભાવ ન સમજી શક્યો એવી આ સ્ત્રીઓ મને નખશિખ જાણતી હતી... મારા મનમાં જન્મેલી આ મુક્તિની ઝંખનાને માત્ર જાણી જ નહીં, સ્વીકારી પણ લીધી એમણે! મારા સુખનો જ વિચાર કરીને જીવેલી મારી પત્નીની અપેક્ષાઓ, ઝંખનાઓ અને

ઈચ્છાઓને ક્યાં ઓળખી શક્યો હું? કદાચ, જાણ્યા કે સમજ્યા પણ હોય તો એ મનોભાવોને, એમની ઝંખનાઓને સંતુષ્ટ કરવા શું પૂરતો પ્રયાસ કર્યો મેં?''

કૃષ્ણ રુક્મિણીની સામે એકીટશે જોઈ રહ્યા હતા. રુક્મિણીની બંધ આંખો, નમેલું શરીર કૃષ્ણનાં ચરણને સ્પર્શી રહેલી એની લટો અને આંખોમાંથી વહી રહેલાં, કૃષ્ણનાં ચરણ પખાળતાં આંસુ...

કૃષ્ણને મોહ થઈ ગયો આ માનવદેહનો! માનવસંબંધોનો! માનવીય લાગણીઓનો... અને, માણસ તરીકે જિવાયેલી એ તમામ પળો જાણે એમની છાતીમાં ડૂમો બનીને ભરાઈ બેઠી.

''આ બંને સ્ત્રીઓ, રુક્મિણી અને દ્રૌપદી, એકમેકથી કેટલી દૂર, કેટલી ભિન્ન અને છતાંયે એક જ ભાવથી, એકસરખી ઉત્કટતાથી, એકસરખું સમર્પણ બંનેની પ્રકૃતિમાં કઈ રીતે આવ્યું હશે?'' કૃષ્ણને આશ્ચર્ય થયું.

હું મુક્તિ માટે માત્ર નિશ્ચયો કરતો રહ્યો અને આ મારી પ્રિયતમ વ્યક્તિઓ મારા મનમાં ઊંડે ઊંડે ચાલી રહેલા મારા વિચારોને મારાથીયે વધુ સ્પષ્ટ રીતે જાણીને, મારાથીયે આગળ વધીને મને જ મારા જન્માંતરમાંથી મુક્ત કરી રહી છે.

આ કદાચ સ્ત્રીને આવડે -
એ જ કરી શકે!

હૃદય અને મનને વશમાં કરીને સાચા અર્થમાં સ્વધર્મનું પાલન માત્ર સ્ત્રી કરી શકે છે...

સ્ત્રીને જ આવડત છે, ક્ષમાની – સ્વીકારની, સહજતાની ને સ્નેહની!!

એ પીડા સ્વીકારીને જીવન જન્માવે છે -
એથી જ મોક્ષના ચોથા ફેરામાં એ આગળ રહે છે.
અને એ જ,
સપત્નીનો સ્વીકાર કરીને 'સહધર્મચારિણી' શબ્દને સાર્થક કરે છે.''

કૃષ્ણ વિચારી રહ્યા... પછી યત્નપૂર્વક કહ્યું : ''દેવી, મને આજ્ઞા આપો...''

''આજ્ઞા! આજ્ઞા કરવાનો અધિકાર તો તમને છે, આર્યપુત્ર, હું તો તમારા ચરણોની દાસી છું... આજ્ઞાનું પાલન કરવું એ જ મારો ધર્મ.''

રુક્મિણીની આંખો હજીયે બંધ હતી અને એ હજીયે કૃષ્ણના ચરણોમાં નમેલી હતી... કૃષ્ણે હળવેકથી એના ખભા પકડ્યા અને અત્યંત કોમળતાથી, અત્યંત વહાલથી એને ઊભી કરી. રુક્મિણીની બંધ આંખો અવિરત વહી રહી હતી. એણે પોતાની ચિબુક ઊંચી કરી, મસ્તક પાછળની તરફ નમાવ્યું.

કૃષ્ણએ હળવેકથી એ ચીબુકને પોતાના અંગૂઠા અને આંગળીની વચ્ચે ફૂલને પકડતા હોય એમ પકડી...

અને, રુક્મિણીના આંસુથી ભીના હોઠ ઉપર એક પ્રગાઢ ચુંબન કર્યું.

વિદાયનું ચુંબન હતું એ, કદાચ... અંતિમ!

છલકાતો હતો નદીઓનો કાંઠો જાણે મોરપિચ્છથી. મોરપિચ્છના ઢગલા વધુ ને વધુ મોટા થતા જતા હતા. એમની કુમાશ, એમના અસંખ્ય રંગો કૃષ્ણની બંધ આંખોમાં રંગરંગનાં વર્તુળો રચતાં હતાં. એ વર્તુળોમાં જાણે એક પછી એક ક્ષણો ઊઘડતી હતી. એક પછી એક સંબંધો ઊઘડતા હતા...

જીવનભર પોતાને માટે પણ સમય ન કાઢી શકેલા કૃષ્ણ આજે સમયને પેલે પાર જવા તૈયાર બેઠા હતા. અને સમય એટલો તો મંથરગતિએ આગળ વધતો હતો કે આવનારી પળની પ્રતીક્ષા જાણે કૃષ્ણની પરીક્ષા લઈ રહી હોય એવું પ્રતીત થતું હતું.મોરપિચ્છના ઢગલાના રંગોમાં કેટલા રંગો હતા. ત્રણ? ચાર? પાંચ? કે પછી અસંખ્ય...

પ્રણયનો, અસંતોષનો, ઉત્કટતાનો, ઉપાલંભનો, વિલાપનો, વિયોગનો, વહાલનો, આક્રંદનો, અનિશ્ચિતતાનો, સ્વીકારનો, સહજતાનો, સમર્પણનો, સ્નેહનો, શ્રદ્ધાનો, વિસ્મયનો... અને, આજે આ ક્ષણે વિદાયનો. બધા રંગો એકમેકમાં સેળભેળ થઈ ગયા હતા. જાતજાતની આકૃતિઓ રચાતી હતી, ભૂંસાતી હતી...

બંધ આંખોની સામે કેટલું બધું ઊઘડી જતું હતું... ઊઘડી રહ્યું હતું!

કૃષ્ણએ પોતાના હોઠ પર જીભ ફેરવી. એક જુદી જ ખારાશ અનુભવી એમણે. એમને પોતાનેય ન જણાયું એ રીતે એમના હોઠ એમના પોતાના આંસુથી પલળી ગયા હતા.

રુક્મિણીની સાથેની એ વિદાયની પળ કદાચ સૌથી વધુ નૈકટ્યની પળ હતી, બંને માટે.

એમ જ થતું હશે. સાથે સાથે જીવનારા બે જણાને વિયોગની ભયાવહતા ત્યારે જ સમજાતી હશે, જ્યારે વિદાયની પળ સાવ સામે આવીને ઊભી રહે.

એ પળ ક્યારેય આવશે જ નહીં, એવા સુખદ ભ્રમમાં જીવતા સર્વે જીવો કાં તો એ પળનું સત્ય જાણતા નથી અને જો જાણતા પણ હોય તો એને સ્વીકાર કરવાની માનસિકતા એમની નથી હોતી.

ભવિષ્યમાં વિયોગ થશે એમ માનીને આજની સુખદ પળને નકારવાની કે તિરસ્કારવાની આવશ્યકતા નથી. પરંતુ, આવનારી પળ પ્રત્યે આંખો મીંચવાથી કે એના પ્રત્યે ઉપેક્ષા સેવવાથી એ નહીં આવે, અથવા નિશ્ચિત સમય કરતાં મોડી આવશે એવું પણ નથી જ!

વિદાય આવશે જ. વિયોગ થશે જ. જેનો આરંભ થયો છે એનો ક્યાંક પહોંચીને અંત પણ થશે. એ જાણનારા, જાણીને સ્વીકારનારા કદાચ વર્તમાનને વધુ આનંદથી, વધુ સંતોષથી માણી શકે છે. ભવિષ્ય પ્રત્યે ખુલ્લી આંખો સાથે વર્તમાનને જીવનારા કોઈ વિભ્રમોમાં કે સ્વપ્નસૃષ્ટિમાં રાચ્યા વિના વર્તમાનને એક સત્ય તરીકે આવકારે છે અને સાતત્ય કે શાશ્વતતાની કોઈ અપેક્ષા વિના પરમ સ્વીકારથી જીવનને પ્રત્યેક પળે ભવિષ્ય તરફ આગળ લઈ જાય છે.

"તો, દેવી..." પ્રગાઢ ચુંબન પૂરું થયા પછી હજીયે રુક્મિણીના ખુલ્લા હોઠ થથરતા હતા. એની આંખોમાંથી આંસુનો પ્રવાહ વણથંભ્યો વહી રહ્યો હતો. કૃષ્ણએ એની એ તંદ્રા તોડી કહ્યું, "તો દેવી હવે હું જવાની અનુમતિ માગું છું."

"માત્ર માગવાથી મળી રહેશે?" રુક્મિણીની આંખોમાં એક વિષાદ, એક અવસાદ હતો...

"નહીં માગું તોય છેવટે તો એ જ..."

"પ્રભુ, હું કંઈ માગી શકું?"

"શેષ છે કંઈ, હજીયે? મેં મારો આત્મા, મારો દેહ આપ્યો છે તમને..." કૃષ્ણએ રુક્મિણીના ખભે હાથ મૂકયો.

"જાણું છું, સદ્ભાગી છું હું કે તમારી અર્ધાંગિની બની શકી... પણ

પ્રભુ, ક્યારેય આટલાં બધાં વર્ષોમાં એક વાર પણ મન નથી આપ્યું...” રુક્મિણીની ફરિયાદ શબ્દોને બદલે આંસુ થઈને છલકાઈ પડી...

“સાચે જ, એવું લાગે છે તમને?”

“એવું નથી?”

“તમારા વિષાદ, તમારાં દુઃખો, તમારી ચિંતાઓ અને તમારા અભાવોને વહેંચ્યા છે, તમે મારી સાથે?”

“પણ દેવી...”

રુક્મિણીએ વાત વચ્ચે જ કાપી નાખી, “એવું ન કહેશો કે આવી કોઈ લાગણી તમને ક્યારેય થઈ જ નથી... માનવદેહના ધર્મોમાં આ બધું પણ સમાયેલું જ છે...”

“આજે, અત્યારે આ વિષાદ...”

“આજે નહીં તો ક્યારે?”

એક નિઃશબ્દ... છતાં અજંપ પળોની શ્રૃંખલા બંનેની વચ્ચેથી પસાર થઈ રહી... રુક્મિણીએ કૃષ્ણની આંખોમાં જોયા કર્યું એકીટશે, જાણે જવાબ ત્યાં જ લખેલો હોય.

આટલાં વર્ષોમાં પહેલીવાર આંખોમાં આંખો નાંખીને જોઈ રહેલી રુક્મિણીની દૃષ્ટિ અસહ્ય લાગી કૃષ્ણને... આવી દૃષ્ટિ તો સત્યભામાને લઈને આવ્યા ત્યારેય નહોતી વાગી! જાંબુવતી કે અન્ય રાણીઓને અત્યંત પ્રેમથી સ્વીકારતી રુક્મિણી, પરંતુ સત્યભામા સાથેના વિવાહ વખતે એની નારાજગી આંસુઓમાં છલકાઈ હતી...

એ આંસુભરી દૃષ્ટિ વ્યથિત હતી, વિષાદગ્રસ્ત પણ હતી. ત્યારે પણ વિષાદ હતો એ આંખોમાં... પણ એ વિષાદ આટલો વેધક, આટલો તીણો, આટલો ખૂંચી જનારો નહોતો...

દૃષ્ટિમાંથી નીકળીને બાણની જેમ કૃષ્ણના હૃદયમાં જાણે ઊંડે સુધી કંઈક ખૂંચી ગયું, તીવ્ર, તીક્ષ્ણ અને અત્યંત પીડાકારક કશુંક...

એકીટશે જોઈ રહેલી રુક્મિણી સાથે તારામૈત્રક તોડીને દૃષ્ટિ બચાવીને કૃષ્ણએ ફરી કહ્યું...

“હું પ્રયાણ કરું, દેવી? આજ્ઞા છે હવે?”

યજ્ઞવેદી જેવી પવિત્ર છતાં, આગની લપટ જેવા એ ચહેરા પર કશુંક સળગી રહ્યું હતું ભડ ભડ ભડ...

"પ્રયાણ? હજીય પ્રયાણ બાકી છે? અંતિમ પ્રયાણ... અંતિમ પ્રયાણ જ કહેવાય આને, નહીં?"

"આપ વધુ સારી રીતે સમજી શકશો, પ્રયાણને પણ અને પરિણામને પણ..." કૃષ્ણએ હાથ જોડ્યા "જાણતાં-અજાણતાં તમને મેં ક્યાંય દુઃખ પહોંચાડ્યું હોય તો ક્ષમા ચાહું છું..."

હાથ પકડી લીધા રુક્મિણીએ, પોતાના બંને હાથમાં લઈ લીધા... પકડી રાખ્યા થોડીવાર.

બંનેની આંખો બંધ હતી. જાણે વહી જનારાં આંસુને અટકાવીને ઊભાં હતાં બંને...

"પ્રિયે, હવે..." કૃષ્ણને શબ્દો શોધવા પડ્યા..."મને ન રોકશો... એક પળ માટે પણ, નહીં તો, આ પળ ફરી સદીઓ સુધી લંબાઈ જશે... સમજો છો ને? વિદાય આપો..."

"અને હું?"

"સમય સૌની સંભાળ લેશે. જે થવાનું છે તે નિશ્ચિત છે, અને જે નિશ્ચિત છે તે જ થવાનું છે દેવી..."

"જેવી આપની ઇચ્છા પ્રભુ. મુક્તિ સિવાય કોઈ માર્ગ નથી!"

"મુક્તિ પણ માર્ગ નથી દેવી. એ પણ દિશા છે, માર્ગ તો અવિરત ચાલવાનો છે. સતત પ્રવાસ એ જ નિયતિ છે... અસ્તુ."

કૃષ્ણ એક પળ પણ રોકાયા વિના રુક્મિણીના ઓરડામાંથી બહાર નીકળી ગયા. રુક્મિણી એ આરસપહાણ જેવી પીઠને અનિમેષ નયને જોતી રહી...

એ જાણતી હતી કે હવે પ્રયાણ નિશ્ચિત છે.

કૃષ્ણની સાથે આવેલાં તમામ તત્ત્વોએ મૂળ સ્થાને પહોંચવાનું હતું... લક્ષ્મીએ પણ!

અને, શેષનાગે પણ...

કૃષ્ણ પીડામાં ગર્ત ઉદાસ હૃદયે અર્જુનની રાહ જોઈ રહ્યા હતા. એમના પ્રિય મિત્ર, સખા અર્જુનને લેવા દારુક પ્રભાસક્ષેત્રથી નીકળી ગયો હતો...

કૃષ્ણ જાણતા હતા કે અર્જુન માટે આ સમાચાર અસહ્ય હશે, ફાલ્ગુની પોતાના જીવનમાં કૃષ્ણથી અધિક કોઈને ચાહી શક્યા જ નહોતા. માત્ર કૃષ્ણના મનોબળ પર આધારિત રહીને સમગ્ર કુરુક્ષેત્રનું યુદ્ધ લડ્યું, અને જીત્યું હતું પાર્થે!

કૃષ્ણના આખાય શરીરમાંથી પીડાનાં વલવલતાં લખલખાં પસાર થતાં હતાં...

મીંચેલી આંખોએ, માથું પીપળાના ટેકે ગોઠવીને સૂતેલા કૃષ્ણ બંધ આંખે જાણે કંઈ કેટલુંય જોઈ રહ્યા હતા. મોરપિચ્છના ઢગલેઢગલા હવે યમુનાના જળ પર, યમુનાની લહેરીઓ સાથે ઊંચાનીચા થતા પ્રવાહલયમાં વહી રહ્યા હતા... કદમ્બની ડાળીઓમાં છુપાઈને કોઈક વાંસળી વગાડતું હતું અને કદમ્બનું આખુંય ઝાડ હાલતુ હતું... કોણ હલાવતું હતું આ ઝાડ?

નીચે ઊભેલા બલરામ?

કે, કાલીયના ફૂંફાડા?

શંખ-ચક્ર-ગદા-પદ્મ ધરાવતા એ પરમબ્રહ્મના કાનમાં "અહમ્ બ્રહ્માસ્મિ"નો નાદ ગુંજી રહ્યો હતો. "વૃક્ષોમાં હું પીપળો છું" કહેનાર પોતે આજે અશ્વત્થ વૃક્ષના ટેકે અસ્વસ્થ થઈને પ્રાણ પકડીને બેઠા હતા...

શું સાચે જ એ અર્જુનની રાહ જોતા હતા? કે પછી...

પ્રભાસક્ષેત્રમાં જ્યારે યાદવો અંદરોઅંદર લડતા હતા ત્યારે, સ્વસ્થતાથી બેઠેલા કૃષ્ણ તરફ બલરામે એકવાર જોયું. કૃષ્ણની આંખોમાં કોણ જાણે શું હતું? પણ બલરામ નખશિખ ધ્રૂજી ઊઠ્યા...

કૃષ્ણની નજીક જઈને બલરામે એમને હલબલાવી નાખ્યા.

"શું કરે છે કા'ના... આ... આ... યાદવો તો સમાપ્ત થઈ જશે..."

"જાણું છું..." કૃષ્ણના ચહેરા પર હજીય પેલી ભયાનક સ્વસ્થતા અકબંધ હતી... બલરામે એમની આંખોમાં જોયું. તરલ... રમતિયાળ મોહિની આંખો આજે જાણે આરસપહાણમાંથી કોતરી હોય એમ ભાવવિહીન હતી...

"કા'ના!"

"મોટાભાઈ, મહાઋષિ દુર્વાસાનો શાપ સ્મરણમાં છે ને?"

"જ...જ...જ... જાણું છું." બલરામની જીભ થોથવાઈ... થોડી મદિરાને કારણે અને થોડી ભયને કારણે... "એટલે? આપણે પણ?"

"કેમ? આપણે ભિન્ન છીએ?" કૃષ્ણના અવાજમાં મૃત્યુની ઠંડક હતી અને આંખોમાં પાંચજન્યનો નાદ...

એમણે બલરામ સામે જોયું સ્થિર, ગંભીર દૃષ્ટિએ...

દેહીનોઽસ્મિન્ યથા દેહે કૌમારં યૌવનં જરા ।
તથા દેહાન્તરપ્રાપ્તિર્ધીરસ્તત્ર ન મુહ્યતિ ॥

મોટાભાઈ, કુમારઅવસ્થા, યૌવન, જરા અને દેહાન્તરનો શોક ન હોય...

"મારે નથી સાંભળવું આ બધું..." બલરામ વિહ્વળ થઈ ગયા હતા. કૃષ્ણએ એમના ખભે હાથ મૂક્યો... એમને અત્યંત કોમળતાથી નજીક ખેંચ્યા. છાતીસરસા ચાંપ્યા અને થોડીવાર એમ જ ધરી રાખ્યા...

બંને ભાઈઓ છૂટા પડ્યા ત્યારે બલરામના હૃદયમાં કોઈ સંશય નહોતો. કોઈ પ્રશ્નો નહોતા બચ્યા. કોઈ વિષાદ, કોઈ શોક હવે એમને સ્પર્શી શકે એમ પણ નહોતો...

એક અદ્‌ભુત અનુભૂતિ ઘેરી વળી હતી. દેહવિહીન માત્ર શ્વાસ ઉપર ટકેલા જીવનની એક અવર્ણનીય અનુભૂતિ. બલરામે આંખો મીંચી, હાથ જોડ્યા અને મસ્તક કૃષ્ણના ચરણમાં નમાવ્યું...

બલરામનાં અશ્રુ શ્રીકૃષ્ણના ચરણમાં અભિષેક કરી રહ્યાં...

શ્રીકૃષ્ણ બંધ આંખે એમના વાળમાં આંગળીઓ ફેરવતા રહ્યા અને ચોતરફ એક ઘેરો ગંભીર નાદ ગુંજવા લાગ્યો...

યથાકાશસ્થિતો નિત્યં વાયુઃ સર્વત્રગો મહાન્ ।
તથા સર્વાણિ ભૂતાનિ મત્સ્થાનીત્યુપધારય ॥

જેમ આકાશ પોતાની જગ્યાએ સ્થિર છે, અને વાયુ ચંચળ હોવા છતાં પોતાનું સ્થાન છોડતો નથી, એમ અંતે તો તમામ જીવો મારામાં જ સમાય છે. આ સમજો...

બલરામની આંખો હજીય વહી રહી હતી. કૃષ્ણનો અવાજ યાદવોની કાગારોળમાં જાણે એક શાંતિમંત્રની જેમ ગુંજી રહ્યો હતો.

આ એ જ ભાઈ હતો જે થોડીક જ ક્ષણોમાં દેહ બની જવાનો હતો... આ એ જ ભાઈ હતો જેની સાથે બાળપણનાં મીઠાં સંભારણાં હતાં, આ એ જ ભાઈ હતો જે કૃષ્ણ માટે પ્રાણથીય અધિક હતો...

"આપ સિધાવો..." કૃષ્ણએ કહ્યું.

બલરામ યાદવાસ્થળીની એ ભયાવહતા જોઈને વિચલિત હતા. "ને તું?" બલરામે પૂછ્યું.

"હું?" કૃષ્ણનો ચહેરો અને અવાજ સંયત હતા. આંખો સહેજ ભીની!

"હું?" એમણે ફરી કહ્યું - "મારે તો અહીં જ રહેવાનું છે, આ બધું પૂરું થાય ત્યાં સુધી!" એમણે વાક્ય અધૂરું છોડ્યું- "ને પછી..."

"શું કામ? કા'ના, શું કામ? આ બધું તારે જ માટે? તારે જ માથે?" બલરામનું હૃદય આક્રંદ કરી ઊઠ્યું અને કૃષ્ણએ જાણે એમની જ વાતનો પડઘો પાડતા હોય એમ પૂછ્યું - "પોતાને જ?"

"શા માટે?"

"સંશયાત્મા વિનશ્યતિ" કહેનાર શું આજે પોતે જ સંશયમાં હતો...

દૃષ્ટિ સામે યાદવો એકમેક સાથે પશુતાથી લડી રહ્યા હતા.

કૃષ્ણની આંખો સામે એ દૃશ્ય આંસુના પડદા પર ધૂંધળું થતું ગયું...

"તમે સિધાવો" એમણે ફરી બલરામને કહ્યું અને સરી પડેલું એક આંસુ ગાલ સુધી આવે એ પહેલાં જ લૂછી નાખ્યું.

બલરામ કૃષ્ણને ભેટી પડ્યા.

જાણે કૃષ્ણને શરીર સહિત આખેઆખા પોતાનામાં સમાવી લેવા હોય એમ...

પોતાના બલિષ્ઠ બાહુ, એમની આસપાસ ભીંસીને એ ઘડીભર એમ જ ઊભા રહ્યા ને પછી કૃષ્ણને છોડીને ફરીને ચાલી નીકળ્યા...

ત્રિવેણીસંગમ તરફ...

જ્યાં સૂર્યાસ્ત થવાની તૈયારી હતી.

દૂર સોમનાથના મંદિરની પાછળ સૂર્ય ડૂબી રહ્યો હતો.

બલરામનું શરીર આછા સોનેરી તડકામાં જાણે સોનાની બનેલી મૂર્તિ હોય એમ ધીમે ધીમે દૂર જઈ રહ્યું હતું. એમની પીઠ પાછળ યાદવોની મરણચીસો હજીયે સંભળાતી હતી.

બલરામે વધુ ઝડપથી ચાલવા માંડ્યું. જાણે એ ચીસો એમને પાછા ફરવાનો અનુરોધ કરતી હોય એમ વધુ ને વધુ તીવ્ર થતી ગઈ.

ને બલરામનાં પગલાં, ચીસોથી દૂર જવા વધુ ને વધુ ઉતાવળાં બનતાં ગયાં...

બલરામ જાણે મનોમન પોતાને દોષી માનતા હતા.

આ યાદવાસ્થળીનું મૂળ હતું મદિરાપાન...

ને મદિરાપાનની છૂટ દ્વારિકામાં યાદવો બલરામના જ ઓઠા હેઠળ ભોગવતા આવ્યા હતા.

કૃષ્ણ પણ આ જાણતા.

ને, પોતે બલરામને કંઈ કહી શકવાને અસમર્થ હોવાનો લાભ બીજા યાદવો પણ લઈ જ લેતા...

"**આ**વું કે?" કૃષ્ણએ બલરામના ઓરડામાં પ્રવેશની રજા માગી...

સંધ્યાકાળનો સમય હતો. દરિયા ઉપરથી ખારો પવન ફર ફર કરતો ઓરડાના પડદા ઉડાડી રહ્યો હતો. ડૂબતા સૂરજનો કેસરી અજવાસ આખાય કમરામાં આગની જેમ ફેલાયેલો હતો... આખોય ઓરડો અને એની તમામ વસ્તુઓ કેસરી રંગની લાગતી હતી... બલરામના ગોરા શરીર પર કેસરી પ્રકાશ જાણે દૂધમાં ઘોળેલું કેસર હોય, એવો ફેલાઈ રહ્યો હતો...

"અરે, કા'ના તું? અત્યારે?"

"કેમ? આ યોગ્ય સમય નથી? " કૃષ્ણના અવાજમાં ક્યારેય ન હોય એવી એક આછી કડવાશ હતી...

"ના, ના. એવું નથી, બોલ... "

"હું સાચે જ બોલીશ તો આપને દુઃખ થશે મોટાભાઈ..." કૃષ્ણએ પોતાની દૃષ્ટિ સીધી બલરામના ચહેરા પર નોંધી.

બલરામે પણ કૃષ્ણની આંખમાં આંખ નાખી, "જાણું છું... જાણું છું કે તું જે કહીશ એનાથી મને દુઃખ થવાનું છે, એ પણ જાણું છું કે તને મારે વિશે જાણીને દુઃખ થયું છે. એ પણ જાણું છું કે તું જે કહીશ એ સાંભળ્યા પછી પણ હું... " દૃષ્ટિ ફેરવી લીધી બલરામે અને ઝરૂખાની બહાર ડૂબતા સૂરજને જોવા લાગ્યા.

"કા'ના, કેટલીક વાતો આપણી મર્યાદાની બહાર હોય છે... "

"એ પોકળ બહાનું છે મોટાભાઈ... નબળાઈ સ્વીકારી લેવી એનાથી મોટી કોઈ નબળાઈ નથી..."

"કા'ના, તું જો સલાહ આપવા આવ્યો હોય તો પાછો વળી જા, અને જો, મારી સાથે જોડાવા માગતો હોય તો સ્વાગત છે." બલરામે ચાંદીનાં સુંદર પાત્રો બહાર કાઢ્યાં અને નજીક મૂકેલા બાજોઠ પર ગોઠવવા માંડ્યાં.

"મોટાભાઈ, યાદવકુળના ઉત્થાન અને રક્ષણનું ઉત્તરદાયિત્વ તમારું છે. અને તમે જ ઊઠીને..."

"રક્ષણ! ઉત્તરદાયિત્વ! " બલરામના અવાજમાં એક અજબ પ્રકારનો ખાલીપો, એક અજબ પ્રકારની પીડા હતી. વર્ષોથી એકલા જીવતા કોઈ માણસને અવાજથી, પોતાના અવાજથી પણ લાગે એવા ભયાવહ ખાલીપાના પડઘા હતા એમના અવાજમાં..."કા'ના, દ્વારિકાનો રાજા તું છે, આ નગરીનું સર્જન, નિર્માણ અને એનું પાલન તું જ કરે છે. પછી શા માટે આવા બધા શબ્દો પ્રયોજીને મને વધારે સંતાપે છે?" એમણે સૂરા કાઢીને પાત્રમાં ભરી, અને એક ઘૂંટડો પીધો!

"મોટાભાઈ... " કૃષ્ણના અવાજમાં અને આંખોમાં ભયાનક આઘાત હતો... એમને જે જોઈ રહ્યા હતા પોતે, એ દૃશ્ય પર વિશ્વાસ નહોતો બેસતો... "આ શું કરો છો? "

"મો...ટા... ભા... ઈ...!" કૃષ્ણ પોતાની વાત કહે એ પહેલાં જ બલરામે મોટા અવાજે એમની વાત કાપી નાખી.

"મોટોભાઈ છું હું તારો, અને છતાં તું કહે છે એમ થાય છે આ નગરીમાં બધું... "

"શું કરું? મને સ્વીકાર-અસ્વીકારનો કોઈ અવકાશ છે?" કૃષ્ણના અવાજમાં એક હારેલા, થાકેલા સેનાપતિની પીડા હતી. "મને તો એટલી પણ છૂટ નથી કે મારે સાંજનું ભોજન ક્યાં કરવું છે... તે હું નક્કી કરી શકું. હું તો સમયની કેદમાં પુરાયેલી એક એવી વ્યક્તિ છું, જેને વ્યક્ત થવાની પણ છૂટ નથી... "

"એમ?" વ્યંગ હતો બલરામના અવાજમાં... "વાહ! કા'ના, મારી સાથેય શબ્દોની રમત... વાહ!"

"મોટાભાઈ, મેં દૂભવ્યા છે તમને ક્યાંય? કોઈ ભૂલ થઈ છે મારી?"

"તારી?" બલરામના અવાજમાં હજીય વ્યંગ અને પીડા હતાં. "તારી ભૂલ થાય? તું તો યુગપુરુષ છે. ભલભલા મસ્તક નમાવે છે તારી સમક્ષ." કૃષ્ણએ બલરામની સામે જોયું... બલરામની આંખોમાં એક લૂંટાઈ ચૂકેલા રાજાધિરાજની વેદના હતી.

"તમે જાણો છો, એ મને નથી નમતા. મારા બળને નમે છે. અને મારી શક્તિ, મારું બળ તમે છો. બલરામ..."

"આ આજે જ સમજાયું લાગે છે... "

"કેટલીક ઘટનાઓ સમજવા છતાં સ્વીકારી નથી શકાતી... તમારા અવાજની કડવાશ, તમારી પીડા સમજાય છે, પરંતુ... "

"કુરુક્ષેત્રના યુદ્ધમાં ગીતા કહેનાર વિચક્ષણ, અતિ જ્ઞાની, પાંડવોનો પક્ષધર અને અર્જુનનો સારથિ બોલે છે આ...? આશ્ચર્ય થાય છે... " બલરામના અવાજમાં હવે મદિરાનું ઘેન ભળવા લાગ્યું હતું... એમની જીભ લસરવા લાગી હતી... મોટેથી જાણે સંવાદો બોલતા હોય એમ નાટકીયતાથી એમણે બોલવા માંડ્યું...

"યતો યતો નિશ્ચરતિ મનશ્ચંચલમસ્થિરમ્,
તતસ્ત તો નિયમ્યૈતદાત્મન્યેવ વશં નયેત્"

મન જ્યાં ચળે ત્યાંથી પાછું લાવીને આત્મામાં કેન્દ્રિત કરવું...

"શું સત્ય નથી આ?"

"તું જાણે, તું જ્ઞાની છે! અમે તો બધા ક્ષુદ્ર છીએ, પામર જીવો... કુરુક્ષેત્રના મહાસંહારમાંથી ઊગરી ગયેલા તારાં કૃપાપાત્રો... "

"મોટાભાઈ... સેવક છું આપનો... આપ કહેશો તેમ કરીશ. પણ આ વિષાદ - આ પીડા નથી જોવાતી, નથી જીરવાતી..."

"ઓહ ... દ્વારિકાના રાજાને પીડા નથી જીરવાતી..."

"નાનો ભાઈ છું તમારો..."

"છતાં રાજા તું છે, ધનવાન, સંપત્તિવાન યાદવોનો અધિપતિ... દ્વારિકાનો સત્તાધીશ...ભારતવર્ષનો વિધાતા... આ યુગનો સૌથી લોકપ્રિય પુરુષ અને... અને... કુરુક્ષેત્રનો સૂત્રધાર... "

કૃષ્ણ ઊભા થયા, પલંગ ઉપર બેઠેલા બલરામના ચરણોમાં બેસી ગયા. બે હાથે એમના ચરણ પકડી લીધા. "આટલી પીડા? આટલો વિષાદ? આટલું દુઃખ? તમારી ભીતર સંઘરીને બેઠા છો, અને મને જાણ પણ ના

થવા દીધી?'' કૃષ્ણના અવાજમાં એટલી તો પીડા હતી કે બલરામની આંખો ભરાઈ આવી.

એણે કૃષ્ણના માથા પર હાથ મૂક્યો અને આંખો મીંચી દીધી. ''કા'ના, ફરિયાદ નથી આ... તારી ઈર્ષ્યાય નથી હોં...''

''સમજું છું...'' કૃષ્ણએ કહ્યું અને આંખો મીંચી દીધી.

એમ જ બેસી રહ્યા બંને ભાઈઓ થોડીવાર... બાળપણની રમતો, એ ગમા-અણગમા, વહાલ-વિષાદ અને વેર-વિશ્વાસનાં યમુનાજળ બંનેની આંખોમાંથી ખળખળ કરતાં વહેતાં રહ્યાં.

કેટલો સમય પસાર થયો હશે, કોને ખબર? પરંતુ બલરામને લાગ્યું કે જાણે સદીઓ વીતી ગઈ.

બહુ હળવેથી કશુંય ક્યાંય દુભાય નહીં, ચૂંથાય નહીં એવી રીતે કૃષ્ણ ઊભા થયા.

''આજ્ઞા છે, મોટાભાઈ?''

બલરામ અન્યમનસ્ક જેવા ચૂપચાપ બેઠા હતા.

''મને ક્ષમા કરજે, કા'ના.'' બલરામે હાથ જોડ્યા...

''મોટાભાઈ, મને પાપમાં નાખો છો...'' કા'નાએ એ હાથ પકડી લીધા. બલરામની આંખોમાંથી હજીય આંસુ વહેતાં હતાં.

''મારી ભૂલ થઈ કા'ના, મારી ભૂલ થઈ ગઈ...'' કૃષ્ણએ બલરામને ખભેથી પકડીને હળવેકથી ઊભા કર્યા... અને, બાહુપાશમાં લઈ લીધા... બંને ભાઈઓ એકબીજાને ભેટીને ઊભા રહ્યા. બલરામનું રુદન હજીય કૃષ્ણના ખભા ભીંજવી રહ્યું હતું...

અને, કૃષ્ણએ આવનારા ભાવિના પ્રથમ પગરણરૂપે બલરામની મદિરાપાનની આ ટેવને ફરી ક્યારેય ન ટોકવાનું, ન રોકવાનું નક્કી કરી લીધું...

આ એ જ ભાઈ હતો, જેણે સેંકડો વાર કા'નાને માના ક્રોધથી બચાવ્યો હતો. ગિલ્લી-ડંડાની રમતમાં કે ગોપીઓને સતાવવામાં સહભાગી રહ્યા હતા બંને ભાઈઓ...

યમુનાનો આટલો પહોળો પટ, કોણ વહેલું તરી જાય એની હોડ બકતા બંને, અને હારી ગયેલો નાનો કા'નો રડે નહીં એટલે જાણી જોઈને બલરામ ક્યારેક પાછળ રહી જતા.

મથુરાના રસ્તે જતી, ગોપાલક સ્ત્રીઓ પાસે દાણ ઉઘરાવવામાં કે યમુનાકિનારે ઝાડ પર ચઢીને સ્ત્રીઓનાં માટલાં ફોડવામાં બંને સતત સાથે રહેતા...

બલરામ માટે કા'નો એના જીવથીય અધિક હતો.

કા'નાની આંખમાં આંસુ, બલરામ માટે અસહ્ય હતાં... તે એટલે સુધી કે બલરામ બીજા ગોપાલક બાળકોને કા'નાને સતાવવાની સજા રૂપે ઝાડ સાથે બાંધી દેતા... અને પોતે ઝાડ પર ચઢીને આખું ઝાડ હલાવતા. પેલો છોકરો ભયનો માર્યો, આતંકનો માર્યો, ચીસાચીસ કરી મૂકતો અને જ્યાં સુધી કા'નાની માફી ન માગે ત્યાં સુધી બલરામને એને ચીસો પડાવવામાં એક અજબ આનંદ આવતો...

પરંતુ, મા રોહિણી જ્યારે કા'નાનો પક્ષ લેતી ત્યારે, કોણ જાણે કેમ બલરામ અકળાઈ ઊઠતા.

મા રોહિણીને નાનકડો ભોળો દેખાતો પણ જબરો કા'નો ખૂબ વહાલો લાગતો અને બલરામને એ વાત સહેજે નહોતી ગોઠતી.

એવું નહોતું કે મા યશોદા બલરામને પ્રેમ નહોતાં કરતાં, પણ બે વસ્તુમાં ભાગ પડે એ બલરામને સહેજ પણ સહ્ય નહોતું... એક એની ગદા અને બીજી મા રોહિણી...

આજે બલરામ ક્યારના કા'નાને શોધતા હતા. કોણ જાણે એ ક્યાં છુપાઈને બેઠો હતો... બપોર થવા આવ્યા, પણ કા'નાનો ક્યાંય પત્તો નહોતો.

યમુનાના કાંઠે, કદમ્બના ઝાડની ઘટાઓમાં, મથુરા જવાના રસ્તે અને પીપળાના ઝાડની નીચે... ગોચરીમાં... અને રાધાના ઘરની પછવાડે, બધે બલરામ જોઈ ચૂક્યા હતા. એની સંતાવાની આ રોજની જગ્યાઓમાંથી એકેય જગ્યાએ કા'નો ક્યાંય નહોતો.

"કા'ના... એ કા'ના... કા'નાઆઆઆ... એ કા'નાઆઆઆ!" બલરામે ફરી બૂમ પાડી...

"છીસ.. છીસ.." એક અવાજ આવ્યો. કા'ના સિવાય કોણ હોય... બલરામે આમતેમ જોયું.

નાનકડો કા'નો છુપાઈને ઘરની પછીત પાસે ઊભો હતો... વારંવાર બારીમાંથી ઘરમાં દૃષ્ટિ નાખતો હતો. એને પ્રતીક્ષા હતી, ઘરની બારીમાંથી બહાર આવનારા એક હાથની... જે હાથ એને માટે ભોજન આપવાનો હતો...

આજે ફરી માએ દંડ ફટકાર્યો હતો.

કોકિલાના ઘરમાં ઘૂસીને કા'ના અને એના સાથીઓએ માખણ ખાધું હતું... શીકાં ફોડ્યાં હતાં. ઘર વેરવિખેર કરી નાખ્યું હતું...

કોકિલા રાવ લઈને મા પાસે આવી ત્યારે મા કોઈક કારણસર પહેલેથી જ ક્રોધમાં હતી. કોકિલાની ફરિયાદ સાંભળીને માનો ગુસ્સો વધી ગયો...

"બલરામ... એ બલરામ..."

ક્યારનો કોકિલા અને યશોદામાની વાતો સાંભળી રહેલો બલરામ આ બૂમની જ પ્રતીક્ષા કરી રહ્યો હતો... ગદા મૂકીને, દોડતો એ મા પાસે આવીને ઊભો...

"જી, મોટી મા," બલરામ જાણતો હતો કે હવે શું થવાનું છે તે...

"જા, કા'નાને પકડી લાવ."

"પણ મા..."

"મેં કહ્યું ને, કા'નાને પકડી લાવ, આજે એની વાત છે. રોજ રોજની રાવ ફરિયાદથી કંટાળી છું હું..આજે તો પાઠ ભણાવી દઉં એને, જા લઈ આવ એને..."

ગાયોનાં ગમાણ તરફથી છાણાં લઈને આવતી રોહિણીએ આ સાંભળ્યું... એ મા યશોદા પાસે જઈને ઊભી રહી...

"મૂકો ને મોટીબેન, શું ફેર પડે છે, છોકરું છે, તોફાન તો કરવાનું ને?"

"રોહિણી, તું તો વચ્ચે પડતી જ નહીં." બલરામના ચહેરા પર સ્મિત આવી ગયું મા યશોદાની વાત સાંભળીને...

"પણ..." રોહિણીએ હજી એક નબળો પ્રયત્ન કર્યો, કા'નાના બચાવમાં...

આમ તો, કાયમ ગોકુળની સ્ત્રીઓ સામે કા'નાનો સતત બચાવ કરતી યશોદામા આજે કોણ જાણે કેમ કંઈ સાંભળવા જ તૈયાર નહોતી...

"જા, બલરામ પકડી લાવ એને, આજે તો કોઠીએ બાંધી રાખીશ ને સાંજ સુધી ખાવા નહીં આપું..."

બલરામના ચહેરા પર સ્મિત આવી ગયું. "હવે વાત છે, કા'નાની!"

આમ તો બલરામ જ બચાવત કા'નાને, જરૂર પડ્યે જૂઠુંય બોલી નાખત, પણ મા રોહિણીએ વચ્ચે પડીને બધી ગરબડ કરી નાખી...

યમુનાના કાંઠે, કદમ્બના ઝાડની ઘટાઓમાં, મથુરા જવાના રસ્તે અને પીપળાના ઝાડની નીચે... ગોચરીમાં... અને રાધાના ઘરની પછવાડે, બધે બલરામ જોઈ ચૂક્યા હતા. એની સંતાવાની આ રોજની જગ્યાઓમાંથી એકેય જગ્યાએ કા'નો ક્યાંય નહોતો.

ક્યાંથી હોય? કા'નો તો સવારથી પોતાના જ ઘરની પછવાડે છુપાયો હતો.

માતા રોહિણીએ જોયો હતો એને.

એમને કોણ જાણે કેમ આ નાનકડા નટખટ છોકરાની બહુ દયા આવતી... અને એમાંય જ્યારે મા યશોદા એને જમવાનું આપવાની ના પાડે ત્યારે, રોહિણીનું કાળજું કપાઈ જતું...

એમણે જ ઈશારાથી કા'નાને બોલાવ્યો ને ઊભા રહેવા કહ્યું હતું.

માતા રોહિણી અંદર ખાવાનું લેવા ગયાં હતાં.

"છીસ.. છીસ.."

બલરામ કૃષ્ણને જોઈને નજીક આવ્યા.

"અહીં શું કરે છે?" બલરામે પૂછ્યું - જાણે કંઈ જાણતા જ ન હોય.

"શશશશશ.." નાનકડા કા'નાએ હોઠ પર આંગળી મૂકી. એની મોટી ભોળી આંખોમાં ભાઈ સાથે કોઈ મહાન રહસ્ય વહેંચતો હોય, એવો ભાવ હતો. "હું સંતાયો છું. પેલી કોકિલાએ માને બધું કહી દીધું..."

"એમ!" બલરામે ભોળા બનવાનો પ્રયત્ન કર્યો.

"અને મા મને શોધે છે... આજે નક્કી માર પડવાનો, કાં તો કોઠીએ બાંધશે, અને કાં તો ગાયોની ગમાણમાં પૂરી દેશે..." દયામણા ચહેરે કાનાએ કહ્યું, "સવારથી કંઈ ખાધુંય નથી."

"કેમ? માખણ તો ખાધું, શીકો ભરીને..."

"મેં એકલાએ થોડું ખાધું?... અને એ તો પચી પણ ગયું, મને તો કકડીને ભૂખ લાગી છે..."

"તો?... હવે?..."

"મા રોહિણી ગયાં છે, અહીં બારીમાંથી મને ખાવાનું આપશે. એ લઈને સીધો ભાગી જઈશ. તે છેક સૂરજ ડૂબે જ ઘેર આવીશ. ત્યાં સુધીમાં તો નંદબાબા પણ આવી જશે. પછી ભય નથી..." કાનાએ પોતાની મહાન યોજના સમજાવી...

"અહં.." બલરામે ડોકું ધુણાવ્યું. પછી ઊભા થયા .

"ક્યાં જાય છે?" કા'નાએ પૂછ્યું...

"જોવા, મા શું કરી રહી છે, આટલી વાર કેમ લાગી?" બલરામ ઊભા થયા અને અંદરની તરફ જવા લાગ્યા...

કા'નો આતુર આંખે રાહ જોઈ રહ્યો.

થોડી વારમાં એક હાથ લંબાયો... બારીમાંથી!

હાથમાં સરસ મજાનો ગરમ ગરમ રોટલો અને ઉપર મોટું લચકો માખણ હતું. કાનાના મોઢામાં પાણી આવી ગયું... એણે હાથ લંબાવ્યો અને જેવો રોટલો લેવા જાય એ પહેલાં બીજો હાથ બારીમાંથી બહાર નીકળ્યો અને કાનાનો હાથ પકડી લીધો...

બેય હાથ પકડીને કા'નાના હાથ બારી સાથે બાંધી દીધા..

"મા! રોહિણી?!?!" કા'નાને હજીય વિશ્વાસ નહોતો આવતો કે મા રોહિણી આવું કરે...

હજી તો કંઈ સમજાય એ પહેલાં મા યશોદા હાથમાં સોટી લઈને ઘરને પછવાડે આવ્યાં.આજે એમનું રૂપ જોવા જેવું હતું. ગુસ્સામાં આંખો લાલ હતી.

"મા..." કા'નાએ બને એટલી કાકલૂદી કરી અને દયામણા અવાજે માનો મિજાજ બદલવાનો પ્રયત્ન કર્યો,

"ચૂપ.. એક અક્ષર નથી સાંભળવો મારે.. આજે અહીં જ બંધાયેલો રહેવાનો છે, દિવસભર..."

"આ માની પાછળ કોણ ઊભું હતું? બલરામ?!"

"મારો ભાઈ? મારો ભાઈ આવું કરે? એણે જઈને માને ચાડી ખાધી? મારો ભાઈ?..."

કાનાને પોતાની આંખ પર વિશ્વાસ ન આવ્યો.

"મારા ભાઈ? સ્વયં બલરામ? એ આવું કરે?" કૃષ્ણને મનમાં નહોતું આવતું.

"મારા ભાઈ? સ્વયં બલરામ? એ આવું કરે?" કૃષ્ણને મનમાં નહોતું આવતું.

કૃષ્ણએ પીડાથી આંખો મીંચી દીધી.
સામે ઉદ્ધવ ઊભા હતા.

"આપને દુ:ખ પહોંચાડવાનો ઈરાદો નહોતો, પરંતુ દ્વારિકામાં બની રહેલી દરેક વાત આપને જણાવવાની ફરજ છે મારી..." ઉદ્ધવે કહ્યું...

"શંકા તો મનેય હતી, પરંતુ મોટાભાઈ... મોટાભાઈ આવું કરશે એવું મેં સ્વપ્નેય નહોતું વિચાર્યું... " કૃષ્ણની છાતીમાં એક ડૂમો અટવાઈ ગયો હતો. "મોટાભાઈ પોતે જ ઊઠીને દ્વારિકામાં મદિરા-પાન કરે તો હું બીજા યાદવોને શી રીતે રોકવાનો?"

"પ્રભુ, મોટાભાઈ પોતે જ સૌને, મદિરા-પાનની છૂટ લેવા પ્રોત્સાહન આપે છે... દુર્યોધન જ્યારે અહીં આવ્યા ત્યારે સમુદ્રકિનારે બેસીને બંનેએ જાહેરમાં મદ્યપાન કર્યું." ઉદ્ધવ બોલી રહ્યા હતા, ને કૃષ્ણની આંખો પીડામાં મીંચાઈ ગઈ.

"યાદવો એનો દાખલો લેશે, હવે એમને રોકવા મુશ્કેલ થશે... પ્રભુ, આમેય યાદવોના નવયુવાન સંતાનો છાકટા થયા છે, સત્તા, સંપત્તિ અને શક્તિના કેફમાં ચકચૂર યાદવો હવે જો મદ્યપાન કરશે તો કંઈ નહીં બચે..." કૃષ્ણએ ઉદ્ધવ સામું જોયું ને પીડામાં ફરી આંખો મીંચી દીધી. "વિધિના નિર્માણને કોણ રોકી શકવાનું છે, ઉદ્ધવ? મારા અનેક પ્રયત્નો છતાં, હું સમયની ગતિને મંથર પણ નથી કરી શક્યો... જે સમયે જે લખ્યું છે, એ થઈને જ રહેશે. એ મને સમજાઈ ગયું છે..."

"શું લખ્યું છે, શું થઈને રહેવાનું છે? "

એક ગૂઢ પીડાથી લદાયેલું સ્મિત આવ્યું કૃષ્ણના ચહેરા પર, "એ ભવિષ્ય છે ઉદ્ધવ... ભાવિનો ગર્ભ ધારણ થઈ ચૂક્યો છે, હવે માત્ર અવતરણની રાહ જોવાય છે... એક ભયાનક ભાવિના અવતરણની..."

"પ્રભુ!" ઉદ્ધવ કૃષ્ણની બધી વાત નહોતા સમજતા, છતાં એટલું જરૂર સમજ્યો કે યાદવકુળ પર કોઈ ભયાનક આફત તોળાઈ રહી છે...

પ્રભાસક્ષેત્ર જવાનો નિર્ણય કર્યા પછી કૃષ્ણને સૌથી પહેલી એ વાત બલરામને જણાવવી જરૂરી લાગી...

...આ આખાયે દ્વારિકામાં એક માત્ર બલરામ હતા, જે એમના બાળપણના સાથી હતા.

કૃષ્ણને કોણ જાણે કેમ, પણ ભાઈને ભેટીને, પોતાની બધી પીડા - બધી અસમંજસ ધોઈ નાખવી હતી...

એમણે ચાખડી પહેરી...
અને, બલરામના મહાલય તરફ જવા માંડ્યું.
એમની ઉતાવળી ચાલમાં અજંપો હતો.

ઉદ્ધવ પહેલાં એમની સાથે ચાલવા લાગ્યા. પણ કૃષ્ણની ચાલની ઝડપ સાથે જરા જરા પાછળ પડવા લાગ્યા. સામાન્યતઃ બીજા સાથે ચાલતાં કૃષ્ણ એમનો ખ્યાલ રાખતા.

કૃષ્ણ આજે પાછળ જોયા વિના જ ચાલતા ગયા...
ઉદ્ધવ અટકી ગયા. પણ કૃષ્ણનું ધ્યાન જ નહોતું.

ઉદ્ધવ એમની ચાલ જોઈને, એમની અકળામણ અને પીડા સમજ્યા હોય એમ કશું જ પૂછ્યા વિના, બોલ્યા વિના પાછા વળી ગયા...

ને કૃષ્ણ...

બલરામના મહાલયનાં પગથિયાં ચઢ્યા ત્યારે છેક એમને ખ્યાલ આવ્યો કે ઉદ્ધવ એમની સાથે નથી.

"આવું કે?" કૃષ્ણએ બલરામના ઓરડામાં પ્રવેશવાની રજા માગી.

મદિરાપાનની ટેવ બલરામને ઘણા સમયથી હતી... બલરામ બને ત્યાં સુધી સંધ્યાકાળ પછી કૃષ્ણ સામે જવાનું ટાળતા. કૃષ્ણ નાના ભાઈ હતા એમના, છતાં કૃષ્ણના પ્રભાવ હેઠળ હતા એ... સ્વયં જાણતા હતા કે મદિરાપાન એમને પોતાને પણ નુકસાન કરે છે, પરંતુ એમાંથી મુક્ત નહોતા થઈ શકતા...

કૃષ્ણ વારંવાર સમજાવતા એમને... પરંતુ બલરામ એ વાત વિશે વધુ ચર્ચા કરવાને બદલે હવે સંધ્યાકાળ પછી કૃષ્ણની સન્મુખ ન જવું પડે એવા પ્રયાસમાં રહેતા. રાજનાં કામ હોય કે અગત્યની મંત્રણાઓ, બધું સંધ્યાકાળ પહેલાં આટોપાઈ જાય એવો બલરામનો પ્રયાસ રહેતો.

મદિરાપાનની નબળાઈ કૃષ્ણ પણ જાણતા અને એટલે જ બને ત્યાં સુધી સવારના પૂર્ણ સૂર્યોદય પહેલાં બલરામના કક્ષમાં ન જવું પડે એવો એ પણ પ્રયાસ કરતા...

"આવું કે?" કૃષ્ણએ બલરામના ઓરડામાં પ્રવેશવાની રજા માગી.

બલરામ હજી હમણાં જ જાગ્યા હતા, એમના ઓરડામાં સૂર્યનાં સોનેરી કિરણો વિખરાયેલાં પડ્યાં હતાં. એમની રેશમી ચાદર ચોળાયેલી હતી અને આંખોમાં હજીય મદિરાપાનનું ઘેન અને કેફ હતો.

નિયમિત મદિરાપાનને કારણે રૂપાળા બલરામના ચહેરા પર એક ફેફર, એક થોથ જામવા લાગ્યો હતો. વહેલી સવારે એમનો ચહેરો સૂઝેલો લાગતો, આંખો ઝીણી અને લાલ રહેતી...અને ખૂબ મોડી પડેલી એમની સવારો આળસમાં ડૂબેલી અને અસ્વસ્થ રહેતી...

કૃષ્ણએ બલરામના ઓરડામાં પ્રવેશીને સ્થાન ગ્રહણ કર્યું... બલરામ કૃષ્ણને અચાનક આવેલા જોઈને સહેજ ઝંખવાયા. હજી તો એમનાં નિત્યકર્મો નહોતાં પત્યાં, અને કૃષ્ણ આવીને ઊભા હતા એમની સન્મુખ.

"કૃષ્ણ! સવારના પહોરમાં?"

"સવારનો પહોર?! દિવસનો ત્રીજો પ્રહર ચાલે છે, મોટાભાઈ, નળિયાં સોનાનાં થઈ ગયાં છે..."

"દ્વારિકાના મહાલયોનાં નળિયાં અમસ્તાંય સોનાનાં છે, કૃષ્ણ, એને માટે સૂર્યના તેજની જરૂર નથી... અહીં તો સૂર્ય અને સમય સ્વયં આપણા કહ્યા પ્રમાણે ચાલે છે..."

"મોટાભાઈ, સમય કોઈનાય કહ્યા પ્રમાણે નથી ચાલતો.."

"કા'ના, આ તું બોલે છે? સુવર્ણનગરી દ્વારિકાનો રાજા, છપ્પન કોટિનો પાલક... જે પૃથ્વી પર મૃત્યુ, જરા, દુઃખ અને રોગ નથી, એવી પૃથ્વીનો સર્જનહાર... સમય, તારા કહ્યા પ્રમાણે ચાલે છે, દિશાઓ તારા કહ્યા પ્રમાણે ઊગે છે અને આથમે છે... ઋતુઓ તારા કહ્યા પ્રમાણે રંગ બદલે

છે...” બલરામની આંખોમાં મદિરાના કેફની સાથોસાથ ગર્વનો-અભિમાનનો કેફ પણ છલકાતો હતો.

“એવા ભ્રમમાં ના રહેશો મોટાભાઈ, ભગવાન મહાકાળની લીલા અકળ છે, ખાસ કરીને જ્યારે એવું લાગે કે બધું જ આપણા કહ્યા પ્રમાણે થઈ રહ્યું છે, ત્યારે માનવું કે ભયજનક સમયનો પ્રારંભ થઈ ચૂક્યો છે...”

“સવારના પહોરમાં આવી વાતો કરવા આવ્યો છે?” બલરામે કહ્યું.

કૃષ્ણ સહેજ હસ્યા, “ના રે, આવી વાતો તો સંધ્યાકાળે કરાય. ખરું ને?”

બલરામ ઝંખવાયા, “કૃષ્ણ, આપણે મારી નબળાઈ વિશે ચર્ચા નહીં કરીએ...”

કૃષ્ણએ કહ્યું, “મોટાભાઈ, હવે એમાં ચર્ચા કરવા જેવું કંઈ બાકી છે?”

“જો કૃષ્ણ, આ તારી શબ્દોની માયાજાળમાં મને ન અટવાવીશ.. બીજાં બધાં કામકાજ છોડીને રાજ્યસભાના સમયે તું મારા ઓરડામાં આવ્યો, એટલે તારે કોઈ કામ છે એ તો નિશ્ચિત છે...”

ભુવનમોહિની સ્મિત કર્યું કૃષ્ણએ... “ચાલાક છો મોટાભાઈ, ઘણો ઓળખો છો મને...”

બલરામ પથારીમાંથી ઊઠ્યા... ઉઘાડું કસરતી શરીર, મજબૂત બાવડાં, વિશાળ છાતી ઉપર રત્ન અને મોતીઓની માળા, અવ્યવસ્થિત થઈ ગયેલા કાળાભમર વાળ, નશીલી આંખો... કૃષ્ણ જોઈ રહ્યા એમને ઘડીભર, અહોભાવથી, અને કરુણાસભર દૃષ્ટિથી...

“ઇચ્છું છું કે યાદવોને લઈને હવે પ્રભાસક્ષેત્ર જઈએ...”

ઓરડાના ઝરૂખા પાસે ઊભેલા બલરામ ચોંક્યા... સૂર્યનાં કિરણો સમુદ્રની ઊંચીનીચી થતી લહેરો પર નાચતાં હતાં. દરિયાનાં સોનલ પાણી ધીમો ગંભીર ગુંજારવ કરતા કિનારાની રેતી સુધી આવીને વેરાઈ જતાં હતાં. ભરતી નહોતી શરૂ થઈ હજી, મધ્યાહ્નની ભરતીને પૂરો એક પ્રહર બાકી હતો. છતાં, દરિયાનાં મોજાંનો અવાજ બલરામના કક્ષના ઝરૂખામાંથી સ્પષ્ટ સાંભળી શકાતો હતો...

બલરામ ચોંક્યા, પાછળ ફર્યા, અને કૃષ્ણની આંખોમાં કંઈ શોધવાનો પ્રયત્ન કરતા હોય એમ નિષ્પલક જોઈ રહ્યા.

કૃષ્ણએ આંખો મીંચી દીધી, જાણે બલરામથી કશું છુપાવવા માગતા હોય...

થોડી પળો એ કક્ષમાં ફક્ત દરિયાનાં મોજાં સિવાય કોઈ અવાજ નહોતો...

"પ્રભાસ? કેમ કા'ના?" બલરામના અવાજમાં ભયની ધ્રુજારી અને આવનારી ક્ષણના એંધાણનો કંપ હતો... કૃષ્ણએ આંખો ખોલી. બલરામની સામે જોયું. બસ, નિરુત્તર જોતા જ રહ્યા.

"એટલે? સમય થઈ ગયો છે એમ કહેવા માગો છો તમે, કૃષ્ણ..?"

"મોટાભાઈ, હું શું કહેવાનો? જે કહેવાયું હતું એ સત્ય થવાનો સમય આવી ગયો છે..."

"કા'ના, આ સમય ટાળી ન શકાય?" બલરામના અવાજમાં કાકલૂદી હતી. જાણે બાળકૃષ્ણને માના ક્રોધથી બચાવવા કરતા હોય એવી વિનંતીનો સૂર હતો એ...

"સમય?" કૃષ્ણના ચહેરા પર એક ગૂઢ સ્મિત પ્રગટ્યું. આંખો પટપટાવી એમણે અને બલરામ સામે જોયું. "સમયને કોણ ટાળી શકે છે, મોટાભાઈ?"

"પ્રભાસ..." બલરામના અવાજમાં અચાનક એક ક્ષીણતા, એક તીવ્ર પીડા ભળી ગઈ... "ભલે કા'ના, ક્યારે જવું છે?"

"શુભસ્ય શીઘ્રમ્.." હજી એ ગૂઢ સ્મિત રમતું હતું કૃષ્ણના ચહેરા ઉપર. એમણે બલરામની આંખોમાં જોયું. બલરામની આંખો ભીની હતી... એમણે હાથના ઈશારાથી જ કૃષ્ણને નજીક બોલાવ્યા અને બાહુ ફેલાવ્યા...

કૃષ્ણ ઊભા થયા, અને મોટાભાઈને છાતીસરસા થઈ ગયા.

આલિંગીને ઊભેલા બંને ભાઈઓની આંખો બંધ હતી અને બંનેની દૃષ્ટિ સામેથી સમયનો પ્રવાહ ખળખળ કરતો વહી રહ્યો હતો. યમુનાનાં જળ જેવો ખળખળાટ સમુદ્રકિનારે ઊભેલા આ મહાલયના વૈભવી વિશાળ કક્ષમાં પડઘાઈ રહ્યો હતો અને એમાં ડૂબતાં-તરતાં બે હૃદયો જાણતાં હતાં, આવતી કાલની સવાર વિશે... બનનારી ઘટનાઓ વિશે...

એક હૃદય આશંકિત, આતંકિત ફફડી રહ્યું હતું અને બીજું સૌની મુક્તિના

દ્વારિકાના સુવર્ણ મહાલયોના કળશો દિવસના ત્રીજા પ્રહરના સૂર્યથી ઝળાંહળાં થઈ રહ્યા હતા. નગરી આખીયે જાણે કોઈ ઉત્સવ હોય એમ રસ્તાઓ પર ઉમટી પડી હતી. યાદવોના સુવર્ણરથો અને એની સાથે જોડેલા ઊંચા, દેખાવડા હણહણતા અશ્વો, એના પર બેઠેલા સારથિઓ મળીને એક સંપન્ન-સુખી નગરનું દૃશ્ય રચતા હતા.

કૃષ્ણએ આજે યાદવોને પ્રભાસક્ષેત્રમાં ઉજાણીએ જવા નિમંત્રણ પાઠવ્યું હતું...

સમગ્ર યાદવકુળ એકત્રિત થઈને ઉજાણીએ જવા થનગની રહ્યું હતું...

સતત ઉત્સવમાં રાચનારી દ્વારિકા નગરી કુરુક્ષેત્રના યુદ્ધ પછી જાણે મૃત્યુની પછેડી ઓઢીને ભેંકાર થઈ ગઈ હતી. એવું એક પણ ઘર નહોતું, જ્યાં કુરુક્ષેત્રના યુદ્ધમાં કોઈ મૃત્યુ ના પામ્યું હોય. મોતનું તાંડવ દ્વારિકાને માથે પણ ખેલાઈ ચૂક્યું હતું.

કૃષ્ણ પોતે પણ થોડા શાંત અને થોડા વૈરાગી થઈ ગયા હતા એ પછી!

જેનું જીવન આખું અસ્તિત્વનો ઉત્સવ હતો, જે પૂર્ણ રીતે ખીલીને બીજાને પણ ખીલવવામાં માનતી હોય એવી વ્યક્તિ જ્યારે સંકોચાઈ જાય, ત્યારે એના પડઘા ચારે તરફ પડે એ સ્વાભાવિક છે.

મૃત્યુના ભેંકાર પડછાયામાં જીવતા એ યાદવો ઉત્સવ અને ઉજાણી તો જાણે ભૂલી જ ગયા હતા, ઘણા સમયથી.

છેલ્લાં કેટલાંય વર્ષોથી ધામધૂમથી ઊજવાતી જન્માષ્ટમી દ્વારિકાએ જોઈ નહોતી.

આજે, શ્રીકૃષ્ણ સ્વયં ઘરે ઘરે જઈને ઉજાણીનું નિમંત્રણ આપી આવ્યા હતા. યાદવકુળના એકેએક પુરુષને, એ વૃદ્ધ હોય, પ્રૌઢ હોય કે યુવાન... પ્રભાસક્ષેત્રમાં ઉજાણીએ જવાનું હાર્દિક નિમંત્રણ હતું.

યાદવો ઘેલા થઈ ગયા હતા.

યાદવ સ્ત્રીઓએ હતાં એટલાં બધાં જ આભૂષણો પહેરી લીધાં હતાં.

યાદવ બાળકો ઉત્સાહમાં નાચતા હતા, યાદવ પુરુષો પણ કેટલાય

સમયે આવેલી આ આનંદની પળોને પૂરેપૂરી માણવા માટે તલપાપડ થઈ રહ્યા હતા...

કૃષ્ણએ પોતાના ઝરૂખામાંથી આ દૃશ્ય જોયું.

એક ઊંડો નિઃશ્વાસ નાંખ્યો.

શું પોતે યોગ્ય કરી રહ્યા હતા? એમના મનમાં સવાલ ઊઠ્યો.

સતત નિર્વિવાદ સત્ય સાથે જીવેલા આ મહામાનવને પહેલીવાર પોતાના નિર્ણય અંગે, પોતાના વર્તન અંગે શંકા જાગી ઊઠી...

આટઆટલા લોકો ફક્ત પોતાના વિશ્વાસે, ફક્ત પોતાના શબ્દના વિશ્વાસે આજે એમની સાથે જઈ રહ્યા હતા અને એમાંથી કોઈ પાછું નહોતું આવવાનું!

શું આપ્યું હતું કુરુક્ષેત્રે?

કુરુક્ષેત્રના યુદ્ધનો વિજય શું સાચે જ વિજય હતો?

શું સાચે જ વિજયનું સુખ માણી શક્યું હતું કોઈ?

શું ધર્મનો સાચે જ જય થયો હતો?

પોતાનું કર્તવ્ય શું પૂરું થયું હતું?

વિજયી થયેલા પાંડવોએ શું મેળવ્યું હતું? પુત્રોનું મૃત્યુ? મોતના ઓછાયામાં શ્વાસ લેતાં શરીરો?

શું આ બીજું કુરુક્ષેત્ર નહોતું? શું સાચે જ આનાથી અધર્મનો ક્ષય થવાનો હતો?

મહાસંહારના આ બીજા ચરણમાં પ્રવેશતા પહેલાં કૃષ્ણના મનમાં કેટલાય સવાલો અને કેટલીય શંકાઓ જાગી. એમણે વારંવાર જાત સાથે આ વિશે મનોમંથન કર્યું જ હતું. આ ક્ષણ દૃષ્ટિ સામે નહોતી, ત્યાં સુધી કદાચ આટલી ભયાનક નહોતી ભાસી, એમને. પરંતુ આજે એ પળ જ્યારે દૃષ્ટિ સામે આવીને ઊભી હતી, આંખોમાં આંખો નાંખીને સત્યાસત્ય, યોગ્યાયોગ્યના પ્રશ્નો પૂછી રહી હતી ત્યારે અર્જુનનો એ સારથિ પણ એકવાર અંદરથી ધ્રૂજી ગયો...

"ચાલો, હું તૈયાર છું." સત્યભામાનો અવાજ હતો એ.

અંદરથી બહાર આવતાં એણે જ કૃષ્ણને સંબોધીને કહ્યું હતું - "ચાલો, હું તૈયાર છું."

સુંદર કાચની પૂતળી જેવી સહેજ ઘઉંવર્ણી સત્યા - સત્યભામા અત્યંત સુંદર, શૃંગારરસિક હતી...

કૃષ્ણ પળભર એને જોઈ રહ્યા. લાંબા વાળનો ગૂંથીને લીધેલો અંબોડો, અંબોડામાં ગૂંથેલાં શ્વેત સુગંધી ફૂલો, કાનમાં, સુંદર કર્ણફૂલ અને કર્ણફૂલના જેવાં જ ફૂલો ગૂંથીને બનાવ્યો હોય એવો માણેકમોતીનો હાર... હારની નીચે માખણમાં સહેજ કાજળ ઉમેરીને ઘૂંટ્યું હોય એવી શ્યામ, લીસી ચળકતી ત્વચા...

સ્તનોનો ઢોળાવ, શ્વેત રેશમી કંચૂકી... શ્વેત ઉત્તરીય અને શ્વેત વસ્ત્રોમાં સત્યભામા અદ્ભુત લાગતી હતી. જાણે નીલ-યમુનામાં ખીલેલું કમળ...

કૃષ્ણની આંખોમાં મૃદુતા ઊતરી આવી...

હસતી સત્યભામાની દંતપંક્તિ એના ગળાની મોતીની લાંબી સેરની જેમ એકસરખી પરોવાયેલી હતી...

"આ હાસ્ય ફરી ક્યારેય જોવા નહીં મળે?" પળભર માટે મોહ થઈ ગયો કૃષ્ણને...

એમણે સત્યભામાને નિકટ ખેંચી.

"શું કરો છો, પ્રભુ?" સત્યભામા શરમાઈ, પણ ખેંચાઈ આવી - જરાય વિરોધ વગર!

કૃષ્ણની આ આસક્તિ, આ મોહ સત્યભામાને ગમતો. કૃષ્ણ એનામાં જ બંધાયેલા રહે, બીજા કોઈ વિશે વિચાર સુધ્ધાં ન કરે, એવો પ્રયાસ સત્યા હંમેશા કરતી.

ઉદાત્ત રુક્મિણી સત્યાના આ બાલિશ પ્રયત્નોને ગણકારતી નહીં, હસી કાઢતી... પરંતુ, સત્યભામાને કૃષ્ણની બીજી તમામ રાણીઓ અણગમતી હતી.

કૃષ્ણને જાણતી હોવાને કારણે સત્યા મોઢે કશું ન કહેતી, પરંતુ જે રાત્રિ કૃષ્ણ એને મહેલે ન ગાળવાના ન હોય એ આખી રાત સત્યભામા જાગીને ગાળતી.

રેશમી પલંગ પર પડી પડી, કલ્પનાઓ કરતી, અકળાતી અને આવનારા દિવસોમાં કોઈક ને કોઈક રીતે કૃષ્ણ સાથે રિસાતી. કૃષ્ણ મનાવે, લાડ કરે, એટલે માની પણ જતી.

ઘણાં વર્ષોનો આ ક્રમ હવે કૃષ્ણને પણ કોઠે પડી ગયો હતો. આમેય સત્યભામા ખૂબ નાની હતી અને સૌ એને બાળક જ ગણતાં...

સત્યભામાને તૈયાર થયેલી જોઈને કૃષ્ણ નવાઈ પામી ગયા...

"તમે?" કૃષ્ણએ પૂછ્યું.

"હાસ્તો, મારા વિના કંઈ તમને ગોઠશે? ઉત્સવમાં તમારી સાથે સત્યા ના હોય તો ઉત્સવ નીરસ બની જાય છે, ખરું ને પ્રભુ?" સત્યાએ ફરી એકવાર દંતપંક્તિ ચમકાવી.

એની આંખોમાં બાળસુલભ આશ્ચર્ય, કુતૂહલ અને ઉત્સાહ હતાં...

કૃષ્ણે એને નજીક ખેંચી, ફરી વખત. આ વખતે હળવા વિરોધના પ્રયાસ સાથે સત્યા નિકટ ખેંચાઈ આવી. એણે એક હાથ કૃષ્ણની છાતી પર મૂક્યો અને બીજા હાથે એમના બાજુબંધ સાથે રમત કરવા માંડી... એની આંખો કૃષ્ણને જોતી હતી... લગભગ અડધો હાથ ઊંચા કૃષ્ણની છાતી પર સત્યાનું માથું જાણે બંધબેસતું હતું.

કૃષ્ણએ એની પીઠ પસવારવા માંડી... ગુલાબની પાંદડીઓ જેવી યુવાન સુંદર અને શ્યામલ રંગની એ પીઠ કોણ જાણે કેમ આજે કૃષ્ણના સ્પર્શમાં કંઈક જુદુ જ અનુભવી રહી હતી...

આ પ્રેમીનો સ્પર્શ નહોતો... આ તો એક પ્રગલ્ભ પુરુષનો, પિતા સરખો સ્પર્શ હતો.

કૃષ્ણએ એનું માથું સૂંઘ્યું.

અંબોડામાં ગૂંથાયેલા મોગરા અને વાળમાં કરાયેલા ચંદન-ધૂપની સુગંધ કૃષ્ણના મનોમસ્તિષ્ક સુધી પહોંચી ગઈ. એમણે એક ઊંડો શ્વાસ લીધો અને એક અક્ષર બોલ્યા વિના સત્યાને સહેજ દૂર કરી...

સત્યા નવાઈ ભરેલી આંખે કૃષ્ણની સામે જોઈ રહી.

"શું હતું આ સ્પર્શમાં? પીડા? વૈરાગ્ય? વેદના? કે... " સત્યા મનોમન

ગૂંચવાવા લાગી. એના સ્વામી જેને રિઝવવા માટે એણે આ સઘળો શૃંગાર કર્યો હતો, એની તો દૃષ્ટિએય નહોતી પડી...

આમેય કુરુક્ષેત્રના યુદ્ધ પછી કૃષ્ણની મનોદશા બદલાતી રહેતી. ક્યારેક ખૂબ ગ્લાનિમાં ડૂબેલા રહેતા અને એકાંત ઈચ્છતા... તો ક્યારેક એકલા ન પડી જાય એટલે સત્યાને જગાડતા, ક્યારેક આખી રાત પોતાની સાથે... એક શબ્દ પણ બોલ્યા વિના ચૂપચાપ આખી રાત છતને તાકતા પડી રહેતા, તો ક્યારેક સમુદ્રને એકીટશે નિહાળતા રાતભર મહેલના ગવાક્ષમાં કાઢી નાખતા...

ક્યારેક અકારણ આંખો ભરાઈ આવતી એમની, તો ક્યારેક મૌન દિવસો સુધી લંબાઈ જતું...

એવું નહોતું કે સત્યાએ નહોતું જોયું આ બધું. એ પણ કૃષ્ણને સતત આમાંથી બહાર કાઢવાનો પ્રયત્ન કરતી...

ક્યારેક શરીરથી, તો ક્યારેક સંવેદનાથી...

સત્યા માટે કૃષ્ણમાં થઈ રહેલો આ ફેરફાર અઘરો હતો... સ્વીકારવો અને સમજવો બંને.

સત્યાએ હંમેશાં કૃષ્ણને એક પ્રેમી તરીકે જોયા હતા. એક અદ્ભુત પ્રેમી, જે સતત એના સુખનો વિચાર કરતા, એને આનંદમાં રાખતા, એના હૃદયમાં ઈચ્છા ઊગે એ પહેલાં પૂરી કરવી સહજ હતી, કૃષ્ણ માટે!

સત્યા કૃષ્ણના પ્રેમમાં રમમાણ હતી, ગળાડૂબ. એને માટે કૃષ્ણનું આ નવું સ્વરૂપ સાવ અજાણ્યું હતું...

વળી, આવા સમયે સત્યા બહુ બાલિશ થઈ જતી. જેમ કૃષ્ણ વધુ ઊંડા ઊતરે એમ સત્યા એમને ખેંચી કાઢવા અથાગ પ્રયત્નો કરતી... ક્યારેક આ પરિસ્થિતિ નિવારવા કૃષ્ણ રુક્મિણીના મહેલે ચાલી જતા... પ્રૌઢા, પ્રગલ્ભા રુક્મિણી કૃષ્ણના મનને સમજતી, એટલે બને ત્યાં સુધી એમના એકાંતને, એમના મૌનને અખંડ રાખતી...

આ પરિસ્થિતિ વધુ અનુકૂળ બનતાં સમય સાથે કૃષ્ણએ વધુ ને વધુ રાત્રિઓ રુક્મિણીના મહેલે ગાળવા માંડી હતી. સત્યા માટે આ પરિસ્થિતિ અસહ્ય, અસ્વીકાર્ય હતી... પહેલાં આવા પ્રસંગોએ રિસાતી, ચિડાતી સત્યાને કૃષ્ણ કલાકો સુધી મનાવતા, લાડ કરતા, અનુનય કરતા... પરંતુ હવે, એવું નહોતું થતું... રુક્મિણીના મહેલે રાત ગાળીને આવેલા કૃષ્ણ સાથે રિસાયેલી સત્યા એ પછીની આખી રાત પલંગમાં મો છુપાવીને પડી રહે

અને કૃષ્ણ ગવાક્ષમાં બેસીને રાત ગાળે, પ્હો ફાટતાં સમુદ્રકિનારે ચાલી જાય, આવું એકથી વધારે વાર બન્યું હતું. સત્યા માટે કૃષ્ણ દ્વારા ઉપેક્ષા મૃત્યુથી પણ વધુ દુષ્કર હતી...

"મહારાણી, પ્રભાસક્ષેત્રમાં ઉજાણી છે" મનોરમા ખબર લાવી હતી આ.

મનોરમા સત્યાની પ્રિય દાસી હતી. રુક્મિણીના મહેલે કે રાજ્યસભામાં બનનારી ઘટનાઓના સમાચાર, આંખે દેખી વિગતો મનોરમા લઈ આવતી... આજ સુધી એણે આપેલા કોઈ સમાચાર ખોટા નહોતા પડ્યા...છતાં, આજે કોણ જાણે કેમ સત્યાને વિશ્વાસ ન પડ્યો...

"સાચું કહે છે?" સત્યાએ ફરી પૂછ્યું.

"તમારા ચરણની સોગંદ... પ્રભુ શ્રીકૃષ્ણએ જાતે ઘેર ઘેર જઈને નિમંત્રણ પાઠવ્યાં છે... કાલે સવારે દિવસના ત્રીજા પ્રહરે સૌ નીકળવાના છે... અહીં, મહેલના પ્રાંગણમાંથી જ..." મનોરમાએ પૂર્તિ કરી...

સત્યાએ એને ખભેથી પકડી લીધી અને ગોળ ગોળ ફરવા માંડ્યું.

સત્યભામાને લાગ્યું કે મનોરમા જે સમાચાર લાવી હતી એનાથી એનો મહાલય ઝળહળી ઊઠ્યો હતો. એના બત્રીસ કોઠે દીવા થઈ ગયા હતા. એનું રોમ રોમ આનંદથી નાચી ઊઠ્યું હતું...

"મનુ, મનુ... હું તારા ખોબા મોતીઓથી ભરી દઈશ... રેશમી ઉત્તરીય ઓઢાડીશ તને... મારાં સુવર્ણકંકણ તને આપી દઈશ... તને ખબર નથી તું કેટલા શ્રેષ્ઠ સમાચાર લાવી છે. શુભ દિવસો પાછા ફરી રહ્યા છે. મારા પ્રભુ, મારા જીવનઆધાર, મારા પ્રાણ, મારા પ્રિયતમનું હૃદય એમને ઘેરી વળેલા શોકમાંથી મુક્ત થઈ રહ્યું છે... એ પાછા ફરશે મનુ, એ હવે જરૂર પાછા ફરશે..."

આનંદથી ઘેલી થઈ ગયેલી સત્યભામાએ આખી વાત સાંભળી જ નહીં. મનોરમા કહેવા માગતી હતી કે ઉજાણી ફક્ત યાદવપુરુષો માટે છે... પરંતુ, સત્યભામાએ આનંદના અતિરેકમાં એને પૂરું બોલવા જ ન દીધી અને પોતાની રાણીને આટલી આનંદમાં આવેલી જોઈને મનોરમાને પણ એ સમયે ચૂપ રહેવું જ ઉચિત લાગ્યું...

ત્રિવેણીસંગમના કિનારે...

કૃષ્ણ ચૂપ હતા.

કૃષ્ણની આંખો બંધ હતી, હજીયે...

એમની બંધ આંખો સામે ઉપાલંભથી જોતી, આંખોમાં અનેક ફરિયાદો સાથે વેદનાનાં ઝળઝળિયાં લઈને જોતી સત્યભામાની આંખો તરી આવી...

કૃષ્ણએ જ્યારે એને સમજાવ્યું કે આ ઉજાણીમાં ફક્ત યાદવપુરુષો જ જવાના છે ત્યારે સત્યા માટે એ વાત અસ્વીકાર્ય જ નહીં, અસહ્ય પણ હતી...

આજન્મ પ્રેમિકા બનીને જીવવા માટે જન્મેલી સત્યભામા ક્યારેય વાસ્તવિકતાની ભૂમિ પર પગ ન માંડતી. સતત સ્વપ્નો અને અવનવા મનોજગતમાં રાચતી સત્યભામા કૃષ્ણની આ વાત કોઈ કાળે માની શકે એમ નહોતી! કૃષ્ણ પોતાના વિના સુખી થઈ શકે એ વાત જ સત્યભામા માટે અસત્ય હતી... અસહ્ય હતી.

કારણ કે, એણે સુખની વ્યાખ્યા શ્રીકૃષ્ણથી શરૂ કરીને શ્રીકૃષ્ણ પર પૂરી કરી હતી! પોતાના મનોવ્યાપારોને અન્યમાં રોપવા એનું જ નામ પ્રેમ હશે, કદાચ!

સામેની વ્યક્તિને દર્પણ તરીકે જોવી એ પ્રેમનો સ્વભાવ છે... સામેની વ્યક્તિ કંઈ પણ કહે, પ્રેમી મન એ જ સાંભળે છે, અને એ જ સમજે છે જે એને સ્વીકાર્ય છે... અથવા જે એને અપેક્ષિત છે...

કૃષ્ણએ જો સત્યભામાને કહ્યું હોત, ભૂલથીયે, કે આ અંતિમ પ્રયાણ છે, અંતિમ પ્રવાસ છે તો સત્યભામાના પ્રાણ કદાચ ત્યાં જ નીકળી ગયા હોત... કૃષ્ણમય જીવતી સત્યભામા કૃષ્ણ વગરના જીવનની કલ્પના માત્રથી મૃત્યુ પામી શકે એટલી કોમળ હતી...

પરંતુ, કૃષ્ણ માટે કર્મ અંતિમ સત્ય હતું... અને સત્યભામાના ભાવિમાં હજી મુક્તિ નહોતી લખી... વિધાતાએ...

એનાં કર્મો, એને હજીયે દ્વારિકા સાથે બાંધી રહ્યાં હતાં અને એ કર્મો પૂર્ણ થયા વિના સત્યભામાનો મોક્ષ શક્ય નહોતો...

કૃષ્ણએ એને નિકટ ખેંચી... એનું માથું સૂંઘ્યું...

"પ્રિયા, ચારુશીલા... અમે ફક્ત પુરુષો જઈ રહ્યા છીએ ઉજાણીએ..."

"કેમ? સ્ત્રીઓએ શું દોષ કર્યો?"

"દોષ નથી કર્યો, એટલે તો સ્ત્રીઓ નહીં આવી શકે ઉજાણીએ..."

"સમજી નહીં સ્વામી..."

"તમે મારી સાથે નહીં હોઈને પણ મારી સાથે જ હશો... હું તમને મારી સાથે જ લઈ જઈ રહ્યો છું..."

"સ્વામી!"

"તમે મારાં પત્ની છો... તમારો એક અંશ મારા આત્મામાં સમાયેલો છે, નહીં કે?"

"બસ, શબ્દો! શબ્દોની માયાજાળ..."

"પ્રિયે, જો તમને લઈ જઈ શકતો હોત તો જરૂર લઈ જાત..."

"તમને કોણ રોકે છે?"

"મને? મને કોણ રોકવાનું? પરંતુ સમય નથી થયો હજી..."

"સમય?" સત્યભામાને કંઈ સમજાયું નહીં. "શેનો સમય? કયો સમય..."

"યોગ્ય સમય... પ્રિયા, દરેક વાતનો એક સમય હોય છે, અને આજનો સમય મારી સાથે જવાનો સમય નથી... તમારે હજી અહીં જ રહેવાનું છે..."

સત્યભામાએ કોણ જાણે કેમ આજે જીદ ન પકડી... એને સ્મરણમાં આવી ગઈ, ક્યારેક કૃષ્ણએ કહેલી વાત...

"યો માં પશ્યતિ સર્વત્ર સર્વં ચ મયિ પશ્યતિ ।
તસ્યાહં ન પ્રણશ્યામિ સ ચ મે ન પ્રણશ્યતિ ॥

જે મને બધે જુએ છે, અને મારામાં બધું જુએ છે તેને માટે હું કદી દૂર નથી અને તે મારાથી કદી દૂર નથી.

દેવી! તમે સતત સર્વત્ર મારી સાથે જ છો..." કૃષ્ણની આંખોમાં અપાર કરુણા હતી...અને, આ અદ્‌ભુત સ્ત્રીથી છૂટા પડવાનું દુઃખ પણ, કદાચ!

કૃષ્ણના મનમાં અચાનક જ એક ટીસ ઊઠી... સત્યાને અંતિમ ક્ષણે પણ કહી ન શકાયું, સત્ય!

જો કહ્યું હોત તો કદાચ, તો સત્યા મુક્તિની દિશામાં વધુ સ્વસ્થતાથી પગરણ માંડી શકી હોત...

હવે તો, કૃષ્ણ માટેના ઉપાલંભો અને વેદના જ નહીં જંપવા દે એને!

અર્જુનને કુરુક્ષેત્રમાં 'નિમિત માત્ર' કહીને મૃત્યુનું સહજ રહસ્ય સમજાવનાર આજે પોતે જ એક અજબ મૂંઝવણમાં બંધ આંખે પીડાગ્રસ્ત થઈને બેઠા હતા.

સત્યભામાની આંખો ઉપાલંભથી કૃષ્ણ સામે જોઈ રહી હતી...

સત્યભામાના મહેલે ગાળેલી શ્રૃંગારપૂર્ણ રાત્રિઓ... સત્યભામાનાં એ તપ્ત, શ્યામ અંગોનો સ્પર્શ કોણ જાણે કેમ ખૂબ ઠંડક આપનારો હતો...

પોતાના મન અને તન સાથે શ્રીકૃષ્ણને સમર્પિત હતી સત્યા!

અને છતાં, પોતે છળ કર્યું હતું એની સાથે...

"યં યં વાપિ સ્મરન્ભાવં ત્યજત્યન્તે કલેવરમ્ ।
તં તમેવૈતિ કૌન્તેય સદા તદ્‌ભાવ ભાવિતઃ ॥

જે ભાવનું સ્મરણ કરતો મનુષ્યદેહ ત્યાગે એ જ ભાવને નિઃસંદેહ બીજા અવતારમાં પામે છે..."

મેં જ કહ્યું હતું આ, અને હવે હું જ?!

કૃષ્ણ મૂંઝવણમાં પડ્યા હતા...

સત્યાને કોણ કહેશે કે એને મનાવનારો, લાડ કરનારો, એનો પ્રિયતમ... હવે...

શું કામ કહેવું જોઈને? જો સત્યાનો આત્મા સાચે જ પોતાની સાથે જોડાયેલો હશે તો એ આપમેળે જાણી લેશે. એની અંદર ખાલી પડેલી એ જગ્યા જ એને પોતાની ગેરહાજરી જણાવી દેશે.

સત્યા જીવી શકશે, પોતાના વિના?

આ વિચાર સાથે કૃષ્ણના ચહેરા પર સ્મિત આવી ગયું.

કદાચ ન જીવી શકે, તરફડે.. પળેપળ મૃત્યુનો અનુભવ કરે તો પણ શું પોતે પાછા ફરવાના હતા?

તો પછી? શું અર્થ હતો આ વિચારનો...

મોહ નહોતો આ?

ક્યાંક ઊંડે ઊંડે પોતે એવું ઇચ્છતા હતા કે પોતાના ગયા પછી કોઈ... ખાસ કરીને એમના જીવનમાં આવેલી સ્ત્રીઓ એમના ન હોવાની પીડાનો પળેપળ અનુભવ કરે?

શું પોતે પણ, એક સામાન્ય માનવ, પુરુષની જેમ વિચારી રહ્યા હતા?

ચોંકી ગયા કૃષ્ણ!

પ્રયાણના સમયે આ બધા વિચારો શું સૂચવતા હતા?

માનવસહજ લાગણીનાં બંધનો એટલાં તો મજબૂત હોય છે કે સ્વયં દૈવ પણ એમાંથી મુક્ત રહી શકતું નથી, અને આ વાત આજે પીપળાના વૃક્ષ નીચે સૂતેલા કૃષ્ણ પ્રત્યક્ષ અનુભવી રહ્યા હતા.

આ બાર મહિના અર્જુન સાથે ગાળવાનો સમય હતો દ્રૌપદીનો...

રાતનો સમય હતો, ઇન્દ્રપ્રસ્થ આખુંય ગાઢ નિદ્રામાં પોઢ્યું હતું. મહાલયોના ઝીણા ઝીણા દીવા હવાની જ્યોત સાથે થથરતા હતા...

અર્જુનની આંખ અચાનક ઊઘડી તો એણે જોયું કે દ્રૌપદી ગવાક્ષમાં ઊભી છે... એના લાંબા, કાળા સુંવાળા વાળ આછા ઉજાસમાં ચળકી રહ્યા છે... પ્રૌઢા થયા છતાં, સુંદર એકવડો બાંધો અને એ શ્યામ વર્ણ હજીય અર્જુનને એટલો જ મોહક લાગતો, જેટલો પહેલી વાર દ્રુપદને ત્યાં સ્વયંવરમાં નિહાળીને લાગ્યો હતો...

અર્જુન ગવાક્ષમાં આવીને ઊભા રહ્યા... એમના પદચાપથી ચોંકીને દ્રૌપદીએ પાછળ જોયું...

એની અગ્નિશિખા જેવી આંખોમાં આજે અજબ ભીનાશ હતી... વરસાદનાં

ઘેરાયેલાં વાદળો જેવી ભીનાશ...

"નિદ્રા નથી આવતી યાજ્ઞસેની?"

"નિદ્રા? નિદ્રા તો કેટલાંય વર્ષોથી ઊડી ગઈ છે મારી, હવે તો ચિરનિદ્રાની પ્રતીક્ષા છે."

"સૌને." અર્જુને નિઃશ્વાસ નાંખ્યો...

"પાર્થ, મારું હૃદય બેસી જાય છે... કોણ જાણે, કયા સંશયે મારા હાથ-પગ ઢીલા થઈ ગયા છે. મારી જીભ થથરે છે, મને પરસેવો વળે છે..." દ્રૌપદીએ અર્જુનની સામે અજબ ભયાર્ત દૃષ્ટિએ જોયું...

ખૂબ માર્દવથી પાંચાલીને નિકટ ખેંચી અર્જુને.

"આવું તો કુરુક્ષેત્રના યુદ્ધ પછી અવારનવાર થયા કરે છે... ભય લાગે છે સૂર્યોદયનો... ભય લાગે છે એ શંખનાદ અને દુંદુભિનો... ભય લાગે છે એ ત્રાડ પાડીને ધસતાં ટોળાંઓનો... ભય લાગે છે ભોજનની આશામાં ચકરાવા મારતાં ગીધડાંઓનો... ભય લાગે છે આ કાળરાત્રિના લાળ પાડતા શિયાળવાંઓનો... મને સ્વયંનો ભય લાગે છે દ્રૌપદી...ભય લાગે છે કે સૂર્યોદય થશે અને ફરી ગાંડીવ હાથમાં લેવું પડશે, ફરી, ફરી મારા પોતાનાઓનો સંહાર કરવો પડશે, ફરી ફરી એ મૃત્યુ પામતા સ્વજનોની ચીસો સાંભળીને હૃદય બેસી જશે...ફરી, એ જ દિવસો એ જ રીતે આવીને દૃષ્ટિ સામે ઊભા રહેશે... મને પણ ભય લાગે છે, મારું પણ હૃદય બેસી જાય છે, એ વિચારમાત્રથી..."

"આ ભય, એ ભય નથી પાર્થ!"

"તો? વાત શું છે યાજ્ઞસેની?"

"પાર્થ..." સહેજ અચકાઈ દ્રૌપદી, પછી કોઈ નિર્ણય કરતી હોય એમ અર્જુન સામે જોઈ રહી.

"પાર્થ, મારે સખા પાસે જવું છે. હમણાં... અત્યારે જ..."

અર્જુન દ્રૌપદીની આંખોમાં જોઈ રહ્યા. એ તેજશિખા જેવી અગ્નિકુંડમાં ઝબોળાઈને નીકળેલી આંખો આજે ડૂબી રહી હતી... કોઈ ભયથી, કોઈ આતંકથી કે આવનારી ક્ષણના કોઈ એવા એંધાણથી, જે માત્ર દ્રૌપદીના હૃદયને મળ્યા હતા.

અર્જુને દ્રૌપદીના ખભે હાથ મૂક્યો. "કેમ પ્રિયે? કેમ અચાનક?"

"નથી જાણતી, નથી જાણતી કેમ... પરંતુ અત્યારે આ ક્ષણે મને એમ લાગે છે કે મારે સખા પાસે જવું છે... મારું મન અતિશય ચંચળ થઈ રહ્યું છે. હૃદય કોઈ આવનારી ક્ષણની આશંકાથી ફફડી રહ્યું છે. ફાલ્ગુનિ, મને ક્યારનું એમ લાગે છે કે સખા મને સાદ થઈ રહ્યા છે... આ ખંડમાં એમનો અવાજ ઘુમરાઈ... ઘુમરાઈને... પછડાઈ રહ્યો છે, અથડાઈ રહ્યો છે..."

મુઠ્ઠી ભરી દ્રૌપદીએ. જાણે હવામાંથી કશું પકડતી હોય... "જુઓ" એણે અર્જુન સામે મુઠ્ઠી ખોલી નાખી.

ખાલી હતો એનો હાથ... અર્જુને એની આંખોમાં જોયું. એક અજબ ઘેલછા, એક અજબ ભ્રમિત અવસ્થાનાં લક્ષણો હતાં એની આંખોમાં...

"આ રહ્યો સખાનો અવાજ, મારી મુઠ્ઠીમાં... સવારથી પકડવાનો પ્રયત્ન કરું છું, કંઈ પકડાતું નથી. ખબર નહીં, શું કહેવા માગે છે, સખા... પરંતુ એમને જરૂર છે પાર્થ, એ મને બોલાવી રહ્યા છે... રથ તૈયાર કરો... મારે હમણાં જ દ્વારિકા જવું છે..."

"પરંતુ પ્રિયે, એ અત્યારે દ્વારિકામાં છે કે બીજે ક્યાંય..."

એની વાત વચ્ચે જ કાપી નાખી દ્રૌપદીએ...

"એ દ્વારિકામાં જ છે, મને દ્વારિકાના મહેલના ગવાક્ષમાં ઊભેલા સખાની ભીની આંખો દેખાય છે. મને સમુદ્રનાં મોજાંનો પછડાટ સંભળાય છે, મને દ્વારિકા લઈ જાવ. મોડું થઈ જાય એ પહેલાં મને લઈ જાવ, પાર્થ..."

"પ્રિયે, સમજી નથી શકતો તમારી પીડા, પણ અનુભવી શકું છું... આપણે સૂર્યોદય થતાં જ..."

"સૂર્યોદય? સૂર્યોદય થતાં સુધી તો..."

"શા માટે અમંગળ કલ્પનાઓ કરો છો, યાજ્ઞસેની. સ્વયં ઈશ્વર છે એ... કેટલાય પ્રાણો એના આધારે છે. એમને શું થવાનું છે?"

"ઈશ્વર? મેં નથી જોયા એમને ઈશ્વરસ્વરૂપે... મારે માટે તો એ મનુષ્ય છે. આપણા સહુથી વેંત ઊંચા... પરંતુ મનુષ્ય... પાર્થ, એમની આંખોમાં મેં એ બધું જ જોયું છે, જે કોઈ પણ એક શ્વાસ લેતા મનુષ્યની આંખોમાં હોઈ શકે, સંભવી શકે... પાર્થ, એમની આસપાસ જીવતા વામણા લોકોએ એમને ઈશ્વરનો દરજ્જો આપી દીધો છે. બાકી એ..."

અર્જુને લગભગ અવિશ્વાસથી દ્રૌપદીની આંખોમાં જોયું. "આ તમે કહો

છો, યાજ્ઞસેની, તમે? જેમણે એમના સૌથી વધારે ચમત્કારો જોયા છે... જેમણે સૌથી વધુ અનુભવી છે એમની દિવ્યતા... જેમણે એમની સૌથી વધુ નિકટ રહીને, સૌથી વધુ સંવેદ્યા છે એમને..."

"હા, હું કહું છું, અને મારાથી વધુ આ કોણ કહી શકે? તમે જેને ચમત્કાર કહો છો, એ મારે માટે એક શક્તિ છે, સામેની વ્યક્તિ સુધી પહોંચવાની એક અદમ્ય ઇચ્છા, એક અપૂર્વ તાકાત જે એમને સામાન્યમાંથી અસામાન્ય બનાવે છે..."

"અને... નવસો ને નવ્વાણું ચીર... જે એમણે પૂર્યાં..."

"એ પ્રેમ હતો એમનો..." દ્રૌપદીની આંખોમાં એક અજબ સાદગી, એક અજબ ઊંડાણ હતું. અત્યારે એ ઊંડાણમાં કશુંક સાવ તરલ હતું... દ્રૌપદી જે સરળતાથી પોતાની વાત કહી રહી હતી, એ જોતાં પાર્થને એ માનવાની ઇચ્છા થઈ ગઈ. દ્રૌપદીએ ઉમેર્યું... "માત્ર વિચાર કરો પાર્થ, કે જો એ દેવ હોત, ચમત્કારો કરી શકતા હોત, તો એ મને અંતઃપુરમાંથી રાજ્યસભા સુધી આવવા દેત? દુઃશાસનનો સ્પર્શ પણ થવા દેત આ શરીર પર? અરે, વસ્ત્રને હાથ લગાડતા પહેલા જ એ સળગી ના ગયો હોત, જો સાચે જ સખા ચમત્કારો કરી શકતા હોત તો... અરે ત્યાં સુધી પણ જવાની જરૂર નથી પાર્થ... એ તમને હારવા દેત દ્યુતમાં?"

દ્રૌપદી અવિરત બોલી રહી હતી, એના અસ્ખલિત વાણીપ્રવાહમાં વહી રહેલો અર્જુન લગભગ મુગ્ધભાવે એને સાંભળી રહ્યો હતો. "એમની પાસે એક અત્યંત સ્વચ્છ મન છે, આપણા સહુના મનથી સ્વચ્છ! માનસરોવરના જળ જેવું... જેમાં આકાશનું પ્રતિબિંબ દેખાય છે અને એટલે જળ ભૂરું લાગે છે, તમને જે ચમત્કારો લાગે છે, એ એમના સ્વચ્છ મનની સ્ફટિક જેવી નિર્મળતા છે..."

"યાજ્ઞસેની, તમે પરિસ્થિતિઓ અને વ્યક્તિઓને કેટલી સ્પષ્ટતાથી જોઈ શકો છો!.. અને, એટલી જ સ્પષ્ટતાથી વર્ણવી પણ શકો છો.."

"સખાની અસર છે... હું જે કંઈ છું, તે માત્ર એમની પાસે મેળવેલા પ્રેમને લીધે છું..."

"માત્ર?" અર્જુનના અવાજમાં સહેજ બરછટતા આવી ગઈ... "એમની પાસેથી મેળવેલો પ્રેમ? તો અમે સહુ? અમે સહુ કોણ છીએ યાજ્ઞસેની? એ પતિઓ જે રાજ્યસભામાં તમારું રક્ષણ ન કરી શક્યા... જેમણે તમને બાર વર્ષ વનવાસ આપ્યો..." દૃષ્ટિ નીચી કરી નાખી અર્જુને!

"ઈન્દ્રપ્રસ્થ પણ તમે જ આપ્યું છે ને?" દ્રૌપદીના અવાજમાં અજબ કોમળતા આવી ગઈ... અજબ મમતાથી દ્રૌપદીએ અર્જુનના બંને ખભે હાથ મૂક્યા... "સખાની ઈર્ષ્યા આવે છે?" એણે અર્જુનની આંખોમાં આંખો નાંખી...

આટલી બધી કોમળતા, મમતા અને માર્દવ હોવા છતાં, અર્જુનને પ્રશ્ન સોંસરો ઊતરી ગયો. ખૂબ સાચવીને, સહેજ પણ તિરાડ ન પડે એવી રીતે પુછાયો હોવા છતાં એ પ્રશ્નએ અર્જુનનો ચહેરો બદલી નાખ્યો.

"મને? મને સખાની ઈર્ષ્યા આવે? શું વાત કરો છો, યાજ્ઞસેની? એ તો મારા પ્રાણ છે, હું શ્વાસ લઉં છું, કારણ કે એ છે. હું ભોજન આરોગું છું, કારણ કે એ છે. મારું જીવન ટકી રહ્યું છે, કારણ કે એ છે. હું એમનાથી જુદો નથી. એમનું જ પ્રતિબિંબ છું. એમનો એક અંશ માત્ર..." દ્રૌપદીએ અર્જુનની આંખોમાં જોયું. એ સત્ય બોલતો હતો...

"તો પછી? આ... આ પ્રશ્ન કેમ પૂછ્યો? તમે નથી જાણતા? તમે નથી જાણતા કે આપણા સહુનું જીવન ફક્ત સખાને કારણે જ સંભવ્યું છે?"

"યાજ્ઞસેની, પ્રિયે, જાણું છું કે આપણું જીવન શ્રીકૃષ્ણને કારણે જ સંભવ્યું છે. કુરુક્ષેત્રમાં જો એ આપણા પક્ષે ન રહ્યા હોત તો કદાચ... જાણું છું! તમને, અને સખાને... પરંતુ તમારી એમને માટેની આસક્તિ જોઈને ક્યારેક વિચલિત થઈ જાઉં છું. અમસ્તોય, હું તમને મારા ચાર ભાઈઓ સાથે વહેંચું છું... એ પછી..."

"આસક્તિ? ભક્તિ અને આસક્તિનો ફરક તમને નહીં સમજાય, તો કોને સમજાશે પાર્થ...ગીતા તમને સંબોધીને કહેવાઈ હતી. ગીતાનો પ્રથમ શ્રોતા જો આસક્તિ અને ભક્તિને જુદાં નહીં પાડે તો બીજું કોણ પાડશે?... અને પાર્થ, આસક્તિ તો હવે કશાયમાં નથી રહી... આ શરીર, આ શૃંગાર, આ ભોગ, આ વૈભવ, વિલાસ, તમને શું લાગે છે? સાચે જ આ બધુંય હું જીવું છું? ના પાર્થ ના, આ તો સખાએ જ શીખવેલી વાત છે! પરમ સ્વીકાર... સખાએ શીખવેલો ધર્મ સમસ્તતામાં સ્વીકાર કરવાનો ધર્મ છે, હસતી મનુષ્યતાને સ્વીકારવાનો ધર્મ. સંબંધોમાં સંગ રહેવા છતાં અસંગ રહી શકાય, આ તમામ વૈભવની વચ્ચે જીવીને સંન્યસ્ત સ્વીકારી શકાય. રાગની, પ્રેમની, ભોગની, યોગની, ધ્યાનની સમસ્ત દિશાઓનો સંપૂર્ણતઃ સ્વીકાર કરીને સમગ્રતાનું દર્શન, સમગ્રતાનું આધ્યાત્મ નથી શીખવ્યું આપણને સખાએ... તેન ત્યક્તેન ભૂંજિથાઃ... એ જ સખાનો પરમ મંત્ર છે, અને

હું પણ ત્યાગીને ભોગવી રહી છું..." હસી દ્રૌપદી! "અથવા ભોગવીને ત્યાગવાનો પ્રયાસ કરી રહી છું!"

"કૃષ્ણા... આ બધું જ જાણે કૃષ્ણ સ્વયં બોલતા હોય એટલું સાર્થક લાગે છે."

"સત્ય છે પાર્થ! આ એ જ બોલી રહ્યા છે, કારણ કે, સખા સાથેનો મારો સંબંધ... માના પેટમાં નાળ સાથે જોડાયેલા બાળક જેવો છે... માના હૃદયના ધબકાર, માના શરીરમાં થતા એક એક હલનચલન કે એના મનમાં ઊઠતા તમામ વિચારો ભલે બાળકના પોતાના નથી છતાં એ બધા જ વિચારો, એ બધી જ પ્રવૃત્તિઓ બાળક સુધી તો પહોંચે જ... બાળકની તમામ વૃત્તિ અને પ્રવૃત્તિ માના મન અને શરીર ઉપર જ આધારિત હોય છે! મારું પણ એમ જ છે!"

દ્રૌપદીની આંખો છલકાઈ ઊઠી. "મને સખા પાસે લઈ જાવ પાર્થ... મોડું થઈ જાય એ પહેલાં મને સખા પાસે લઈ જાવ."

અર્જુને હાથ પકડ્યો દ્રૌપદીનો, આશ્વાસન આપતો હોય એટલી આત્મીયતાથી પંપાળ્યો અને સડસડાટ ઓરડાની બહાર નીકળી ગયો... દ્રૌપદી પણ અર્જુનનાં એ ઉતાવળાં પગલાં અને અજંપો સમજી ગઈ...

દિવસનો પ્રથમ પ્રહર લગભગ પૂરો થવા આવ્યો હતો, સૂર્યનારાયણ ધીમે ધીમે સીધાં કિરણો ફેંકવા માંડ્યા હતા. હિરણ-કપિલાના પટની રેતી સહેજ સહેજ તપવા લાગી હતી. કૃષ્ણ શાંત મને પીપળાને ટેકે ધીમા શ્વાસ લેતા... બદલાતા સમયની આ સુંદર પ્રવૃત્તિ જોઈ રહ્યા હતા. એમના ચહેરા પર પીડામાં ડૂબેલું પેલું સ્મિત અકબંધ હતું. આંખો ખુલ્લી અને કરુણાસભર હતી. ભગવાન મહાકાળની આ લીલા નિહાળતા જીવનના સતત ચાલતા પ્રવાસ વિષે વિચારતાં કૃષ્ણને એક વિચાર આવ્યો...

"આ જીવન દોરડા પર ચાલતા નટ જેવું છે. એક તરફથી બીજી તરફ અને બીજી તરફથી આ તરફ... સાચે જ, એ નટ પ્રવાસ નથી કરતો અને છતાં એ સતત ચાલે છે... એની સાથે એણે સતત એ પણ ધ્યાન રાખવાનું છે કે ધ્યાનચૂક ન થાય! આટલી બધી મહેનત અને કુશળતા સાથે સતત ચાલતી વ્યક્તિ પણ ક્યાંય પહોંચી નથી શકતી એ નવાઈની વાત છે!" કૃષ્ણના ચહેરા પર એક સ્મિત આવી ગયું...

જરા એમના પગ પાસે ઘૂંટણ વાળીને બેઠો હતો. જરાએ હાથ જોડ્યા.

"પ્રભુ, આપને અસુખ થતું હોય તો લંબાવી દો... પીપળાના ટેકે બેઠા બેઠા પીઠ દુઃખશે..."

કૃષ્ણના ચહેરા પર વિલસી રહેલું સ્મિત જરા વિકસ્યું...

"જરા! ભાઈ! આટલો બધો મારો વિચાર ન કર... ગઈ કાલનો ભૂખ્યો છે તું, આજે પણ હરણને બદલે તીર મને વાગ્યું... તારા ભોજનનો વિચાર કર."

"પ્રભુ, તમને આ સ્થિતિમાં જોઈને મારી તો ભૂખ-તરસ મરી ગઈ છે. તમને સુખ નહીં થાય ત્યાં સુધી મને બીજા કશાયનો વિચાર નહીં આવે..."

"જરા! તારો મારામાં આટલો બધો ભાવ છે?" કૃષ્ણએ જરાની સામે જોયું... આંખો મીંચી. ઘડીભર આંખો બંધ જ રહી... જરા કંઈ સમજ્યો નહીં, એ કૃષ્ણની સામે જોતો રહ્યો...

...અચાનક જરાએ નદીના પાણીમાં કશાકનો અવાજ સાંભળ્યો... એણે જોયું તો એક હરણ પાણી પી રહ્યું હતું. જરાએ એ હરણને જોયું, અને દૃષ્ટિ ફેરવી લીધી. હરણ પાણી પીને ધીમે ધીમે ચાલી ગયું...

કૃષ્ણએ આંખો ખોલી. દૂર હરણ દેખાતું હતું.

"જરા, તેં હરણ ન જોયું?"

"જોયુંને પ્રભુ, સાવ નજીક જ હતું."

"તો?"

"તો શું પ્રભુ?" જરાના ચહેરા પર નાના બાળક સરખું ભોળપણ હતું.

"તું ગઈ કાલનો ભૂખ્યો છે..."

"પ્રભુ.." જરાએ કૃષ્ણની સામે જોયું. અજબ ભાવવિભોર ચહેરો હતો એનો...

"ભાઈ! હું તો હવે પ્રયાણ કરીશ... મારી ચિંતા છોડ, તારે તો જીવવાનું છે અને ભૂખ માનવશરીરની જરૂરિયાતોમાંની એક છે... તારો વિચાર કર ભાઈ..."

"કરીશ, પરંતુ જે કામ અધૂરું છે એ પૂરું કર્યા પછી! શિકાર મારું કામ છે, શિકાર નહીં કરું તો હું ખાઈશ શું? હું પણ સમજું છું પ્રભુ, પરંતુ હમણાં આ પળે મને તમારા સુખ સિવાય કશાયની ચિંતા નથી. મારી પણ નહીં, મારી ભૂખની પણ નહીં, મારા શિકારની પણ નહીં..."

કૃષ્ણએ ફરી આંખો મીંચી દીધી. એમણે જ તો કહ્યું હતું અર્જુનને...

"સંશયરહિત મોહના બંધનરહિત મારામાં સ્થિર ચિત્તવાળો અને પરહિત માટે જ કર્મ કરનારો મનુષ્ય અંતે મુક્તિને પામે છે... ઈશ્વરઅર્પણ કર્મ દ્વારા જેણે સર્વ કર્મોનો ત્યાગ કર્યો હોય અને પ્રેમ વડે જેના સંશયો છેદાયા હોય... એ જ્ઞાની ન હોય તો પણ યોગી છે."

અર્જુન જે ઉતાવળા પગલે ગયો હતો એનાથી બમણી ત્વરાએ પાછો આવ્યો...

"યાજ્ઞસેની, રથ તૈયાર છે. તમને કેટલો સમય લાગશે?"

દ્રૌપદીએ આકાશની દિશામાં જોયું. સૂર્યનારાયણ હજી પધાર્યા નહોતા, પરંતુ આકાશ લાલઘૂમ થઈ ગયું હતું. રાત્રિનો છેલ્લો પ્રહર પૂર્ણ થવાની તૈયારીમાં હતો. બ્રાહ્મમુહૂર્તનો સમય હતો આ.... દ્રૌપદી એક ક્ષણ આકાશ તરફ જોઈ રહી. જાણે આકાશને પૂછતી હોય –

"કેટલો સમય લાગશે?"

કાળ સ્વયં જેના આધારે હતો - એવા ત્રિકાલને વશમાં કરી શકનાર પોતે કાલની આ લીલામાં પોતાને જ જોઈ રહ્યા હતા...

સૂર્યનારાયણ પણ રક્તરંજીત પગને જોઈને મ્લાન મુખે જાણે પ્રભુના પ્રયાણની પ્રતીક્ષા કરતા હોય એમ વાદળની પાછળ સંતાતા જતા હતા...

તીવ્ર તેજ ન સહી શકતી કૃષ્ણની બંધ આંખો સામે તેજસ્વી પવિત્રતાની પરમ મૂર્તિ સમી માતા ગાંધારીની આંખો તરવરવા લાગી... આજે આંખો પર પાટો ન હતો, બલકે, એ આંખો ચોધાર આંસુએ રડી રહી હતી.

આ શું? માતા ગાંધારીની આંખોમાં આંસુ?

માતા ગાંધારી જાણે કૃષ્ણને પૂછી રહ્યાં હતાં... "બહુ પીડા થાય છે, પુત્ર?" કૃષ્ણને પોતાના મસ્તક પર માતા ગાંધારીનો સ્પર્શ અનુભવાઈ રહ્યો.

"મા! માના આશિષ છે આ તો... મુક્તિના આશિષ, સ્વપંથે પ્રયાણના આશિષ..."

"કૃષ્ણ! શા માટે સ્વીકાર્યો તેં આ શાપ?"

"મા! કોણે કહ્યું કે આ શાપ છે, આ તો આશિષ છે! તમારા વિના મારી મુક્તિ કોણ ઝંખી શકે? એક માના, એક પુત્રને અપાયેલા હૃદયપૂર્વકના આશિષ છે આ. મા, મને પણ લાગે છે કે મારો કાર્યકાળ પૂરો થયો છે. જવાનો સમય ક્યારનો થઈ ગયો હતો. માત્ર પ્રયાણની અનુમતિ જોઈતી હતી, જે તમે આપી મને! એક મા સિવાય એક પુત્રના હૃદયની વાત આટલી સરળતાથી કોણ સમજી શકે?"

"કૃષ્ણ!" ગાંધારીની આંખો કૃષ્ણ સામે જોઈને અનરાધાર આંસુ વરસાવી રહી હતી. "પાપ લાગશે મને..."

"મા, તમે સ્વયં કૃષ્ણને મુક્તિ આપી છે અને મુક્તિદાતા પાપનો નહીં, પુણ્યનો અધિકારી હોય છે."

"કૃષ્ણ, રોકાઈ જા કૃષ્ણ! ન જા... અમે સૌ કેમ જીવીશું તારા વિના?"

આ અવાજ ગાંધારીનો હતો કે યમુનાકાંઠે વિલાપ કરતી યશોદાનો!

"બેટા! મારું મન મલિન થયું હશે ક્યાંક, નહીં તો તને શાપ ન આપું... શું હું નથી જાણતી કે દુર્યોધનની મુક્તિ હતી એ? મારા પુત્રને જન્મ-મરણના ફેરામાંથી મુક્ત કરનારને મેં શાપ આપ્યો..."

"શા માટે આટલો બધો સંતાપ કરો છો મા? મને તો તમારાં તમામ વચનો સહજસ્વીકાર્ય હતાં..."

"એનું જ દુ:ખ છે પુત્ર! તેં જો આ શાપ નકાર્યો હોત તો આજે મારે આ દિવસ જોવાનો ન આવત! દેવકીને, કુંતીને અને યશોદાને શો જવાબ આપીશ હું?"

"મા, તમારું ઉત્તરદાયિત્વ ક્યાંય નથી એ નિશ્ચિત જાણજો, તમે તો પ્રાત:સ્મરણીય છો. વંદનીય છો. સતી છો. કૌરવકુળનું ગૌરવ છો..."

"એક માનું ઉત્તરદાયિત્વ છે બીજી મા પરત્વે... અને કૌરવકુળ? જે

કુળ સર્વનાશના પંથે ગયું છે, જે કુળમાં દુર્યોધન અને દુશાસન પાક્યા છે એ કુળનું ગૌરવ બનીને પણ શું... કૃષ્ણ... બની શકે તો મને..." મા ગાંધારીની આંખો નીચી થઈ ગઈ...

"દુર્યોધન અને દુશાસનની સાથે વિદુર અને સંજય પણ કૌરવકુળમાં જ જન્મ્યા છે ને મા? જે જળ કાદવ સર્જે છે, એ જ જળ કાદવવાળા પગ પણ ધોવા વાપરી શકાય છે... મનને જળ કહ્યું છે મા..."

"પુત્ર! કંઈક માગું?"

"શું આપી શકીશ હું? મારી પાસે શું છે... જે તમને અપેક્ષિત છે મા?"

"સાચી વાત છે... તારી પાસે જે કંઈ હતું એ બધું જ તે આપી દીધું આ જગતને. બધી મલિનતા શોષીને, સ્વીકારીને... શુદ્ધ, સાત્ત્વિક અને સ્નેહાળ, બધું જ તેં આપ્યું છે. બેટા, હું ઇચ્છું છું કે..."

"બોલો મા, તમારી સેવાનો અવસર સદ્ભાગીને જ મળે."

"હું માગીશ એ આપીશ?"

"વચન કેમ આપું? મારી પાસે હવે કશુંય નથી... શ્વાસ પણ મારા પોતાના નથી રહ્યા. છતાં..." એક શ્વાસ લીધો કૃષ્ણએ ઊંડો...

ગાંધારીની આંખો કોઈ અપાર્થિવ તેજથી ઝળહળી ઊઠી... "આવતા જન્મે મારી કૂખે અવતરજે પુત્ર..."

"એટલે ફરી જન્મ લેવા બાધ્ય કરશો મને? મુક્તિ નહીં આપો મા?" એને ગાંધારીની આંખોમાં દેવકી અને યશોદાની ઝલક દેખાઈ...

"તથાસ્તુ..." ગાંધારીએ પોતાનો હાથ ઊંચો કર્યો... કૃષ્ણની દૃષ્ટિ એમની હથેળી પર સ્થિર થઈ ગઈ. જીવનરેખા છેક હથેળીના અગ્ર ભાગથી શરૂ થઈને આંગળીઓ સુધી જતી હતી! હજી તો ઘણું જીવવાનું હતું ગાંધારીએ!

ગાંધારીનું ચોધાર રુદન પડઘાઈ રહ્યું હતું, હસ્તિનાપુરના મહેલના ગુંબજોમાં...

કુંતી એની પીઠ પસવારતી આશ્વાસન આપી રહી હતી. કેમે કર્યું ગાંધારીનું રુદન અટકતું જ નહોતું...

"મહાભયાનક પાપ થઈ ગયું મારાથી કુંતી... મને તો દૈવ પણ ક્ષમા નહીં કરે..."

"શાની વાત કરે છે, ગાંધારી?"

"કૃષ્ણ... કૃષ્ણ..." ગાંધારી ડૂસકાંઓની વચ્ચે બોલી શકતી નહોતી... એનું રુદન અવિરત ચાલી રહ્યું હતું...

"કૃષ્ણ? શું ગાંધારી?"

"મને... મને રહી રહીને પીડા થાય છે... રહી રહીને આત્મા ડંખે છે મારો, મારા પોતાના અભિશાપના પડઘા મને પોતાને જ સંભળાઈ રહ્યા છે... કુંતી, એ યુગપુરુષને શાપ આપવાની ધૃષ્ટતા કરી છે મેં..."

"એણે સ્વીકાર્યો ને તારો શાપ?" કુંતી હજીય ગાંધારીની પીઠ પસવારતી હતી. "...અને એ પણ કેટલી સહજતાથી! કેટલા સન્માનથી!"

ગાંધારીની આંખોમાંથી આંસુ અટકવાનું નામ જ નહોતાં લેતાં... આંખે બાંધેલો આખોય પાટો ભીંજાઈ ગયો હતો... "એ મહાનતા છે, એની! અને એ મહા આત્માને... એ ગીતાના કહેનારને મેં પશુની જેમ મરવાનો શાપ આપ્યો... મને... મને મારાં કર્મો ક્યારેય નહીં છોડે... સો - સો પુત્રોના મૃત્યુ જોયા પછી હજી શું જોવાનું બાકી છે? કયાં કર્મો બાંધી રહ્યાં છે મને અહીં? આ હસ્તિનાપુરની વેરાન ભૂમિ સાથે..."

કુંતીના ચહેરા પર એક સ્મિત આવી ગયું... એક અત્યંત પીડા ભરેલું સ્મિત... "જોવાનું? તેં ક્યાં કશું જોયું જ છે ગાંધારી? આંખે પાટા બાંધીને જીવી છે તું..."

"આંખે પાટા બાંધવાથી કશુંય જોવામાંથી બચી શકાતું નથી કુંતી, ઊલટાનું એ તો વધુ પીડાજનક હોય છે. ઉઘાડી આંખે જોયેલાં દૃશ્યો કરતાં કલ્પનામાં ઊભાં કરાયેલાં દૃશ્યો વધુ ભયાવહ હોય છે, વધુ પીડા આપે છે એ... આંખે પાટા બાંધવાથી કોઈ પીડામાંથી મુક્તિ નથી મળતી... બલકે, પીડા વધુ યાતના આપનારી બને છે..."

"હશે ગાંધારી, જે થઈ ગયું એનો પશ્ચાત્તાપ ન કર અને શબ્દ નીકળી ગયા પછીથી હવે પશ્ચાત્તાપ કર્યાનો કોઈ અર્થ પણ નથી રહેતો. શાપ અપાઈ ચૂક્યો છે... અને, કમાનમાંથી નીકળેલા તીરની જેમ જઈને વાગ્યો છે... મર્મસ્થાને! બ્રહ્માંડમાં ગુંજતો અવાજ ફરીને પાછો આવતો હોય છે ગાંધારી, આપણા સુધી. અને એનો સ્વીકાર અનિવાર્ય બની રહેતો હોય છે."

"એને જ કર્મફળ કહેતા હશે કદાચ! કૃષ્ણ ઇચ્છત તો મને મુક્ત કરી

શકત. શાપનો અસ્વીકાર કરીને..."

"કૃષ્ણનો ધર્મ સ્વીકારનો છે... એ કશાયનો અસ્વીકાર નથી કરતા..."

"મને પારાવાર દુઃખ છે એ વાતનું..." ગાંધારીએ ફરી એકવાર મોટા અવાજે રડવા માંડ્યું... "કૃષ્ણ, મને ક્ષમા કરો... મુક્ત કરો મને... મારે હવે વધુ શ્વાસ નથી લેવા આ પૃથ્વી પર... બંધ આંખે વધુ ભયાવહ કલ્પનાઓ કરીને નથી જીવવું... મને મુક્ત કરો પ્રભુ... મને મુક્ત કરો..."

જરાએ માટીના વાસણમાં લાવેલું પાણી કૃષ્ણના મુખમાં રેડ્યું... ધીમે ધીમે ઘૂંટડે ઘૂંટડે એ જળ કૃષ્ણના ગળા નીચે ઊતરતું ગયું. એક અજબ તૃપ્તિ, પરમ સંતોષ એમના ચહેરા પર ફરી ચમકવા લાગ્યો...

"જળનું મૂલ્ય ત્યારે જ સમજાય છે, જ્યારે તરસ હોય... તરસ વિનાના જળને કોઈ સન્માનતું નથી..."

કૃષ્ણને પોતાના જ શબ્દો સ્મરણમાં આવી ગયા!

એમના ચહેરા પર સ્મિત જોઈને જરાએ પૂછ્યું :

"શાતા વળી પ્રભુ?"

"હા જરા! તારા હાથે જળ ગ્રહણ કરીને અપાર શાતા વળી છે મને... પાર્થને આ સંદેશ મળતાં જ એ પળવાર ગુમાવ્યા વિના અહીંયાં આવી પહોંચશે..."

"પ્રભુ, અર્જુન તમારા પરમ સખા છે નહીં?"

"હા, જરા! મારા હૃદયની ખૂબ નિકટ છે એ..."

"પ્રભુ, અર્જુનને આવતાં બહુ સમય થશે તો?"

"તો?"

"તો આપ..."

"તો હું..." કૃષ્ણના ચહેરા પર હજીય સ્મિત હતું... સંતોષનું, તૃપ્તિનું... "તો હું કદાચ એની પ્રતીક્ષા ન કરું... સમય અને સંજોગો કોઈનીય પ્રતીક્ષા નથી કરતા... આજે મારો સમય પણ ના કહે છે મને... સમયથી વધુ પ્રતીક્ષા કરવાની..."

"પ્રભુ!" જોઈ રહ્યો જરા, એમની સામે અનિમેષ નયને... "કેવો માણસ હતો આ! પોતાના મૃત્યુની વાત કેટલી સહજતાથી, કેટલી શાંતચિત્તે અને કેટલી સ્વાભાવિકતાથી કરતો હતો... મૃત્યુને દૃષ્ટિ સમક્ષ જોઈને પણ જરાય વિચલિત નહોતો એ... એ નિશ્ચિત જ ભગવાન હતો... પ્રભુ! સ્વયં!"

હાથ જોડાઈ ગયા જરાથી.

અર્જુનનો રથ તીવ્ર ગતિએ દોડી રહ્યો હતો.

સામાન્યતઃ અર્જુન સારથિ રાખતો સાથે... પરંતુ આજે સારથિની પ્રતીક્ષા કર્યા વિના પાંચાલીની ઇચ્છા પૂરી કરવા માટે કે પછી એના હૃદય સુધી પણ પહોંચેલી પાંચાલીની પીડાની અનુભૂતિએ એને દ્વારિકા તરફ દોર્યો હતો...

જે ગતિએ જઈ રહ્યો હતો રથ, એનાથી બમણી, ત્રણગણી ગતિએ અર્જુનના મનમાં વિચારો ચાલી રહ્યા હતા...

"શું હતું એવું, જેણે આજે પાંચાલીને વિચલિત કરી મૂકી હતી? શું એની ભ્રમણા માત્ર હતી આ, કે સાચે જ કૃષ્ણે એનું સ્મરણ કર્યું હતું...

પાંચાલીને કેમ સંભળાયો આ સાદ.... અને પોતાને કેમ નહીં?

શું પાંચાલી વધુ નિકટ હતી, એમની? પોતે કેમ નહોતો પહોંચી શક્યો એ સ્થાન પર જ્યાં દ્રૌપદી શ્વસતી હતી..."

શ્રીકૃષ્ણએ સતત અર્જુનને પોતાના સખા તરીકે, પોતાના શિષ્ય તરીકે સ્વીકાર્યો હતો! એમને અપાર વહાલ હતું અર્જુન માટે... પક્ષપાત જ કહી શકાય એટલું વહાલ... પરંતુ, એ શિષ્ય હતો! કુરુક્ષેત્રની મધ્યમાં ગાંડીવ તરછોડીને બેઠેલો એક નબળો, મનથી ભાંગી ગયેલો, ધ્રૂજતો વ્યક્તિ...

જ્યારે દ્રૌપદી અગ્નિપુત્રી હતી... ભીમે દુઃશાસનના ખેંચી કાઢેલા હાથમાંથી દ્રૌપદીને વાળ સીંચવા આમંત્રણ આપ્યું ત્યારે સહેજ પણ વિચલિત નહોતી થઈ એ. ધડધડાટ વહી જતા રક્તમાંથી ખોબેખોબા ભરીને પોતાના વાળ સિંચ્યા હતા એણે! વાળમાંથી કપોલ પર, ગાલ પર, ચહેરા પર અને હોઠ સુધી... છાતી સુધી વહી આવ્યું હતું

દુઃશાસનનું રક્ત. એનું ઉત્તરીય, એની કંચૂકી રક્તતરબોળ થઈ ગઈ હતી. ખોબેખોબા ભરીને દ્રૌપદી તેલ સીંચતી હોય એમ દુઃશાસનનું રક્ત સીંચતી હતી પોતાના માથામાં...

દુર્યોધનની જાંઘ ચિરાઈ ત્યારે ત્યાં ઊભી રહીને ખડખડાટ હસી હતી એ. એની આંખોમાં વિક્ષિપ્ત માણસની આંખમાં હોય એવું ગાંડપણ હતું. એના ચહેરા પર એક ભયાવહ નિઃસ્પૃહતા હતી... વેરની તૃપ્તિ એના અંગેઅંગમાં વ્યાપી હતી...

કેવું ભયાવહ દૃશ્ય હતું એ!

જે સ્ત્રી સતત સુંદર અને કામ્ય લાગતી એ સ્ત્રીના ચહેરા પર રક્તની ધારાઓએ એક બીભત્સ... ભયાનક દૃશ્ય સર્જ્યું હતું! આજે પણ ક્યારેક દ્રૌપદીનો ચહેરો પોતાની બે હથેળીઓમાં લઈને એને અત્યંત નિકટથી નિહાળતા અર્જુનને એ દૃશ્ય સ્મરણમાં આવી જતું!

અર્જુને કૃષ્ણને કહી હતી આ વાત!

ત્યારે કૃષ્ણના ચહેરા પર એક અજબ - ગૂઢ સ્મિત આવી ગયું હતું.

અર્જુને વિચલિત થઈને પ્રશ્ન કર્યો હતો, "સતત ક્ષમા કરનારા અને સ્વીકારને ધર્મ કહેનારા તમે કહો, શું આ ધર્મ હતો? શું આ નીતિ હતી?"

"નીતિ અને ધર્મ જુદા છે પાર્થ..." કૃષ્ણના ચહેરા પર એક ગૂઢ સ્મિત સ્થિર થઈ ગયું હતું.

કૃષ્ણએ કહ્યું, "આંધળાના દીકરા આંધળાને બદલે દ્રૌપદીએ દેખતાના દીકરા દેખતા કહ્યું હોત... તોય અર્થ તો એ જ રહેત ને? પણ કૃષ્ણા વાતને એના પ્રગટ સ્વરૂપમાં કહે છે, સત્ય બોલે છે... પ્રિય નથી બોલી શકતી. બધું જ સત્ય પ્રિય હોઈ પણ નથી શકતું..."

અર્જુન હજીયે પોતાની વાત પર અટકી રહ્યો હતો... "હું સત્ય-અસત્ય કે પ્રિય-અપ્રિયની વાત નથી કરતો. હું નીતિ અને ધર્મની વાત કરું છું... પાંચાલીએ દુઃશાસન અને દુર્યોધનના જે વર્તન માટે એમને દોષી ગણ્યા... અને મૃત્યુદંડ કર્યો... એ દોષ માટે અમારું ઉત્તરદાયિત્વ પણ એટલું જ હતું ને? અમને ક્ષમા અને એમને દંડ... તો પછી ધૃતરાષ્ટ્રમાં અને પાંચાલીમાં ફેર શું? ધૃતરાષ્ટ્ર મામકાઃ અને પાંડવાઃની વચ્ચે તફાવત જુએ છે... અને પાંચાલી પણ... આમાં, કયો ધર્મ છે કૃષ્ણ, અને કઈ નીતિ છે?"

"તું ભૂલે છે પાર્થ, જેમ ધૃતરાષ્ટ્ર દુર્યોધનને, એમ પાંચાલી તમને પ્રેમ કરે છે. વળી, તમારા દોષો એને દેખાય જ, એવું જરૂરી નથી. પ્રિયપાત્રના ઘણા દોષો તરફ આપણે આંખો બંધ કરી દેતા હોઈએ છીએ. પાંચાલી એટલું તો સમજે જ છે કે એ આખીયે ઘટનામાં જો કોઈ એક વ્યક્તિ, વસ્તુ કે વિચારને દોષી ઠેરવવાનો જ હોય તો એ હું હતો... એ માની શકે છે કે હું રોકી શકતો હતો બધું જ, કોઈપણ એક પળે. અને છતાંયે..." નિઃશ્વાસ નાંખ્યો કૃષ્ણએ.

ખાસ્સા સમય સુધી એક મૌન, એક અજંપ શાંતિ બંનેની વચ્ચે ઝૂલતી રહી...

પછી, કૃષ્ણએ અર્જુનના ખભા પર હાથ ફેરવ્યો...

"પાર્થ, સ્ત્રી અને પુરુષમાં ફેર છે. એમની નીતિ, એમના ધર્મો, એમની વિચારવાની પદ્ધતિ પણ જુદી જુદી છે... એક હૃદયથી વિચારે છે અને બીજો મસ્તિષ્કથી... સ્ત્રી પ્રેમ કરવામાં પુરુષ કરતાં વિશેષ શક્તિમાન છે. સ્ત્રીને માટે પ્રેમ સમર્પણ છે. પ્રેમ સેવા છે, પ્રેમ સાહચર્ય છે. જ્યારે પુરુષ માટે પ્રેમ વધુ કે ઓછા અંશે એક શારીરિક જરૂરિયાત છે. સ્ત્રીનો પ્રેમ મહાન, ઉન્નત અને સારા એવા અંશે આત્મિક, આધ્યાત્મિક અનુભવ છે. જ્યારે પુરુષ માટે એ ક્ષણિક આવેગનું નામ છે... સ્ત્રીની નીતિ એક જ પુરુષને જીવનભર સમર્પિત રહેવાની છે, જ્યારે પુરુષ બહુવિવાહી રહીને સર્વેને ચાહી શકે છે. સ્ત્રી ક્ષમા કરી શકે છે પુરુષના ભયાનક અપરાધને પણ – જ્યારે પુરુષ ધર્મ અને વેરની ભાષા જાણે છે."

"તો પાંચાલી શા માટે ભિન્ન વર્તે છે? પાંચાલી શા માટે સ્ત્રીની જેમ ના વર્તે? ક્ષમા પણ કરી જ શકાઈ હોત ને, દુર્યોધનને? આપણે પાપીની સાથે એની જેમ જ વર્તીએ તો આપણે સજ્જન કઈ રીતે કહેવાઈએ?"

કૃષ્ણએ અર્જુનની સામે જોયું. જાણે એક અણસમજુ ભોળા માણસને સમજાવતા હોય એમ મૃદુ અવાજે ઉત્તર આપ્યો, "દ્રૌપદી મનથી પુરુષ છે. બહુવિવાહી છે. ક્ષમા કે દયા એની નીતિમાં નથી, કદાચ... વૈરાગ્નિમાંથી જન્મેલી આ અગ્નિપુત્રી પાસે ક્ષમાની અપેક્ષા રાખવી આપણા પક્ષે ખોટું છે... એનો તો ધર્મ જ વેરની પરિતૃપ્તિ છે. એને સ્ત્રી તરીકે જોવી કે એની સંવેદનાઓને સ્ત્રી તરીકે મૂલવવી આપણી ભૂલ છે..."

"પરંતુ એક સ્ત્રી માટે નીતિ અને ધર્મ નિશ્ચિત કર્યાં છે શાસ્ત્રોએ... એ પ્રમાણે..."

પાર્થની વાત વચ્ચેથી જ અટકાવી દીધી કૃષ્ણએ, "અને, હું તને કહું છું કે સ્ત્રીઓ પુરુષો કરતાં વધુ આદિમ છે છતાં પ્રકૃતિ સાથે કે અસ્તિત્વ સાથે એનો સંબંધ વધુ નિકટનો છે. સ્ત્રી માટે પોતાના અસ્તિત્વ સાથે જોડાયેલું કંઈ પણ, સૌથી સંવેદનશીલ તત્ત્વ છે. બે તીવ્ર અંતિમો વચ્ચે જીવતી દ્રૌપદી જેટલી આદિમ છે એટલી જ સંસ્કૃત અને સંવેદનશીલ પણ છે પાર્થ!

અર્જુન મુગ્ધભાવે સાંભળી રહ્યો હતો. કૃષ્ણ દ્રૌપદી માટે જે કંઈ કહી રહ્યા હતા એ કેટલું સત્ય હતું. દ્રૌપદી ખરા અર્થમાં મુક્ત થઈ શકી હતી. એકવાર દુ:શાસનના રક્તથી વાળ સિંચ્યા પછી ધ્રૂસકે ધ્રૂસકે રડી હતી એ!

"અને સ્ત્રી માટે રક્ત કોઈ ભયજનક વસ્તુ નથી જ! પ્રતિ માસ પોતાનું વહી જતું રક્ત જોતી સ્ત્રીને રક્તનો ભય ન જ હોય, પાર્થ."

અર્જુનને એ જ વખતે સ્મરણ થયું કે, કુરુક્ષેત્રના યુદ્ધ પછી દ્રૌપદી જાણે દુર્યોધન, દુ:શાસન અને કૌરવોને ભૂલી જ ગઈ હતી. એણે કદીય એમની વાત પણ નહોતી કાઢી. જાણે એવાં કોઈ નામો એના જીવનમાં કે અસ્તિત્વમાં હતાં જ નહીં, એટલી સરળતાથી એણે આખીય વાતને વિસારે પાડી હતી.

ત્યાર પછી, એ જાણે આખાય પ્રસંગને ભૂલી ગઈ હતી... ઉપરથી ભાનુમતીને કે વૃશાલીને એણે આશ્વાસન આપ્યાં હતાં... એક મોટી બહેન કે હસ્તિનાપુરની મહારાજ્ઞીને છાજે તેવી રીતે એમને આશ્રય આપ્યો હતો...

કૃષ્ણા! સાર્થક જ હતું આ નામ!

કૃષ્ણની જેમ જ દ્રૌપદી પણ સ્વધર્મમાં માનતી, કર્મમાં માનતી... અને કોઈ પ્રકારનો અપરાધભાવ અનુભવ્યા વિના પરિસ્થિતિનો સહજ સ્વીકાર કરી શકતી...

પોતાના પુત્રોના મૃત્યુ સમયે પણ એ સંતુલિત રહી શકી હતી!

પોતાની કૂખેથી જન્મેલા પાંચ-પાંચ મૂછના દોરા પણ ફૂટ્યા નહોતા એવા પાંડવપુત્રોને અશ્વત્થામાએ જ્યારે અગ્નિને ખોળે સુવાડી દીધા ત્યારે પણ દ્રૌપદીની આંખમાં આંસુ હતાં... હૃદયમાં વિલાપ હતો... અને છતાં સહજ સ્વીકાર હતો, ચહેરા પર! કુરુક્ષેત્રના યુદ્ધમાં જ્યારે પ્રત્યેક ઘરેથી વીર પુરુષો હોમાઈ રહ્યા હતા ત્યારે પોતાના પુત્રોના મૃત્યુ પર હૃદયદ્રાવક વિલાપ ન કરીને... હસ્તિનાપુરની સ્ત્રીઓ માટે ઉદાહરણ પૂરું પાડ્યું હતું યાજ્ઞસેનીએ!

એ જ દ્રૌપદી આજે વિચલિત થઈને - વ્યાકુળ થઈને કૃષ્ણને મળવા

દોડી હતી. રથ હાંકી રહેલા અર્જુનને માત્ર એક જ વિચાર પજવી રહ્યો હતો...

"શું સાચે જ યાજ્ઞસેનીનો ભય સાચો હતો? શું સાચે જ એના સખા, એના ગુરુ, એના રથના અને જીવનના સારથિ કોઈ વિકટ પરિસ્થિતિમાં મુકાયા હતા? શું સાચે જ એમણે સંભારી હતી યાજ્ઞસેનીને..."

તીવ્ર ગતિએ દોડતા રથમાં ઊભેલી યાજ્ઞસેનીની આંખોમાં વારેવારે ઝળઝળિયાં આવી જતાં હતાં. પવન તીવ્ર ગતિએ વાતો હતો... સૂર્યનારાયણ ઊગવાની શરૂઆત થઈ હતી. કેસરી ગોળો આકાશમાં ઉપરની તરફ ચઢવા લાગ્યો હતો...

"કેવું હોય છે આકાશ? આકાશ સંધ્યાનું હોય કે ઉષાનું... લગભગ સરખું જ લાગે છે. માનવજીવનનું પણ આવું જ હશે. ઊગતી સવાર કે આથમતી સંધ્યા સરખી જ બની જતી હશે" યાજ્ઞસેનીના મનમાં વિચારો ચાલતા હતા...

"...કુરુક્ષેત્રના યુદ્ધમાં પોતાના પક્ષે રહીને પોતાના પતિઓને અભયવચન આપનાર એ શસ્ત્ર ન ઝાલનાર મહાયોદ્ધો ક્યાં હશે આજે?

કેમ મારું મન આટલું વિચલિત, આટલું અસંતુલિત છે!

એવી કઈ પીડામાં ગર્ત હશે સખા, કે મારું મન રહી રહીને વિક્ષુબ્ધ થઈ જાય છે...

એમને બીજાની પીડા સમજવાની અને સ્વીકારવાની અજબ કુશળતા હતી.

બીજાની પીડા સ્વીકારીને એને પોતાની કરી લેતા, એ.

એ જાણતા હતા કે હું ખૂબ ચાહું છું એમને... છતાં, પોતાના સખા અર્જુન સાથે મારાં લગ્ન કરાવ્યાં... પાંચ ભાઈઓને એક સૂત્રે બાંધી રાખવા મને એમની વચ્ચે વહેંચી દીધી...

દ્યુતસભાની પહેલાં જ્યારે મને મળવા આવ્યા હતા એ, ત્યારે કેટલી પીડા હતી, એમની આંખોમાં!

હું જ ન વાંચી શકી, એ અશબ્દ સંદેશ... પરંતુ, એમણે તો તમામ યોજના ઘડી જ રાખી હતી. રાજ્યસભામાં હું અંતે એમનું જ સ્મરણ કરીશ,

એ પણ જાણતા જ હશે ને?"

કાર્તિકી પૂર્ણિમાને દિવસે ઉપપ્લાવ્યથી વિષ્ટિનો પ્રસ્તાવ લઈને શ્રીકૃષ્ણ જ્યારે હસ્તિનાપુર ગયા ત્યારે, એ જાણતા જ હતા કે આ વિષ્ટિનો કોઈ અર્થ નથી...

...અને છતાં, પોતાનું અપમાન થશે એમ જાણીને પણ એ પાંડવોનો સંધિનો પ્રસ્તાવ લઈને હસ્તિનાપુર ગયા હતા.

અને, જ્યારે દુર્યોધને કહ્યું કે, "હું પાંચ ગામડાં તો શું, સોયના અગ્ર ભાગ જેટલી જમીન પણ પાંડવોને આપવા તૈયાર નથી..." ત્યારે, જ્યેષ્ઠ પાંડવને મળવા પણ એ જ ગયા હતા ને?

મા કુંતીના કહેવાથી કર્ણનો સ્પષ્ટ નકાર જાણતા હોવા છતાં એ પહોંચ્યા હતા, એના સુધી...

અને કદાચ, એટલે જ કુરુક્ષેત્રના યુદ્ધમાંથી કર્ણએ આત્મસંતોષથી અંતિમ પ્રયાણ કર્યું હતું.

સૌ જાણતા હતા, ભગવાન પરશુરામનો શાપ કર્ણને અંતિમ પળે બધી જ વિદ્યાની વિસ્મરણ આપશે... સૂતપુત્ર તરીકે ઊછરેલો, એ જ્યેષ્ઠ પાંડવ કોનાં કોનાં અપમાન નહોતો પામ્યો.

ભગવાન પરશુરામ, ગુરુ દ્રોણ... અને... અને... હું પણ!

મેં પણ નહોતો છોડ્યો એને.

કવચ-કુંડળધારી એ તાંબાવર્ણી ત્વચા ધરાવતો સિંહ જેવો ચાલતો જ્યારે મત્સ્યવેધ કરવા માટે જતો હતો ત્યારે મેં જ કહ્યું હતું ને, "હું સૂતપુત્રને નહીં પરણું." ત્યારે, એનું અપમાન કરવાનો મારો આશય નહોતો... હું મનોમન વાંચ્છતી હતી કે સર્વે રાજપુરુષો મત્સ્યવેધ ન કરી શકે અને અંતે, દ્રુપદની પ્રતિષ્ઠાનું રક્ષણ કરવા શ્રીકૃષ્ણએ ધનુષ્ય ટંકારવું પડે...

હું જાણતી હતી કે જો કર્ણ લક્ષ્ય સાધશે, તો મત્સ્ય વીંધાયા વિના નહીં રહે.

અજોડ બાણાવાળી હતો એ... અજોડ જ, કારણ કે ત્યારે લાક્ષાગૃહમાં અન્ય પાંડવોની સાથે અર્જુનના મૃત્યુ પામ્યાનો સંદેશ લગભગ તમામ રાજ્યસભાઓમાં પહોંચી ગયો હતો.

મારે બીજી કોઈ પણ વાત કહીને કર્ણને ટાળવો જોઈતો હતો... પણ કોણ જાણે કેમ, મેં સૂતપુત્ર કહીને ધુત્કાર્યો એને! ભરસભામાં!

એની પીડા એને અંતિમ શ્વાસ સુધી હૃદયમાં બટકી ગયેલી કણીની જેમ ખૂંચતી રહી...

સખા જ્યારે એને કુરુક્ષેત્રના યુદ્ધની પહેલાં દુર્યોધનના પક્ષેથી ન લડવા અંગે સમજાવવા ગયા ત્યારે પણ એ વાત તો આવીને ઊભી જ રહી હતી... બંનેની વચ્ચે!

એક, જેને મેં જીવનભર ખૂબ સ્નેહ, ખૂબ આદર કર્યો...

બીજો, જેણે મને જીવનભર ઝંખી...

શું સંવાદ થયો હશે, એ બે વચ્ચે?

સખાએ કદી કહ્યું નથી, પરંતુ કર્ણને મળીને એ પાછા ફર્યા ત્યારે અત્યંત પીડામાં અને શોકમાં ગર્ત હતા...

મેં બહુ પૂછ્યું ત્યારે માત્ર એક જ વાત કહી એમણે...

"સખી, સર્વેનો અન્યાય સ્વીકારતાં સ્વીકારતાં કર્ણને જાણે અન્યાયમાં જ આનંદ આવવા લાગ્યો છે. એણે એક સંદેશ આપ્યો છે, આપના માટે!"

સહેજ અટકીને એમણે થૂંક ગળે ઉતાર્યું હતું, પછી મને એકીટશે નિહાળી રહ્યા. મને કોણ જાણે કેમ તે દિવસે સખાના ચહેરા પર કર્ણની આંખો દેખાઈ હતી.

એમણે સહેજ ભીની તગતગતી આંખોથી કર્ણનો સંદેશ સંભળાવ્યો હતો.

"હે વાસુદેવ...એ અતિ સુંદર, અતિ કામ્ય, વિશાલાક્ષી, શ્યામા, તન્વી અને મોહિની સ્ત્રીને કહેજો કે કર્ણએ એને ક્ષમા કરી છે... અને, એને એમ પણ કહેજો કે જ્યેષ્ઠ પાંડવ તરીકે જો મેં મત્સ્યવેધ કર્યો હોત અને એને મેળવી હોત તો હું કોઈ પણ ભોગે કદીયે એને મારા બીજા ભાઈઓ સાથે વહેંચત નહીં... એને એમ પણ કહેજો કે રાજ્યસભામાં એને કહેલા અપશબ્દો જો વીસરી શકે તો વીસરી જાય, કારણ કે હું એની નિષ્ઠાને, એના પતિવ્રતધર્મને, એના સત્યને અને એના તેજને સમજી શક્યો છું... પરંતુ, થોડું મોડું થઈ ગયું છે..."

આજે પણ, એ વાત સ્મરણમાં આવતાં યાજ્ઞસેનીની આંખો ભીની થઈ ગઈ હતી.

કર્ણની વાત કહેતી વખતે પણ જાણે એની જ પીડા અનુભવી રહ્યા હોય એમ વ્યથિત - વિચલિત થઈ ગયા હતા સખા!

આ કઈ કક્ષાની સંવેદનશીલતા હતી, કે સતત અને સહજ રીતે બીજાઓની પીડાને પોતાની કરીને જીવ્યા હતા...

દ્રૌપદીનું મન આજે વિચારે ચડ્યું હતું. પોતાની દરેક પીડામાં સહભાગી થનાર આ એવો મિત્ર હતો કે જેણે પોતાની સંવેદનાઓને એટલી જ તીવ્રતાથી સંવેદી હતી. પોતાની પીડાઓને એટલા જ ઊંડાણથી અનુભવી હતી...

એને સુભદ્રાના ઇન્દ્રપ્રસ્થના આગમનનો દિવસ સ્મરણમાં આવી ગયો. કેટલી ક્રોધિત, કેટલી વિચલિત હતી પોતે!

"સખા? સ્વયં સખા આવું કરી શકે?" દ્રૌપદી હજીયે એ વાતને સ્વીકારી નહોતી શકતી. "સખા તો જાણે છે મારા પાર્થ પ્રત્યેના આકર્ષણને... મારા મોહને, મારા સ્વમાનને અને મારી તમામ પીડાઓને. પછી આવું શું કામ કર્યું હશે એમણે?" એ દિવસે દ્રૌપદીનું મન કોઈ રીતેય વશમાં નહોતું રહેતું. એને કૃષ્ણને કટુ વેણ સંભળાવવા હતાં. કહેવું હતું, એ બધું જ જે એને પીડી રહ્યું હતું, સંતાપી રહ્યું હતું, આજ સુધી ને, વધુમાં નગર આખું ઉત્સવ ઊજવતું હતું.

પોતાની સગી બહેનનું અર્જુન પાસે અપહરણ કરાવીને આમ પોતાના માથે લાવીને બેસાડશે કૃષ્ણ, એવી તો ક્યારેય કલ્પના પણ દ્રૌપદીએ નહોતી કરી અને એમાંય અર્જુનનું સુભદ્રા પ્રત્યેનું આકર્ષણ જોઈને દ્રૌપદીનું સ્વમાન પણ જીર્ણશીર્ણ થઈ ગયું હતું. નીચે રાજ્યસભામાં અબીલ-ગુલાલ ઊડતા હતા, ઢોલ-ત્રાંસાં વાગતાં હતાં, શરણાઈ ઉપર શુભમંગલના સૂર રેલાતા હતા, પરંતુ અહીં દ્રૌપદીના કક્ષમાં સાવ અંધારું, સાવ ભેંકાર શાંતિ હતી...

"સખી... સખી ક્યાં છો?" એ અવાજ સાંભળીને દ્રૌપદીને થયું કે એ કક્ષમાંની વસ્તુઓ ઉપાડીને ફેંકે, ચીસો પાડે, રડે, માથાં પછાડે... પોતાની આટલી નિકટ હોવા છતાં પોતાનું આવું અપમાન સખાએ જ કર્યું એ વાતે દ્રૌપદીનો ક્રોધ ચરમસીમાએ પહોંચ્યો હતો.

"સખી, ઉત્તર તો આપો સખી..." કૃષ્ણનો અવાજ અંધારા કક્ષમાં ચોતરફ ગુંજી રહ્યો હતો.

છેવટે કૃષ્ણએ નિકટ પડેલો એક નાનકડો દીપ પ્રગટાવ્યો. કક્ષમાં આછો ઉજાસ રેલાયો.

"ખૂબ ક્રોધમાં લાગો છો." કૃષ્ણના મુખ પર સ્મિત હતું.

"અને આપ ખૂબ આનંદમાં લાગો છો." દ્રૌપદીના અવાજમાં ઘણોય પ્રયાસ કરવા છતાં કટુતા અછતી ન રહી.

"રિસાયાં છો?"

"ના રે. ઉત્સવ ઊજવું છું." લાંબા છૂટા વાળ, અલંકારવિહીન દેહ અને મુખ ઉપર ક્રોધની લાલિમા અને શોકની કાળાશ...

"જોઈ શકું છું, અનુભવી શકું છું તમારો ઉત્સવ." કૃષ્ણએ કહ્યું અને આસન ખેંચીને બેસી ગયા.

"શા માટે સખા? શા માટે કર્યું તમે આવું? પહેલાંય ફાલ્ગુનિ મારા નહોતા જ... હવે તો એમને સંપૂર્ણપણે મારાથી વિમુખ કરી નાખ્યા. શાથી કર્યું તમે આવું? મેં તો સતત તમારા માનની, તમારા સુખની કામના કરી છે. તમે શા માટે આવી રીતે સુભદ્રાને..." આગળ ના બોલી શકી દ્રૌપદી. એનું ગળું રૂંધાઈ ગયું. આંખમાં આંસુ આવી ગયાં. એણે ડૂમો પીને આંસુ લૂછી નાખ્યાં.

"રુદન ઘણી વાર ખૂબ શાંતિ આપે છે સખી, રુદન અટકાવીને આપણે આપણા જ શ્વાસ રૂંધીએ છીએ..."

"ખરી વાત છે સખા, હું રડું, તરફડું, મને પીડા થાય... ત્યારે જ તમને મારું હોવું સમજાય છે. ત્યારે જ તમે મારી નિકટ હો છો, ખરુંને?"

હસી પડ્યા કૃષ્ણ. પછી જાણે નાનકડા શિશુને સમજાવતા હોય એમ સાવ કોમળ, ઋજુ અવાજમાં બોલ્યા, "નાની નાની વાતને સ્વમાન સુધી લઈ જવાની સાચા અર્થમાં કોઈ આવશ્યકતા નથી હોતી. તમે આ આખીય વાતને તમારા સ્વમાન સાથે શા માટે જોડો છો, સખી?"

"ન જોડું? એક સ્ત્રીના ઘરમાં સપત્ની આવે છે અને એ પણ એવી સ્ત્રી જેની ઇચ્છા-અનિચ્છા જાણ્યા વિના એને વસ્તુ ગણીને વહેંચી લેવાઈ અને છતાં પરંપરાને શિરોમાન્ય ગણીને એણે એ વાતનો સ્વીકાર કર્યો. એક એવી સ્ત્રી જેણે જીવનભર સુખ-દુઃખ રાત-દિવસ જોયા વિના ફક્ત પતિઓના વિજયની, એમના માટે ન્યાયની, એમના સુખની કામના કરી... એક એવી સ્ત્રીના ઘરમાં સપત્ની આવે છે જે સ્ત્રી બાર વર્ષ સુધી પતિઓ સાથે વનોમાં ફરી છે. એક એવી સ્ત્રી જે દાસી બનીને રહી છે, ફક્ત પતિઓના માન માટે... એના માન-સ્વમાનને જરાય લક્ષમાં લીધા વિના

એના ઘરમાં એક એવી સ્ત્રી સપત્ની તરીકે આવે છે જે એના પ્રિય મિત્રની બહેન છે અને આ આખુંય ષડ્યંત્ર એની સંમતિ વિના, જાણ બહાર એના જ મિત્રએ રચ્યું છે... મને તમારી માયા નથી સમજાતી સખા, આ સ્વાર્થ છે તો કેમ છે? અને જો આમાં કોઈનુંય શ્રેય છે તો એ કોનું છે?''

''જ્યારે જ્યારે મનમાં શંકા ઉદ્ભવે છે ત્યારે શ્રદ્ધા લુપ્ત થાય છે, સખી!''

''શબ્દો નથી જોઈતા મારે, સત્ય જોઈએ છે.''

''સત્ય? તો સત્ય એ છે સખી, કે સુભદ્રા તમારી સપત્ની છે જ નહીં. કયો ભાઈ પોતાની બહેન માટે શ્રેષ્ઠ પતિનું ચયન ના કરે? અને સમગ્ર આર્યાવર્તમાં પાર્થથી શ્રેષ્ઠ કોઈ પુરુષ મારી બહેન માટે હું ક્યાંથી લાવું?''

''સુભદ્રા માટે શ્રેષ્ઠ પુરુષ શોધવા સામે વિરોધ નથી મારો, પણ દુર્ભાગ્યે એ મારા પતિ છે... સખા, ઉલૂપિ, ચિત્રાંગદા અને બીજી સ્ત્રીઓ વિશે ક્યારેય વિચલિત નથી થઈ, પણ સુભદ્રાનું રૂપ જોઈને મારી અંદર ઈર્ષ્યાના સર્પો સળવળે છે. ફાલ્ગુનિ મને ભૂલી જશે...''

''સખી, ક્યાં ગયું તમારું જ્ઞાન, તમારી વિદ્વત્તા, તમારી વિચક્ષણતા, તમારી કુશાગ્ર બુદ્ધિ... સુભદ્રા તો બાળકી છે. તમે એની સાથે હરીફાઈ કરશો?''

''યુવાન છે, સુંદર છે, પુરુષને બીજું શું જોઈએ?''

''પુરુષને બીજું ઘણું જોઈએ... પુરુષ છું હું, જાણું છું... સત્યભામા, જાંબુવંતી અને બીજી અનેક રાણીઓ હોવા છતાં રુક્મિણીનું સ્થાન અવિચળ છે મારા જીવનમાં. એ એક અનિવાર્ય તત્ત્વ છે મારા અસ્તિત્વનું... અને છતાં રાધા મારા મનમાંથી એક ક્ષણ માટે પણ દૂર થતી નથી. શું હું રુક્મિણીને અન્યાય કરું છું? શું હું રાધાની સ્મરણ સાથે કોઈ છળ કરું છું?''

''એ તમે જાણો પરંતુ, મારો પુરુષ કોઈ બીજી સ્ત્રીના મોહમાં બંધાય તો મને લાગે છે કે, એ માત્ર સૌંદર્ય કે શારીરિક આકર્ષણ માત્ર હોઈ શકે. મને મારો પરાજય લાગે છે, પુરુષ સ્ત્રીમાં શરીર સિવાય શું ઝંખે?''

''પુરુષ સ્ત્રીમાં ઘણુંબધું ઝંખે છે. એક મા, એક પ્રિયતમા, એક પત્ની, એક મિત્ર, એક મંત્રી અને ક્યારેક એક વિચક્ષણ શત્રુ પણ... સુભદ્રા આમાંનું કશુંય નહીં બની શકે. એ માત્ર સેવા કરી શકશે. એ સમર્પિત છે, તમે શક્તિ છો, સ્વયં...''

"એટલે? એક સ્ત્રીએ સમર્પિત હોવું રહ્યું. ખરું ને? અબળા, આધારિત, સમર્પિત અને પતિનો પ્રેમ મેળવવા માટે ચરણેષુદાસી બનીને જીવતી સ્ત્રી જ સ્વીકાર્ય છે, એમ કહો છો? સ્વત્વ માટે ઝઝૂમતી, વ્યક્તિત્વ માટે એકલી ઊભી રહી શકે તેવી, પ્રશ્નો પૂછે તેવી સ્ત્રી પ્રેમને પાત્ર નથી, ખરું?"

"સખી, તમે કહ્યું એવી સ્ત્રી જ સહધર્મચારિણી છે. એવી સ્ત્રી જ સિંહાસન પર બિરાજવાને યોગ્ય છે. એવી સ્ત્રી મહારાજ્ઞીના સંબોધન માટે જ સર્જાઈ છે... એવી સ્ત્રી તમે છો સખી. તમારી પ્રકૃતિદત્ત શ્રેષ્ઠતા અને ભવ્યતા સામે અન્ય કોઈ સ્ત્રી ઊભી પણ કેમ રહી શકે?"

"એટલે જ મારા પતિઓ હેડમ્બા, ચિત્રાંગદા, ઉલૂપિ અને સુભદ્રાઓને લઈને આવે છે, ખરું?"

"હું પુરુષ છું અને તમે સ્ત્રી. આપણે પ્રાકૃતિક રીતે જુદા છીએ. તમે કદાચ મારી વાત નહીં સમજી શકો, પણ છતાંય તમને કહેવી મને જરૂરી લાગે છે... એક પુરુષ માટે એક સ્ત્રીની ભવ્યતાના આકર્ષણમાં ડૂબવું તો સરળ છે, પરંતુ એમાંથી તરીને પાર ઊતરવું અસંભવ છે. સખી, પુરુષ પ્રાકૃતિક રીતે અહંકારી છે. એને પોતાના પર આધારિત, પોતાને સમર્પિત અને પોતાને સહેજ ઊંચો કરીને જોતી સ્ત્રી વધુ પ્રિયકર લાગે છે. તમારા જેવી સ્ત્રી દસ સહસ્રમાં અનન્ય હોય અને એથી જ તમારા જેવી સ્ત્રીના તેજને, પ્રતાપને જીરવવા માટે એકથી વધુ પુરુષોની આવશ્યકતા રહે છે. તમે જેને તમારી અનિચ્છાએ સ્વીકારવી પડેલી પરિસ્થિતિ ગણાવો છો એનાથી શ્રેયસ્કર તમારે માટે બીજું કશું હોઈ શકે જ નહીં... એક વર્ષ એક ભાઈ સાથે ગાળવાની એ યોજના પણ તમારા તેજને જીરવી શકવાની પુરુષની અલ્પતાનું જ પરિણામ છે. સૂર્ય જો સતત પ્રખર તેજથી તપતો રહે તો પૃથ્વીના જીવો ત્રાહિમામ્ પોકારી જાય. સૂર્યના તેજને વહેલી સવારે અને સંધ્યા કાળે થોડા અંતરથી નિહાળવાની... અને રાત્રિ સમયે એના તેજ વિના થોડીક શીતળતા અનુભવવાની વ્યવસ્થા જો ન હોત તો આ પૃથ્વી પર જીવન શક્ય નહોતું."

"એટલે? સૂર્યનું તેજ એ એનો ગુણ નથી, એનો અવગુણ છે."

"ચર્ચા જ કરવી હોય તો અંતહીન થઈ શકે, સખી! પરંતુ અંતહીન ચર્ચા એ કોઈ સમસ્યાનો ઉકેલ નથી... અને ખરા અર્થમાં તો અહીં કોઈ સમસ્યા જ નથી.... પાર્થના જીવનમાં તમે પ્રખર સૂર્ય બનીને ઝળહળો છો. પાર્થનું જીવન પાંચાલી વિના અસંભવ છે... પાર્થનું જ શા માટે, તમારા

કોઈ પતિ તમારા વિના જીવનની કલ્પના પણ કરી શકે એમ નથી. એ સૌને એકસૂત્રમાં બાંધી રાખનાર છો તમે... આ ઘરની, પાંડવ પરિવારની હૃદય સુધી રક્ત લઈ જતી શિરા છો તમે..."

ક્યારનાંય રોકી રાખેલાં આંસુ હવે દ્રૌપદીની આંખમાંથી ઊભરાવા લાગ્યાં.

"હું સ્વયં મારા તેજથી દાઝું છું, સખા! હું કોની પાસે માગું શીતળતા, રાત્રિ કે સંધ્યાકાળની એ કૂણાં કિરણોની કોમળતા?"

"ભાગ્ય છે તમારું."

"દુર્ભાગ્ય કહો સખા, સૂર્ય હોવું એ દુર્ભાગ્ય છે. સતત બળવાનો અભિશાપ લઈને જન્મેલી હું અગ્નિપુત્રી... સ્ત્રી પણ છું એ સૌ ભૂલી જાય છે."

"ના, તમારા પ્રખર તેજમાં તમારું સ્ત્રીત્વ ઝાંખું પડી જાય છે."

"પણ મારો અપરાધ શું છે, મારું સ્ત્રીત્વ કે મારું તેજ?"

"કંઈ વિશેષ હોવું એ અપરાધ છે... પોતાના સમયથી પહેલાં જન્મ લેવો એ અપરાધ છે. સમયથી આગળ જોઈ શકવું, જાણી શકવું એ પણ અપરાધ છે. કશુંક પામવા માટે કશુંક આપવું તો પડે જ છે, સખી! જગતનિયંતાએ સૌનાં ત્રાજવાં બરાબર કર્યાં છે..."

"સખા, તમે ક્યારેય એકલા નથી પડી જતા? તમારું તેજ નથી દઝાડતું તમને?"

"હું ચંદ્ર છું, સ્વયં પ્રકાશિત નથી... મારું તેજ મારું પોતાનું નથી. મારી આસપાસ રેલાતા તેજમાંથી પ્રતિબિંબિત થાઉં છું હું, એટલે મારું તેજ મને નથી દઝાડતું, તમે સ્વયં પ્રકાશિત છો... અને દાઝવું તમારી નિયતિ છે સખી..."

"કૃષ્ણ, તમારા તેજનો એક અંશ આપીને, તમારી શીતળતાથી મારી અંદર સતત પ્રજ્વળી રહેલા અગ્નિને શાંત કરવાનો પ્રયાસ સરખોય ન કર્યો તમે? શા માટે સખા? શા માટે?"

"કારણ કે આ તેજનો ખપ છે મારે. આ અગ્નિની જ્વાળામાં અધર્મને ભસ્મ કરવાનો છે મારે... સુભદ્રા તો સમિધ માત્ર છે તમારી ભીતર પ્રજ્વળી રહેલા અગ્નિને હજી થોડો સમય પ્રજ્વલિત રાખવા માટે..."

"ક્યારેક હું તમને સમજી નથી શકતી, સખા!"

"હુંય ક્યાં સમજું છું મને."

કૃષ્ણની આંખો આછા અંધકારમાં ઊભરાઈ આવેલાં ઝળઝળિયાંને કારણે ચમકતી લાગી હતી દ્રૌપદીને... અને એણે ચર્ચા ત્યાં જ પૂરી કરી હતી. કૃષ્ણની આંખોમાં પાણી આવે એવી કોઈ વાત દ્રૌપદી માટે સહ્ય કે સ્વીકાર્ય નહોતી. એણે સુભદ્રાને સ્વીકારી લેવાનો મનોમન નિર્ણય કર્યો અને દાસીને બોલાવીને મહાલયના બધા દીપો અત્તરના દીવડાથી પ્રકાશિત કરવાનો આદેશ આપ્યો...

"સ્ત્રીઓ શા માટે એકબીજાથી જુદી નથી હોતી?"

પીપળાની નીચે બેઠેલા કૃષ્ણ દ્રૌપદીના મહાલયના આછા અંધકારમાં ભજવાયેલું દૃશ્ય સ્મરણમાં લાવીને મનોમન વિચારી રહ્યા હતા.

"કોઈ પણ યુગની, કોઈ પણ વયની સ્ત્રી શા માટે એકસરખું વિચારે છે? શા માટે એકસરખું અનુભવે છે? શા માટે એકસરખી બાબતે પીડા અનુભવે છે? શા માટે એકસરખી વાત પર ક્રોધિત થાય છે? અને ક્રોધ વ્યક્ત કરવાની રીત પણ શા માટે એકસરખી હોય છે?" કૃષ્ણના મનમાં પ્રશ્નો ઉદ્ભવતા હતા... એ પોતે જ હસી પડ્યા. હવે શો અર્થ હતો આ પ્રશ્નોનો? જીવન તો જિવાઈ ચૂક્યું હતું. એમના જીવનની ત્રણ મહત્ત્વની સ્ત્રીઓ શા માટે એક સરખી રીતે એમને વિશે સંવેદનો અનુભવતી હતી, એકસરખી રીતે એને વિશે વ્યથિત હતી અથવા શા માટે એકસરખી તીવ્રતાથી એમને પ્રેમ કરતી હતી... એ બધું વિચારવાનો સમય કદાચ પસાર થઈ ચૂક્યો હતો. હવે તો માત્ર એ સ્ત્રીઓની સ્મરણ હતી... એ સ્ત્રીઓ નહોતી, એમની દૃષ્ટિ સામે અને છતાં એ સ્ત્રીઓની આંખો એમની સામે જોઈ રહી હતી. અપેક્ષાથી... ઉત્કંઠાથી... ઉપાલંભથી... ઉષ્માથી અને અનર્ગળ સ્નેહથી...

ત્રણ નદીઓનો પ્રવાહ એમની દૃષ્ટિ સામે સમુદ્ર તરફ વહી રહ્યો હતો અને એ ત્રણેય નદીઓમાં તરવરી રહેલાં અજવાળાનાં ઊંચાં-નીચાં થતાં કિરણો અસ્પષ્ટ રેખાઓથી એ ત્રણેય સ્ત્રીઓની મુખરેખાઓ ચીતરી રહ્યાં હતાં...

એ ત્રણેય સ્ત્રીઓ, પ્રિયતમા... પત્ની... અને સખી.... કલકલ કરતાં પ્રવાહ સાથે વહેતી વહેતી કૃષ્ણને કહી રહી હતી, "અમારું સાર્થક્ય તો

તમારામાં વિલીન થઈને જ બને છે... તમારી ખારાશ અમને સ્વીકાર્ય છે, કારણ કે તમે અમને વિશાળતા આપી છે. અમર્યાદ ફેલાતા રહેવાનો એ અસ્તિત્વબોધ તમે આપ્યો છે અમને... અમારા પ્રખર તેજને જીરવીને અમને શીતળતા આપી છે તમે.. અમારા સ્ત્રીત્વને સન્માનીને સ્નેહ આપ્યો છે તમે..."

કૃષ્ણની બંધ આંખોમાં ત્રણેય સ્ત્રીઓની આંખો જાણે સેળભેળ થઈને હૃદય સુધી ઊતરી ગઈ. પીડાનું એક લખલખું એમના આખા શરીરમાંથી ફરી એક વાર પસાર થઈ ગયું અને એમની સ્મરણમાં ઝળહળી ઊઠી દ્વારિકાની એ રાત...

એ રાત જ્યારે સત્યભામા પોતાના કરિયાવરમાં સ્યમંતક મણિ લઈને દ્વારિકાની રાજલક્ષ્મી બનીને પ્રવેશી હતી, દ્વારિકાના મહાલયમાં અને કૃષ્ણના જીવનમાં.

દ્વારિકાના મહાલયો શત શત દીપકોથી ઝળહળી રહ્યા હતા. રસ્તાઓ ઉપર રંગોળીઓ ચીતરાઈ હતી. દરેક મહાલયને બારણે તોરણો બંધાયાં હતાં. ગુલાબજળ છાંટીને રસ્તાઓ સુગંધિત બનાવાયા હતા... દ્વારિકાનો એક એક ગવાક્ષ સુવર્ણ અલંકારોથી નખશિખ ઢંકાઈ ગયેલાં સ્ત્રી-પુરુષોથી ઝળહળી રહ્યો હતો. માતા દેવકી પોતાના હાથમાં આરતીની થાળી લઈને આવનારી નવવધૂને પોંખવા રાજમહાલયોના સંકુલના મુખ્ય દ્વાર પર પ્રતીક્ષા કરી રહ્યાં હતાં.

સુવર્ણનગરી દ્વારિકાના રસ્તાઓ ઉપર હર્ષોલ્લાસની ચિચિયારીઓ સંભળાતી હતી. અબિલ અને ગુલાલ ઉડાડતાં સેંકડો નર-નારીઓ ઉત્સવઘેલા થઈને પોતાના રાજાની સાથે આવનારી નવવધૂને નિહાળવા આતુર થઈ રસ્તાઓ ઉપર વીખરાયેલા હતા...

રાજમહાલયોના સંકુલમાંનો એક ભવ્ય પ્રાસાદ સાવ અંધારો હતો. એક માત્ર ઝાંખો દીપક ઉજાસની ગરજ સારતો મ્લાન મુખે ટમટમી રહ્યો હતો.

એની સામે રડી રડીને થાકી ગયેલી રક્તવર્ણી આંખો અને છુટ્ટા વાળ સાથે બેઠેલી એક સુંદરી એકીટશે દીપકને જોઈ રહી હતી. એના અલંકારો

આખાય કક્ષમાં વીખરાયેલા હતા. સુવર્ણ જડેલાં, હીરામોતીમંડિત ભવ્ય વસ્ત્રો ધૂળમાં રગદોળાતાં હતાં...

એને જીવન વ્યર્થ લાગતું હતું. એને લાગતું હતું કે હવે સુવર્ણનગરી દ્વારિકામાં એનું કોઈ નથી, જે પ્રિયતમની શ્રદ્ધાના બળે એ પોતાનું ઘર અને પિયર મૂકીને અહીં ચાલી આવી હતી એ પ્રિયતમ આજે કોઈ બીજાનો થઈ ગયો હતો...

ગ્લાનિ અને શોકમાં ડૂબેલી એ સુંદરીને ક્રોધ પણ આવતો હતો. પોતાના દુર્ભાગ્ય પર, નિયતિએ લખેલા વિધિના લેખ પર...

સ્વાગત કરવા આવેલા અસંખ્ય લોકોમાં ચિરપરિચિત મુખ ન દેખાતાં કૃષ્ણને આશ્ચર્ય થયું... પછી દ્રૌપદી સાથે સુભદ્રાના પ્રસંગે થયેલી ચર્ચાની સ્મરણ તાજી થઈ.

સત્યભામા માટે વિશેષરૂપથી બનાવાયેલા મહાલયમાં સ્વાગત-યાત્રા પૂરી કરીને કૃષ્ણ એક પળ માટે કક્ષની બહાર નીકળવા ગયા, "અત્યારે ક્યાં જાવ છો?" સત્યભામાએ એમનું બાવડું પકડીને પૂછ્યું.

"રુક્મિણીને મળી આવું." કૃષ્ણએ કહ્યું અને બાવડું છોડાવવાનો હળવો પ્રયાસ કર્યો. સત્યભામાએ બાવડું તો પકડી જ રાખ્યું, પણ નિકટ આવીને કૃષ્ણના વિશાળ વક્ષઃસ્થળ પર માથું મૂકી દીધું. બીજો હાથ કૃષ્ણની પીઠ પર લપેટી લીધો, "આજે નહીં જાવ તો નહીં ચાલે?"

"ક્યારેય નહીં જાઉં તો પણ ચાલશે..." કૃષ્ણએ હળવેકથી સત્યભામાને અળગી કરી, "પરંતુ મારે જવું જોઈએ એવું મારું મન કહે છે. રુક્મિણી સ્વાગત-યાત્રામાં નહોતાં. એ જરૂર પીડા અનુભવતાં હશે."

"તો તમે મનાવશો એમને..."

"ના, એ ખૂબ વિદુષી અને પ્રગલ્ભા સ્ત્રી છે. એમને મનાવવાની જરૂર નહીં પડે. માત્ર કેટલીક વાતો સ્પષ્ટ કરીશ હું, અને એમને સમજાઈ જશે..."

"કાલે કહેજો..."

"ના... આજની પીડા આજે જ દૂર કરવી રહી. કાલે એ પ્રશ્નમાં પલટાઈ જશે."

"મારા આવવાથી આ તો થવાનું જ હતું, તમે નહોતા જાણતા નાથ?"

"ખરું પૂછો તો નહોતો જાણતો. મને કલ્પના પણ નહોતી કે રુક્મિણી જેવી સ્ત્રી આમ વર્તી શકે..."

"સ્ત્રી આમ જ વર્તે નાથ, એટલું તો મને પણ સમજાય છે... એમને સ્થાને હું હોત તો હું પણ આમ જ વર્તી હોત. તમે છો જ એટલા પ્રિય કે તમને વહેંચવા સરળ નથી. સૌને તમારો પૂર્ણ પ્રેમ જોઈએ છે, તમારો પૂર્ણ સમય... તમારું સંપૂર્ણ ધ્યાન અને તમારા સંપૂર્ણ સ્નેહનું સંપાદન સૌને કરવું છે."

"પણ હું તો પૂર્ણ જ આપું છું સૌને. ક્યારેય ઓછું કે વધતુ-ઘટતું વહેંચતો જ નથી. આ તો દૃષ્ટિનો ભ્રમ છે. કોઈ ક્યારેય સ્નેહ કરવામાં મણા નથી રાખતું, આપણું મન જ વધુ ને વધુ માંગ્યા કરે છે, પ્રિયે! અને એ અપેક્ષાઓની રેતીમાં રેડાતો સ્નેહ હંમેશાં પીવાતો જાય છે. રેતી તો તરસી જ રહે છે."

"એટલે? રેતીએ વર્ષાની અપેક્ષા જ નહીં રાખવાની? રણ સતત રણ જ બનીને વિસ્તરતું રહે?"

"વર્ષાની અપેક્ષા હોય તો ફળદ્રુપ જમીન બનવું પડે. વાદળ પણ વૃક્ષોથી ઘેરાયેલાં વનોમાં વધુ વરસે છે."

"સ્વામી, હું તો તમારી એક માત્ર પત્ની બનીને રહેવા માગું, તમારા સ્નેહની સંપૂર્ણ અધિકારી હું જ હોઉં એવું મને ગમે."

"પણ વરસાદનાં બધાંય વાદળો ધરતીના એક જ ટુકડામાં કેવી રીતે વરસે? એને અતિવૃષ્ટિ કહેવાય, પ્રિયે! અતિ, કશાયની પણ શ્રેય નથી આપતી. પાકને ઊગવા માટે પ્રમાણસરની વર્ષા અનિવાર્ય છે... તમને પ્રમાણસરનો સ્નેહ જ પાચ્ય હોઈ શકે. સ્નેહની પણ અતિ ક્યારેક વિનાશ નોતરે છે." આટલું કહીને કૃષ્ણ કક્ષની બહાર નીકળી ગયા. ત્યાં ઊભેલી સત્યભામા ઘડીભર માટે આ અદ્ભુત પુરુષની બુદ્ધિમત્તા અને ગૂઢતા પર વારી ગઈ. એ આવા યુગપુરુષની પત્ની છે એ વિચારે એને પોતાની જાત પર ગર્વ કરવાનું મન થઈ આવ્યું...

અને છતાં, આ બધી જ વાત સાંભળ્યા પછી પણ કૃષ્ણના પ્રેમમાં કોઈ ભાજ્ય, કોઈ બીજું એને સ્વીકાર્ય નહોતું જ એ વાત એને સમજાઈ ગઈ હતી. એ પાછળ દોડી. એણે ગવાક્ષમાંથી નીચે જોયું. મુખ્ય મહાલય

તરફ ઉતાવળી ચાલે જઈ રહેલા કૃષ્ણનું ઉત્તરીય હવામાં ઊડતું હતું. એમની સિંહ જેવી કટિ અને આરસપહાણની બની હોય એવી વિશાળ ખભાથી શરૂ થતી એમની પીઠ જોઈને સત્યભામાનું મન કૃષ્ણને આલિંગવા, એમના આલિંગનમાં બંધાઈ જવા તરફડી ઊઠ્યું.

"કોણ જાણે ક્યારે પાછા ફરશે?" સત્યભામાના મનમાં આછો રોષ આવી ગયો, "આજની રાત્રે એને મનાવવા ન ગયા હોત તો ન ચાલત?"

ઉતાવળી ચાલે જઈ રહેલા કૃષ્ણનાં પગલાંમાં એમની અસ્વસ્થતા સ્પષ્ટ હતી.

રુક્મિણી માટે આટલા અસ્વસ્થ થઈને જઈ રહેલા પોતાના પતિને જોઈને સત્યભામાએ એક વાત નક્કી કરી, "પટરાણી ભલે રુક્મિણી કહેવાય, પરંતુ કૃષ્ણની પ્રિય, કૃષ્ણની અત્યંત નિકટ અને કૃષ્ણની હૃદયસામ્રાજ્ઞી તો પોતે જ બનશે. પોતે ભલે રુક્મિણી જેટલી વિદુષી ન હોય, કૃષ્ણ સાથે રાજનીતિ કે શાસ્ત્રોની ચર્ચા ન કરી શકે પરંતુ પોતે પતિને રૂપમાં, શરીરમાં, મનમાં અને પોતાના મહાલયમાં જ બાંધી રાખશે."

ગવાક્ષમાં ઊભેલી સત્યભામાના ખભે એક હાથ મુકાયો.

સત્યભામાએ પાછળ જોયું. એ એની પ્રિય દાસી હતી, મનોરમા.

એ સત્યભામા સાથે એના કરિયાવરમાં જોડે આવી હતી. સત્યભામાની બાળસખી એને બરાબર ઓળખતી અને એના ગમા-અણગમાઓને જાણતી મનોરમાએ આ આખોય પ્રસંગ કાનોકાન સાંભળ્યો હતો. અમસ્તીયે જાણ રાખવી અને ખબર આપવી એ મનોરમાની પ્રિય પ્રવૃત્તિ હતી.

"મહારાણી, આમ ઉદાસ થયે નહીં ચાલે. અહીં તો તમારા અધિકારો માટે યુદ્ધ કરવું પડશે."

"યુદ્ધ શેનું? એ પણ પત્ની છે એમની. એના સ્થાને હું હોત તો પણ કદાચ આમ જ વર્તી હોત..."

"એ તો સારપ છે તમારી. બાકી... તમારા સૌંદર્ય અને કૃષ્ણપ્રેમ સામે બીજું કોણ ટકી શકે?"

"મનુ, એ ગયા એનું દુઃખ નથી મને. પણ આજની રાત્રે ન ગયા હોત તો ન ચાલત?".

"એ જ તો.... હું પણ એ જ કહું છું મહારાણી... આજની રાત્રિ તો ફક્ત તમારી હતી! આજે કઈ રીતે જઈ શકે?"

"પણ આજે નહીં રિસાઉં હું, માત્ર આ પ્રસંગ મારી સ્મરણમાં સાચવી રાખીશ અને પટરાણીએ મારી રાત્રિમાંથી સમય ચોર્યાનું મૂલ્ય ચૂકવવું પડશે."

"મહારાણી, અહીં તમે એકલાં નથી. અહીં તો સોળ સહસ્ર રાણીઓ છે."

"સોળ સહસ્ર નહીં... સોળ સહસ્ર એકસો ને સાત, અને છતાંય મને લાવ્યા ને? એ ચાહે છે મને. બસ... એટલું જ પૂર્ણ થઈ પડશે. શેષ મને આવડે છે." કહીને સત્યભામાએ માખણમાં કાજળ ઘૂંટીને બનાવ્યું હોય એવા ચળકતા પોતાના શ્યામ શરીર તરફ જોયું...

"મહારાણી, સાવધ રહેજો. બીજું તો શું કહું?" મનોરમાએ કહ્યું.

"તું છે ને? તું મને જાણ કરતી રહેજે... શેષ હું સંભાળી લઈશ."

રુક્મિણીના મહાલયનાં પગથિયાં ચડીને કૃષ્ણ મહાલયના મુખ્ય કક્ષમાં પ્રવેશ્યા. આખા પ્રાસાદમાં અંધકાર જોઈને એમને સહેજ પણ આશ્ચર્ય નહોતું થયું. આશ્ચર્ય થયું તો એ વાતનું કે રુક્મિણી આમ વર્તી. અન્ય કોઈ સમજે કે નહીં રુક્મિણી આ વાત સમજશે, એવી કૃષ્ણની શ્રદ્ધા હતી. સ્યમંતક મણિ માટે થયેલું યુદ્ધ અને સાત્યકિ સાથે થયેલી સમજણ બધાથી તો અભિજ્ઞ હતાં પટરાણી.

એમણે જ પરામર્શ આપ્યો હતો કે સાત્યકિ સાથે સમજૂતી કરી લેવી, અને હવે એ જ, સ્વયં...

"કઈ રીતે વાત કરીશ હું? શું કહીશ? કેમ સમજાવીશ આટલી પ્રબુદ્ધા સ્ત્રીને? એની પાસે તો કેટલાય ઉત્તરો હશે, મારી દરેક વાતના... સમજૂતી કરવાનું કહ્યું હતું. લગ્ન સમજૂતીમાં નથી આવતાં, એમ કહેશે તો? જાંબુવંતી અને એના જેવી બીજી રાણીઓનાં લગ્ન વખતે તો આટલાં વિચલિત નહોતાં થયાં, પટરાણી... આજે શા માટે?"

આ જ વિચારો કરતાં કરતાં મુખ્ય કક્ષ વટાવીને કૃષ્ણ રુક્મિણીના શયનકક્ષમાં પ્રવેશ્યા. અંધકાર સાથે યુદ્ધ કરી રહેલો એક ઝાંખો દીપક આછું અજવાળું ફેલાવી રહ્યો હતો. રુક્મિણી નતમસ્તકે એક નાનકડા બાજોઠ ઉપર

માથું ટેકવીને ઊંધાં બેઠાં હતાં. એમના વાળ એમની પીઠ પર થઈને જમીન સુધી ફેલાયેલા હતા. આખાય કક્ષમાં વસ્ત્રો અને અલંકારો વિખરાયેલાં પડ્યાં હતાં.

"પટરાણી, પ્રિયે!" કૃષ્ણએ ખૂબ ધીમેથી કશુંય તરડાય નહીં એવા અવાજે કહ્યું. રુક્મિણીએ ઊંચું જોયું. રડી રડીને રક્તવર્ણી થયેલી એમની આંખો જોઈ કૃષ્ણનું હૃદય વલોવાઈ ગયું. એ આવીને રુક્મિણીની બાજુમાં બેસી ગયા. એમના ખભા પર હાથ મૂક્યો... કૃષ્ણનો સ્પર્શ થતાં જ રુક્મિણી ચોધાર આંસુએ રડી પડ્યાં.

"તમારાં આંસુમાં મારી દ્વારિકા વહી જશે..."

"વહી જવા દો. મારે પણ આ દ્વારિકાની સાથે વહીને પૂર્ણાના રસ્તે કુંડિનપુર પાછા જવું છે."

સ્મિત આવ્યું કૃષ્ણના મુખ પર, "પૂર્ણા તો કુંડિનપુરથી દ્વારિકા તરફ વહે છે. પાછી નથી જતી. એક વાર દ્વારિકા આવ્યા પછી કુંડિનપુર જવા માટે કોઈ માર્ગ શેષ રહેતો નથી પ્રિયે."

"હશે! હું દ્વારિકાની બહાર ઊછળતા સમુદ્રમાં પ્રાણત્યાગ કરીશ."

"પરંતુ તમારા પ્રાણ તો મારા પ્રાણ સાથે જોડાયેલા છે. મારી સાથે પરામર્શ કર્યા વિના તમે આપણા પ્રાણ વિશે કોઈ પણ નિર્ણય કેમ કરી શકો?"

"તમને પરિહાસ સૂઝે છે નહીં?"

"પરિહાસ? હું ખાસ્સો વિદૂષક દેખાતો હોઈશ તમને અત્યારે, ખરું પટરાણી? એક નવવધૂ ત્યાં રિસાઈને બેઠી છે, બીજી રાણી અહીં ઉપાલંભ કરે છે... એક મારા અહીં આવવા વિશે ક્રોધિત છે તો બીજી હું ત્યાં જઈશ એટલે ક્રોધિત થશે." હસી પડ્યા કૃષ્ણ.

"જાવ, સુખેથી સિધાવો... હું જરાય ક્રોધિત નથી."

કૃષ્ણના મુખ પર હજુય સ્મિત એમ જ હતું, "એ તો તમારી મુખરેખા પરથી સ્પષ્ટ છે."

"મારા ક્રોધ કે શોકથી તમને શું?"

"મને? તમે અર્ધાંગિની છો મારી. મારું અર્ધું અંગ શોકમાં, ક્રોધમાં હોય તો મારું બીજું અર્ધું અંગ સુખમાં કઈ રીતે હોઈ શકે? સત્યભામાના મહાલયમાં વસતું મારું બીજું અર્ધું અંગેય ક્રોધિત છે... એ પણ અર્ધાંગિની છે મારી."

"તો જાવ... મનાવો એને."

"પરંતુ પહેલા અર્ધા અંગને મનાવ્યા વિના એ શક્ય નથી."

"પ્રભુ! આજે તમારા શબ્દો મને નહીં રિઝાવી શકે."

કૃષ્ણએ બેઠાં બેઠાં જ રુક્મિણીને આલિંગનમાં લઈ લીધી.

"શબ્દો નહીં તો સ્પર્શ?" સ્મિત હજીય ત્યાં જ હતું.

"પ્રભુ! આ બધું વ્યર્થ છે. મારું મન ઉદ્વિગ્ન છે. કોણ જાણે કેમ સત્યભામાના આગમનથી મારું મન..."

"બે પુત્રો હોય અને ત્રીજો આવે તો માને પોતાનો પ્રેમ વહેંચાઈ જવાનો ભય લાગે છે?"

"આ સ્ત્રી-પુરુષની વાત છે, માતા અને પુત્રની નહીં."

"હું તો વિશ્વના દિવ્ય સંબંધની વાત કરું છું. જો શત-શત પુત્રો હોવા છતાં માતા ગાંધારી સૌને સરખો પ્રેમ કરી શકે છે, તો હું કેમ મારી તમામ પત્નીઓને એકસરખું માન, એકસરખો પ્રેમ ન આપી શકું? મારો પ્રેમ અનંત છે. જ્યાં સુધી તમે વિસ્તરશો ત્યાં સુધી વિસ્તરી શકીશ હું."

"તો પછી આજની રાત્રિ અહીં રોકાઈ જાવ."

"એમ કરવાથી શું પ્રાપ્ત થશે? વિજય? કોના પર? ખરો વિજય તો સ્વ પર મેળવાય. અન્યો પર મેળવેલો વિજય ક્ષણજીવી છે પ્રિયે. આજની રાત્રિ અહીં રોકાઈ જઈશ તો તમે વિજયી થશો. તમારું સ્ત્રીત્વ, તમારું પટરાણીપદ વેંતઊંચું સાબિત થશે, હજી હમણાં જ ચાલી આવતી નવવધૂ સામે, પરંતુ તમારા વ્યક્તિત્વનું શું? વ્યક્તિ તરીકે, માનવ તરીકે તમે કેટલાં નાનાં, કેટલાં છીછરાં દેખાશો એની સામે, એ વિચાર્યું છે?"

"પ્રભુ!"

"તમે તો પટરાણી છો. આ નગરની મહારાજ્ઞી, આર્યાવર્તની રાજલક્ષ્મી, યાદવોની ભાગ્યલક્ષ્મી. તમારો હાથ આપવા લંબાય, માગવા નહીં. એક વસ્તુ તરીકે વિચારો મારા વિશે તો પણ... સત્યભામાને મને આપીને તમે ઊંચા જ જશો. દાન આપનાર હંમેશા હાથ ઉપર રાખીને દાન આપે છે અને લેનારનો હાથ આપનારની નીચે હોય છે. સત્યભામા તો બાળક છે, નથી જાણતી રાજનીતિ, નથી જાણતી લેવડ-દેવડની કોઈ પરિભાષા કે નથી સમજી શકતી સ્યમંતકના આ યુદ્ધમાં એનું મહોરું બનાવીને ખેલાયેલી

ચોપાટ, પણ તમે તો સમજો છો, જાણો છો... રાજનીતિ, રણનીતિ અને પ્રણયનીતિ... તમે આમ કરશો?"

રુક્મિણીને જાણે આખા મહાલયમાં પ્રકાશ થયેલો દેખાયો. એને પોતાની જ વર્તણૂક પર લજ્જા આવી ગઈ.

સાચી જ વાત હતી કૃષ્ણની. પોતે આવું કઈ રીતે કરી શકે? પોતે કૃષ્ણની સાથે આટલા સમયથી રાત-દિવસ જીવતી હતી. કૃષ્ણનો આટલો નિકટનો સંસર્ગ એના મનની મલિનતા પણ ભૂંસી ન શક્યો? સત્યભામા જેવી સાવ નાની બાળકી સાથે પોતે કઈ રીતે હરીફાઈમાં ઊતરી અને એ પણ કોના માટે?

રુક્મિણીએ કૃષ્ણના વિશાળ ખભા પર પોતાનું માથું મૂકી દીધું. "મને ક્ષમા કરો પ્રભુ!"

"ક્ષમા તો મારે માગવાની કે તમારા હૃદયને આટલું દુઃખી કર્યું. જાણતો હોત કે તમને આટલી પીડા થશે તો સ્વાગત-યાત્રા પછી પહેલાં તમારા મહાલયે આવત. તમારી આજ્ઞા લઈને સત્યભામાના પ્રાસાદ પર જાત. પ્રિયા! મને તો સર્વે એકસમાન છે. મારે માટે તમારું સ્થાન સત્યભામાના સ્થાનથી ભિન્ન નથી. હું સર્વેને ખૂબ પ્રેમ કરું છું. સર્વેને સ્વીકારું છું. સર્વેને મારી અંદર જ મારા પોતાના ગણીને જીવું છું... આ નથી જાણતાં તમે?"

"પ્રભુ! કોણ જાણે કેમ હું આમ વર્તી? મને ખૂબ ક્ષોભ થાય છે, લજ્જા આવે છે મારા પોતાના વર્તન ઉપર..."

ખડખડાટ હસી રહ્યા હતા કૃષ્ણ, "મહારાજ્ઞી વિદુષી રુક્મિણી પણ અંતે તો સ્ત્રી છે. એ જાણીને આનંદ થયો. આજ સુધી માત્ર શાસ્ત્રાર્થ કર્યો તમારી સાથે, પ્રણય પણ વિદ્વત્તાથી પ્રચુર રહ્યો. ખરું? આજે એક સામાન્ય, અતિશય પ્રેમાળ, લાગણીમાં ખળખળ વહેતી પત્નીને મળીને હું ખરેખર ધન્ય થયો."

"પ્રભુ! મારો પરિહાસ કરશો? જો કે, હું એને જ લાયક છું..." કહીને પોતાની બે હથેળીઓ વચ્ચે મુખ ઢાંકી દીધું રુક્મિણીએ. કૃષ્ણએ એમના બે હાથ પકડ્યા અને હથેળીઓને મુખ પરથી દૂર કરી. "આમેય એક ઝાંખો દીપક ટમટમી રહ્યો છે. તમે પણ મુખ ઢાંકી દેશો તો કેટલો અંધકાર વ્યાપી જશે, જાણો છો?"

"પ્રભુ!" રુક્મિણી શરમાઈ.

"મને ખરે જ અહીંથી જવાની ઇચ્છા નથી."

"સત્યભામા તમારી પ્રતીક્ષા કરતી હશે, તમારે જવું જોઈએ."

"હૃદયપૂર્વક કહો છો?"

"હા, સત્ય કહું છું. આજની રાત્રિ સત્યભામાની રાત્રિ છે, અને તમારે એને એનો અધિકાર આપવો જ જોઈએ."

"ને તમે? તમે શું કરશો? આ ઝાંખો દીપક પ્રગટાવીને, અલંકારવિહીન બેસીને શોકમગ્ન રાત્રિ પસાર કરશો?"

"ના, ના... હું હમણાં જ દાસીને બોલાવીશ. માથામાં તેલ ઘસાવી શરીરે સુગંધિત તેલનું માલિશ કરીશ... પછી પ્રાતઃકાળે સ્નાન અને શૃંગાર કરી સત્યભામાના સ્વાગત માટે એના પ્રાસાદે જઈશ." પછી નાનકડા સ્મિત સાથે ઉમેર્યું, "તમે ત્યાં જ હશો ને? તમારાં પણ દર્શન કરીશ પ્રાતઃકાળે, અને નવવધૂ સાથે રાત્રિ ગાળ્યા પછી તમારા મુખ પર ઊતરી આવેલી નવી કાંતિ પણ નિહાળીશ."

કૃષ્ણ હસતા હસતા ઊભા થયા.

"નવવધૂ સાથેની રાત્રિ ભુલાતી નથી, ખરું?"

"તમને ભુલાય છે?"

"મારું કર્તવ્ય છે."

"ને મારો ધર્મ."

"તમે સાચે જ વિદુષી છો. તમારી સાથે શબ્દોની રમતમાં વિજય મેળવવો અસંભવ છે."

"તો શું કામ કરો છો રમત?"

"હારી જવા. તમારી સામે હારવાનો એક અદ્ભુત આનંદ હોય છે, પ્રિયે. એ હારનારાને જ સમજાય..."

અને રુક્મિણીને પ્રગાઢ આલિંગન આપી કૃષ્ણ જ્યારે એના મહાલયમાંથી બહાર નીકળ્યા ત્યારે રુક્મિણીનો પ્રાસાદ અને કક્ષમાં દીપકો પ્રગટવા લાગ્યા હતા.

"શું કહે છે પટરાણી? હજીય શોકાતુર છે?" સત્યભામાના શ્વેત ફૂલોથી શણગારેલા કક્ષમાં અત્તરના દીવા મહેક મહેક થઈ રહ્યા હતા. મોટા મોટા ગવાક્ષો પર લાગેલા રેશમના પડદા દરિયાકિનારાની હવા સાથે ફરફરાટ ઊડી રહ્યા હતા. રાત્રિના સમયે સમુદ્ર પૂર્ણપણે ભરતી પર હતો. સમુદ્રનાં ગાજી રહેલાં મોજાંનો અવાજ રાજમહાલયોના સંકુલને છેક છેવાડે આવેલા સત્યભામાના પ્રાસાદ સુધી આવતો હતો.

"પ્રાતઃકાળે તમારા સ્વાગત માટે અહીં પધરાશે પટરાણી! તમે પણ એમનું યોગ્ય સ્વાગત કરશો એમ માનું છું."

"મારા પ્રાસાદે પધારેલા કોઈનું પણ યોગ્ય સ્વાગત થશે. અને એમાંય આ તો સ્વયં પટરાણી છે. દ્વારિકાનરેશ, ગૌબ્રાહ્મણ પ્રતિપાળ, યુગપુરુષ, મહાન રાજનીતિજ્ઞ, પાંડવોના સલાહકાર સ્વયં ભગવાન મનાતા શ્રીકૃષ્ણનાં પટરાણી..."

"તમે આ કોની વાત કરો છો પ્રિયે? હું તો ગોકુળથી આવ્યો છું. નંદબાબાનો દીકરો, યશોદાનો કા'નો એક સામાન્ય ગોવાળ..."

"સમગ્ર આર્યાવર્તને પોતાની બુદ્ધિની લાકડીથી હાંકતો ગોવાળ, ખરું?"

"એમ રાખો. હું હમણાં જ વિદ્વત્તાપૂર્ણ વાતો કરીને આવ્યો છું અને માનું છું કે આજે આપણાં લગ્નની પ્રથમ રાત્રિ છે. આર્યાવર્ત અને ભારતવર્ષની રાજનીતિ વિશે વાત કરવા માટે બીજી ઘણી રાત્રિઓ આવશે... આજે, હમણાં તો..."

"હમણાં તો...!?" સત્યભામાના અવાજમાં, આંખોમાં લાસ્ય ઊતરી આવ્યું. એનું શરીર ધનુષ્યની પણછની જેમ ખેંચાઈ ગયું. એના હોઠ આમંત્રણપૂર્ણ સ્મિતમાં વંકાયા...

"હમણાં તો મારે મારી નવવધૂને મારી પત્ની બનાવવી છે. એને એનો અધિકાર આપવો છે."

"અધિકાર?" સત્યભામાએ પૂછ્યું.

"મારા પ્રેમનો અધિકાર... હું તમને ચાહું છું, એ શબ્દો સિવાય પણ કહી શકાય. એ અનુભવ કરાવવો છે તમને..."

"સ્વામી!" સત્યભામા શરમાઈ પણ કૃષ્ણના ફેલાવેલા બાહુપાશમાં દોડીને સમાઈ ગઈ.

રાજમહાલયોના એ સંકુલમાં એ રાત્રે બે મહાલયો ઝળાંહળાં હતા. એક પ્રણયમાં પ્રચુર પ્રગાઢ રતિથી તરબોળ... અને બીજો ભક્તિપૂર્ણ સમર્પણ અને પ્રેમના ઉજાસમાં પ્રજ્વલિત....

કુંતી અને કૃષ્ણ એક અક્ષર પણ બોલ્યા વિના કેટલાય સમયથી ચૂપચાપ બેઠાં હતાં...

ઈન્દ્રપ્રસ્થના એ મુખ્ય મહેલના ગવાક્ષમાંથી આકાશ ભૂરું અને નજીક લાગતું હતું... કુંતીના ચહેરા પર એક અન્યમનસ્કતા અને પીડાની રેખા હતી. કૃષ્ણ કશુંય બોલ્યા વિના દૂર અવકાશમાં ક્યાંક જોઈ રહ્યા હતા...

"કા'ના, હશે!" કુંતીનો નિઃશ્વાસ ઊનો અને ભીનો હતો... "જેવી એની ઇચ્છા. ઈશ્વરે એને જેવી મતિ આપી એ પ્રમાણે એ વર્ત્યો..."

"ફોઈ... હું ઇચ્છું છું કે તમે એકવાર..."

"હું? એ મારી વાત સાંભળશે?"

"મા છો તમે... કદાચ તમારી વાત ન ય ટાળે..."

"કા'ના, જો એ ન માને તો?"

"તો... તો એ કૌરવપક્ષમાંથી લડશે... અને એક ભાઈ બીજા ભાઈની હત્યા કરશે." કૃષ્ણ ભવિષ્યવાણીની જેમ બોલ્યા. અવાજ જાણે દૂર અનંતમાંથી આવતો હોય એવો ઘેરો અને ગંભીર હતો. કુંતીની આંખોમાં ક્યારનાં રોકી રાખેલાં આંસુ ધસી આવ્યાં...

"હું જ... હું જ કારણ છું આ બધાંનું. મેં જ એને જન્મ આપીને એનો અસ્વીકાર કર્યો. જ્યારે જનની જીવને તરછોડી દે, ત્યારે..."

"ફોઈ, હું તમને વિનંતી કરું છું કે તમે એક વાર... ફક્ત એકવાર કર્ણને સમજાવી જુઓ..." કુંતી કૃષ્ણના ચહેરા સામે જોઈ રહ્યાં... એકીટશે... એમની આંખોમાંથી આંસુઓની ધાર વહી નીકળી... નિઃશબ્દ કેટલાય સમય સુધી કુંતી રડતાં રહ્યાં અને કૃષ્ણ ચૂપચાપ ત્યાં બેઠા બેઠા આકાશ તરફ જોતા રહ્યા...

"કા'ના, હું એને સમજાવું એનાથી પાંડવપક્ષમાં..."

"પાંડવપક્ષમાં બે બાણાવળીઓ થશે ફોઈ, અને દુર્યોધનની કરોડરજ્જુ ભાંગી જશે..."

"કા'ના! પરંતુ..."

"ફોઈ, મેં તમને વચન આપ્યું છે એમ તમારા પાંચ દીકરા અખંડ રહેશે. હું કોઈ ભય કે આશંકાથી કર્ણને પાંડવપક્ષમાં સંમિલિત કરવાનો આગ્રહ નથી રાખતો... પરંતુ, એક શ્રેષ્ઠ માનવ, એક અજેય યોદ્ધાને પરાજય પામતો જોવો... મને બહુ દુઃખ થશે ફોઈ! આખરે તો એ મારો પણ ભાઈ છે..."

"કા'ના, તું? તું આવું વિચારે છે?"

"કેમ? હું ન વિચારી શકું? મહાસંહાર નિશ્ચિત છે ફોઈ... પરંતુ, એમાંથી જેટલાને બચાવી શકાય, એટલાને બચાવવાનો પ્રયાસ મારે પણ કરવો છે... ઇતિહાસ સાક્ષી પૂરશે, મારા પ્રયાસોની... વિષ્ટિ કરવા પણ હું એટલે જ ગયો હતો ફોઈ..."

"ભલે કા'ના, તું કહે છે તો હું મળીશ જ. પરંતુ એના ઉત્તરની મને હમણાં જ ખબર છે... હું જાણું છું એ મને..."

"એ તમને સ્વીકારે કે નહીં... પરંતુ, કુરુક્ષેત્રના યુદ્ધમાં એ પગલું મૂકે એ પહેલાં તમે એનો સ્વીકાર કરો એ અનિવાર્ય છે, એને માટે પણ અને તમારા માટે પણ... આ હ-કારનું યુદ્ધ છે, સ્વીકારનું યુદ્ધ છે, અસ્તિનું યુદ્ધ છે, ધર્મનું યુદ્ધ છે અને પુત્રનો સ્વીકાર કરવો એ માતાનો ધર્મ છે અને હું જે જોઈ શકું છું એ જોઈને કહું છું કે ફોઈ, કર્ણના આત્માની તૃપ્તિ માટે, એના મોક્ષ માટે ફક્ત એક વાર એનો સ્વીકાર કરવો અનિવાર્ય છે."

રુક્મિણીના મહેલમાં ઉદાસ અને ચિંતિત કૃષ્ણ ગવાક્ષમાં બેઠાં હતાં. રુક્મિણી એમને માટે કઢેલું દૂધ લઈને આવી...

"નાથ! શા વિચારમાં છો?"

"તમે તો જાણો છો પ્રિયે, પરિસ્થિતિ વધુ ને વધુ દુષ્કર થતી જાય છે."

"તમે શું કરી શકશો? બે ભાઈઓની વચ્ચે રાજ્યના અધિકાર માટે આ પ્રકારનાં યુદ્ધો કંઈ નવાં નથી. આ તો રાજ્યકારણનો ઇતિહાસ છે..."

"પરંતુ પ્રિયે... દુર્ભાગ્યે આ રાજ્યકારણ સમગ્ર આર્યાવર્તને પોતાના

ખપ્પરમાં હોમી દેશે. મને અનેક વિધવા સ્ત્રીઓના કોરા ભાલ અને અનાથ બાળકોનાં ધૂંધળાં ભવિષ્યો દેખાય છે."

"તમે કોના પક્ષે રહેશો એ તો નિશ્ચિત છે, ખરું ને? અને જેના પક્ષે તમે હશો એમનો વિજય પણ આમ તો નિશ્ચિત જ..."

"પરંતુ પ્રિયા, એ કેટકેટલાં બલિદાન લેશે? ભીષણ રક્તપાત થશે... એ અટકાવવાનો કોઈ ઉપાય નથી દેખાતો."

"તમારી સખી પાસે છે એ ઉપાય." રુક્મિણીએ કહ્યું.

કૃષ્ણએ ચોંકીને રુક્મિણી સામે જોયું, "પાંચાલી? એ શું કરી શકે?"

"શત્રુને જ્યારે હારી જવાનો ભય લાગે ત્યારે એ શરણે આવતો હોય છે, એવું રાજનીતિ કહે છે."

"દુર્યોધન જાણે છે કે એ નહિ જીતે, તેમ છતાં અહંકાર અને મદમાં ચૂર કોઈનીય વાત સાંભળવા તૈયાર નથી. તમે તો જાણો છો, હું તો વિષ્ટિ માટે પણ જઈ આવ્યો, પરંતુ દુર્યોધને જે રીતે મારું અપમાન કર્યું, એ પછી પાંડવો ચૂપ નહીં રહી શકે. રહેવું પણ શું કામ જોઈએ? અન્યાય સહન કરવો, એ પણ અન્યાય જ છે."

"પાંડવોને એનો અધિકાર મળે અને છતાં રક્તપાત ન થાય, યુદ્ધ ટળી જાય એવું પણ બને."

"કહો મને. મારી મતિ બધીર બની ગઈ છે. તમારી પાસે એવો કોઈ ઉપાય હોય, તો મને એની પ્રતીક્ષા છે." આ પ્રશ્ન પૂછ્યા પછી પણ કૃષ્ણ જાણતા હતા કે વિશ્વમાં ક્યાંયે એવો કોઈ ઉપાય નથી જ.

"દુર્યોધનની સૌથી મોટી શક્તિ કર્ણ છે અને કર્ણની સૌથી મોટી નબળાઈ દ્રૌપદી..." રુક્મિણીએ અર્થપૂર્ણ સ્મિત કર્યું.

"ક્યાંક તમે એવું તો નથી કહેતાં ને કે..."

"હું એમ જ કહું છું નાથ. પણ એ તમારે જ કરવું પડે. તમારી સખી તમારું કીધેલું નહીં ટાળે. માતા કુંતી અને તમારા પ્રયાસો નિષ્ફળ ગયા છે, પરંતુ જો દ્રૌપદી એને સમજાવા જાય તો કદાચ... કર્ણ પાંડવપક્ષે લડે."

"એવું નહીં થાય. કર્ણ પાંડવપક્ષે ક્યારેય નહીં લડે."

"સ્મરણમાં છે એણે તમને શું કહ્યું હતું? તમે દ્રૌપદી તરફથી વચન આપો એ ન ચાલે..."

"હા, પણ..."

"એ પાંડવપક્ષે ન લડે, ભલે ન લડે પરંતુ જો એ તમારી જેમ કોઈ પણ પક્ષે ન લડવાના નિર્ણય પર આવે, તોય દુર્યોધનની સેનાની ક્ષમતા અડધી થઈ જાય."

"પ્રિયે, તમારો સૂચવેલો ઉપાય એક પ્રયત્ન માત્ર હશે. જ્યાં સુધી હું પાંચાલીને જાણું છું, ત્યાં સુધી એ મારી પણ એવી વાતનો સ્વીકાર નહીં કરે, જે એના મનને માન્ય ન હોય અને, કર્ણનું તો સ્વપ્ન જ અર્જુનનું મૃત્યુ એના બાણથી થાય, એવું છે."

"પ્રયત્ન તો કરી જુઓ. કદાચ પાંચાલી માની જાય, તો દુર્યોધન કર્ણ વિનાની સેના સાથે પાંડવો સામે લડવાની હિંમત નહીં કરે..."

"પ્રિયે, મને તમારા જ્ઞાનમાં, તમારી સમજદારીમાં શ્રદ્ધા છે. અત્યારના સંજોગોમાં હું કોઈ પણ, કોઈ પણ પ્રયાસ કરવાનો બાકી નહીં રાખું..."

"ઈતિહાસ તમારા પ્રયાસોની નોંધ લેશે, આર્યપુત્ર! નિશ્ચિત થયેલું યુદ્ધ કોઈ અટકાવી શકતું નથી, પરંતુ, એ અટકાવવા માટે થયેલા પ્રયાસોની નોંધ ઈતિહાસ નતમસ્તકે લે છે..."

દ્રૌપદીનું મુખ તપીને લાલ થઈ ગયું હતું. એની આંખોમાંથી ક્રોધ વરસતો હતો. એને સમજાતું નહોતું કે સખાની આવી અવ્યવહારુ વાતનો પોતે શું પ્રત્યુત્તર આપી શકે? કર્ણ, પોતાના પતિનો જન્મજાત શત્રુ - જેણે પોતાને ભરસભામાં વેશ્યા કહીને તિરસ્કૃત કરી... એને મનાવવા જવાનું? શા માટે?

સ્વમાન કોરે મૂકીને એને વિનંતી કરવાની કે, એ પાંડવોના પક્ષે આવી જાય. શા માટે?

માત્ર વિજયની ઝંખનામાં?

"સખા, અમારે પક્ષે તમે છો, ન્યાય છે, ધર્મ છે. અમારો વિજય નિશ્ચિત છે. શા માટે મારે મારું સ્વમાન કોરે મૂકીને દુર્યોધનના મિત્રને વિનંતી કરવાની?"

"એ જયેષ્ઠ પાંડવ પણ છે."

"મારે માટે એ શત્રુનો મિત્ર છે અને, શત્રુનો મિત્ર શત્રુ જ હોય, એમ રાજનીતિ કહે છે. એણે ભરસભામાં અપશબ્દો કહ્યા હતા, એ પણ વીસરી ગયા તમે, સખા?"

"સખી, તિરસ્કૃત કરીને એને તમે સૂતપુત્ર કહ્યો હતો..."

"પણ ત્યારે એ સૂતપુત્ર જ હતો અને, તમે જાણો છો મારે તો..."

"આજે ધર્મયુદ્ધના પ્રાંગણમાં ડગલું ભરતાં પહેલાં એના આત્માનો તરફડાટ શાંત કરવો, એનો સ્વીકાર કરવો, તમારો ધર્મ છે."

દ્રૌપદીની આંખોમાં જ્વાળાઓ સળગી ઊઠી. "મારો ધર્મ અને તમારી રાજનીતિ?"

"એમ માનો તો એમ. પણ તમારા પાંચ પતિઓની રક્ષા કાજે તમારે એક વાર કર્ણને મળવું રહ્યું."

"એવું તમે કહો છો?" દ્રૌપદીની આંખો કૃષ્ણને દઝાડી રહી હતી.

"હા... ધર્મક્ષેત્રે, કુરુક્ષેત્રે આ યુદ્ધ આરંભાય એ પહેલાંનો અંતિમ પ્રયાસ તમે કરી જુઓ, એવું મારું સૂચન છે."

"તમારી ઇચ્છા એટલે અમારા સૌ માટે આદેશ. તમારું સૂચન અમારે ન સ્વીકારવું હોય તો પણ અમારી પાસે વિકલ્પ નથી, સખા."

"ન કરવું હોય તો ન કરતાં. હું તો સર્વેના હિતમાં..."

"સર્વેનું હિત? સર્વેનું હિત આ મહાયુદ્ધમાં છે, પ્રભુ? ઘરેઘરમાંથી ઊઠનારા વિધવા સ્ત્રીઓનાં આક્રંદો અને અનાથ બાળકોનાં અસહાય રુદન, એ જ સર્વેનું હિત હશે કદાચ... હું નહીં સમજતી હોઉં, સ્વધર્મ, રાજનીતિ અને પરિત્રાણ જેવા શબ્દો... ખરું ને?"

"તમારાં બાગ્બાણ મને વીંધી રહ્યાં છે, સખી. વિરોધ નથી કરતો, સૌ પોતપોતાના સ્થાને સાચા જ હોય છે. અંતિમ સત્ય તો સ્થાન બદલવાથી જ સમજી શકાય. બીજી દિશામાં જોશો જ નહીં તો એ દિશામાં થયેલો સૂર્યોદય તમારા સુધી પ્રકાશ નહીં લાવી શકે..."

"સત્ય તો બંધ આંખે દેખાતા તડકા જેવું છે, પ્રભુ. પ્રકાશ ન પહોંચે તોય તેજનો અનુભવ તો થઈ જ શકે. તમારું તેજ... તમારું કર્તવ્યનું તેજ, અમને સૌને પ્રકાશ આપે છે કે બાળીને ભસ્મ કરી નાખે છે, એ જાણવાની ઉત્કંઠામાં જ હજીયે..."

"સખી, કુશાગ્ર બુદ્ધિ છે તમારી. શાસ્ત્રાર્થ કરી શકો છો. સંવેદનો

નથી સમજી શકતાં. દરેક વાતને આંકડાઓ સાથે જોડીને ન સમજી શકાય. ફૂલનું ખીલવું, ઝાકળનું વરસવું અને સૂર્યોદય થતાં ઝાકળનું સુકાઈ જવું, આ પ્રાકૃતિક ઘટનાઓ છે. આની પાછળ તર્ક કરવાથી શું વળે?"

"તર્ક..." દ્રૌપદીના ચહેરા પર એક કટુહાસ્ય આવી ગયું. "તર્ક કર્યો હોત, તો પાંચ પતિઓની પત્ની થઈને ન જીવતી હોત... પિતાએ સ્વયંવર કર્યો, મને પૂછ્યા વિના મત્સ્યવેધની યોજના બનાવાઈ, બ્રાહ્મણવેશે પાંડવો સ્વયંવરમાં આવ્યા. તમે બધું જ જાણતા હોવા છતાં અર્જુન પાસે મત્સ્યવેધ કરાવ્યો અને એટલું ઓછું હોય, એમ માતા કુંતીએ કહ્યું કે પાંચ ભાઈઓ વહેંચી લો... કયો તર્ક હતો, એક સ્ત્રીને વસ્તુ માનીને વહેંચવામાં? તર્કની વાત ન કરશો, સખા. કયો તર્ક હતો, એક રજસ્વલાને રાજ્યસભામાં ઘસડી લાવવામાં? કયો તર્ક હતો કે હારેલા પતિઓ પત્નીને હોડમાં મૂકે? એ સ્વીકારાય એટલું જ નહીં, એને હારી પણ જાય અને ભલભલા વિદ્વાનોથી શોભતી એ રાજ્યસભા એક સ્ત્રીનું અપમાન બંધ હોઠે જોયા કરે... કયો તર્ક, સખા? કયો તર્ક હતો કે તમે મારી લાજ લુંટાવા સુધી રાહ જોઈ. તમે ઇચ્છ્યું હોત તો દુઃશાસનના હાથ મને સ્પર્શ કરતાં પહેલાં જ ખરી પડ્યા હોત. કયો તર્ક હતો મને આટલી પીડા સુધી તાણી જવામાં?" દ્રૌપદીનું ગળું ભરાઈ આવ્યું હતું. એ આક્રોશમાં બોલી રહી હતી. બોલતાં બોલતાં થૂંક ઊડતું હતું. એનું આખું શરીર કંપી રહ્યું હતું. આંખમાંથી આંસુ નહોતાં પડતાં પણ જાણે આખું શરીર આંસુથી સરાબોર હોય એમ પરસેવે રેબઝેબ થઈ ગયું હતું.

કૃષ્ણએ ઊભા થઈને બાજુમાં પડેલા માટીના કુંજામાંથી ચાંદીના પાત્રમાં પાણી કાઢ્યું. દ્રૌપદીનો હાથ પોતાના હાથમાં લીધો અને હાથમાં પાણીનું પાત્ર પકડાવ્યું.. પછી ખૂબ કોમળતાથી, અત્યંત ઋજુતાથી એનો ચહેરો પોતાના બે હાથ વચ્ચે પકડ્યો, "સખી, આ આખાય યુગમાં એવી કઈ સ્ત્રી હતી, એવી કઈ સ્ત્રી છે, જે મહાસતી ગાંધારીના પુત્રોને શાપ આપે, અને એ સફળ થાય... અને તમે, સખી, અગ્નિપુત્રીને તપાવ્યા વિના એની જીભમાંથી અંગારા કેમ વરસે?"

"એટલે?" પાણી પીધા પછી દ્રૌપદી સહેજ સ્વસ્થ હતી. એણે ઉત્તરીયથી પરસેવો લૂછ્યો.

"સખી, મારી દરેક વાતમાં તર્ક હોય છે. એ તર્ક તમારા સુધી ન પહોંચે એમ બને. હું ન પહોંચવા દઉં એમ પણ બને. પણ મારો તર્ક મારું કર્તવ્ય છે. મારું સાધ્ય છે."

"એટલે અમે સાધન માત્ર?" દ્રૌપદીના અવાજમાં એક આહત શિશુ સરખી લાગણી હતી.

"ના. તમે સહકર્મી, સાથે ચાલનારા... મારા સાધ્ય સુધી મને લઈ જનારા, મારા સ્નેહી."

"સખા, શા માટે? શા માટે તમે કર્યું આ? ઇતિહાસ આવનારાં સહસ્ર વર્ષો સુધી મારું આ અપમાન સ્મૃતિમાં રાખશે... આવનારી કેટલીય પેઢીઓ મને એક નિર્બળ, અસહાય નારી તરીકે ચીતરશે..."

"અસહાય?" કૃષ્ણના ચહેરા પર સ્મિત ધસી આવ્યું. "પાંચ-પાંચ પતિઓની સહાય કરનાર તમે અસહાય?" કૃષ્ણ જાણે શબ્દોથી દ્રૌપદીને સ્નેહ કરી રહ્યા હતા. "આવનારાં સહસ્ર વર્ષો સુધી જો તમારું સ્મરણ કરાશે તો એ કુશાગ્ર બુદ્ધિ ધરાવતી, સ્વત્વ સાચવી રાખવા માટે ઝઝૂમેલી તેજશિખા સમી પવિત્ર નારી તરીકે કરાશે... સખી, સંબંધનો અર્થ ક્યારેય આપવામાં અને લેવામાં પૂરો નથી થતો. સંબંધનો અર્થ એક આત્માથી બીજા આત્માનું એવું સંયોજન છે, જેમાં શબ્દ અને સત્યો અધૂરાં પુરવાર થાય છે. મારા કર્તવ્યમાં મને સહાય કરી શકે એવું વ્યક્તિત્વ મારાથી વિરાટ હોવું જોઈએ, એ સમજો છો તમે? ગાંધારી જેવી પતિ-પરાયણ યુગો યુગો સુધી સતી થઈને પૂજાનારી નારીના પુત્રોને જ્યારે શાપ આપવાની ક્ષણ આવે ત્યારે એ સ્ત્રી, એ વ્યક્તિનું તેજ સૂર્યના તેજથી પણ પ્રખર હોવું ઘટે. અગ્નિપુત્રી, વેરની તૃપ્તિ તમારા જન્મનું કારણ નથી, એવા ખોટા ભ્રમમાં ન રહેશો. તમારા જન્મનું કારણ ધર્મનું ઉદ્ધારણ છે. તમારા જન્મનું કારણ આ યુગમાં પ્રવર્તી રહેલી કાલિમાને ભૂંસીને તમારા તેજથી યુગને ઝળાંહળાં કરવાનું છે..."

"છતાં હું નહીં જાઉં કર્ણ પાસે. હું રાજનીતિનો ભાગ નથી, નહીં બનું." દ્રૌપદીએ કહ્યું અને સડસડાટ બહાર નીકળી જવા માટે કક્ષના દ્વાર સુધી આવી. પછી પાછી વળી, કૃષ્ણ સામે એક અજબ મમત્વભરી દૃષ્ટિથી જોયું. બે હાથ જોડ્યા અને કૃષ્ણની આંખોમાં આંખો નાખીને કહ્યું, "त्वदियमस्ति गोविन्द तुभ्यमेव समर्प्यते." અને ઉત્તરીયનો છેડો મોઢા પર દાબીને નિઃશબ્દ રડતી કૃષ્ણના કક્ષમાંથી બહાર નીકળી.

દુર્યોધનના મહાલયમાં આજે એક ખાનગી બેઠક યોજાવાની હતી. બલરામ છેક દ્વારિકાથી આવ્યા હતા, માત્ર આ બેઠક માટે.

"મામા, તમને શું લાગે છે? બલરામ માનશે?" દુર્યોધન અવઢવમાં હતો.

"તું શું કામ ચિંતા કરે છે ભાણા? બલરામ તો અમથાય કૃષ્ણની વિરુદ્ધમાં જ છે. નાનો ભાઈ રાજા હોય અને મોટા ભાઈને રાજસિંહાસનથી વંચિત રખાય, એ વાત જ બલરામને કોરી ખાય છે."

"તમને કોણે કહ્યું?" દુર્યોધન હજીયે માનવા તૈયાર નહોતો.

"ભાણા, શકુનિ નામ છે મારું. માણસની અંદર પેસીને બહાર નીકળવું શકુનિની આવડત છે. બલરામને આપણે એ જ વાત પર સમજાવીશું. દ્વારિકાનું રાજ્ય એને મળશે."

"મામા, બહુ અઘરું છે. એમ નહીં માને બલરામ. મારા ગુરુ છે. હું જાણું છું એમને. કૃષ્ણ માટે ગમે તેટલો રોષ હોય એમને પણ એક વાર એ ગોવાળિયો જો એમને 'દાઉ' કહીને બૂમ પાડશે તો બલરામ મીણની જેમ ઓગળી જશે..."

"જો ભાણા, તારા પક્ષે બલરામ આવી જાય, તો તારો પક્ષ ઘણો જ મજબૂત થઈ જશે. પિતામહ ભીષ્મ જે શ્રેષ્ઠ વ્યૂહરચના કરી શકે છે, ગુરુ દ્રોણ જેણે અર્જુન જેવો બાણાવળી તૈયાર કર્યો છે, અશ્વત્થામા, તારા આચાર્યો, તારા મામા, તારા સસરા અને બીજા કેટલાય આર્યાવર્તના મહાન રાજવીઓ અને વીરો તારા પક્ષે છે."

"એ સૌને અર્જુનનાં બાણો વીંધી નાખશે મામા."

"તું કર્ણને ભૂલી જાય છે, ભાણા. અર્જુનની બરોબરી કરે એવો એક બાણાવળી તારા પક્ષે પણ છે."

"પણ મામા... કૃષ્ણ એક વાર એની પાસે જશે અને એને પાંડવ ગણવાનું વચન આપશે... તો કર્ણ મારો નહીં રહે, મામા. 'સૂતપુત્ર' એને માટે જીવનનો સૌથી હીન શબ્દ છે. એને જયેષ્ઠ પાંડવ ગણીને રાજ્યાસને બેસાડવાનું વચન પણ કૃષ્ણની રાજનીતિની બહાર નહીં હોય."

"રાજ્યાસન? એને જયેષ્ઠ પાંડવ બનીને એને રાજ્યાસન મળશે, એવું ધારીને તેં તો તારો પરાજય જાતે જ સ્વીકારી લીધો ભાણા... એ જયેષ્ઠ પાંડવ તરીકે પ્રસ્થાપિત થશે એટલે પાંડવપક્ષથી લડશે અને એ જો પાંડવપક્ષથી લડશે તો પાંડવો જીતશે, એવો તને ભય છે ભાણા?"

"મામા, કર્ણ વિશે કોઈ નિર્ણય કરી શકાય એમ નથી. હજી... દ્રૌપદી માટેનું એનું આકર્ષણ કદાચ એને પાંડવપક્ષે દોરી જાય એમ બને."

"મૂર્ખ છે તું ભાણા, પાંચ પતિઓની પત્નીના છઠ્ઠા પતિ બનવામાં કર્ણને કયું આકર્ષણ હોઈ શકે? જીવન આખું 'સૂતપુત્ર' કહીને તરછોડાયેલા એક વ્યક્તિને પાંચ પતિઓ વચ્ચે વહેંચાતી સ્ત્રીનો એક ટુકડો ક્યારેય માન્ય ના હોય ભાણા, અને, કયા રાજ્યાસનની વાત કરે છે તું? કર્ણ પણ જાણે છે એનું મૃત્યુ તો નિશ્ચિત છે. પરશુરામનો અભિશાપ... અને ઇન્દ્રએ ઉતરાવી લીધેલાં કવચ-કુંડળ... જ્યેષ્ઠ પાંડવ!!!"

"મામા, તમે માનો કે નહીં મને શ્રદ્ધા છે કે કૃષ્ણ કર્ણ સાથે વાત કરવા એક વાર જશે..."

"ભલે જાય ભાણા... એનાથી કશુંય બદલાશે નહીં. કર્ણ તારા ઉપકાર નીચે દબાયેલો છે. અંગદેશનો રાજા બનાવીને તેં ખરા સમયે એને આપેલું સન્માન ભૂલી જાય એટલો નગુણો નથી કર્ણ. અને ભાણા, કુંતીને તરફડાવાની અને જીવનભર જેણે એને નકાર્યો એ પાંડવોને નકારવાની પહેલી અને છેલ્લી તક કર્ણ જતી નહીં કરે. પોતાના મૃત્યુના મૂલ્યે પણ, કર્ણ પાંડવોને નકારશે. એ એમને તરછોડશે... અને એમનામાં ભય પ્રેરશે અર્જુનના મૃત્યુનો, કારણ કે પાંડવપક્ષે જો કોઈ એક વ્યક્તિનો ભય હોય તો એ કર્ણનો છે."

"મેં કહ્યું હતું તને, એ નહીં માને." કુંતી ધ્રુસકે ધ્રુસકે રડતાં હતાં. કર્ણની સાથે એમના સંવાદની એક એક ક્ષણ એમના હૃદયને વીંધતી હતી.

"અપરાધ તો મારો છે. જે સંતાનને એની જનની ત્યજી દે, એ સંતાનને જનનીનો તિરસ્કાર કરવાનો અધિકાર છે. એણે સ્પષ્ટ તિરસ્કાર કર્યો મારો. મેં કેટલી વિનંતીઓ કરી કે એકવાર મને મા કહીને બોલાવે. એણે તો એનીય ના પાડી દીધી... વારે વારે રાજમાતા... રાજમાતા કહીને મારો આટલો તિરસ્કાર ક્યારેય કોઈએ નથી કર્યો."

"ભલે ને! તમે તો એનો સ્વીકાર કર્યો ને? હવે એ શાંત થઈ જશે. એની તૃષા, એની પીડા અહીં જ મૂકીને જશે."

"એટલે જશે એ તો નિશ્ચિત છે?" કુંતીએ પૂછ્યું.

"જે આવ્યા છે, તે સર્વેનું જવાનું નિશ્ચિત છે. કર્ણ ભિન્ન નથી."

"મારો પુત્ર છે એ. અધર્મના પક્ષે લડશે તો મોક્ષ નહીં થાય એનો."

"ફોઈ, માઠું ન લગાડશો. પણ... એની સાથે તો અધર્મ જન્મથી જ રહ્યો છે. માત્ર કુતૂહલવૃત્તિથી પ્રયોગ કરવાની ચેષ્ટામાં જન્મેલો પુત્ર... એક સારથિના હાથમાં આવે. અધર્મથી જ્ઞાન મેળવે એ, અને શાપિત થાય. અધર્મથી એને પાંડુપુત્રો સાથે હરીફાઈ ન કરવા દેવામાં આવે. અધર્મથી એને સ્વયંવરમાં ઉમેદવાર પણ ન થવા દેવામાં આવે અને અધર્મથી એને છળીને અધર્મના પક્ષે ભેળવી દેવામાં આવે. એની સાથે તો એની નિયતિએ જ અધર્મ આચર્યો છે. કેમ બચી શકે એ અધર્મથી?"

"બધો અપરાધ મારો છે... હું એક મા તરીકે મારા પુત્રને સાચવી ન શકી. મને મારા અપરાધની સજા મળી છે..."

"સજા? હજી ક્યાં મળી છે સજા? આ ભીષણ રક્તપાત દૃષ્ટિ સમક્ષ જોવાનો છે તમારે... આવનારા દિવસોમાં કંઈ કેટલીયે મરણાસન્ન ક્ષણો ગાળવાની છે તમારે અને, કેટલાય ઊગીને ઊભા થતાં નવલોહિયા આર્યાવર્તનાં ભવિષ્યોને કુરુક્ષેત્રની ધૂળમાં રગદોળાતાં જોઈને માત્ર અશ્રુપાત કરવાનો છે..."

"કા'ના... શું મારો અપરાધ એવડો મોટો છે?"

કૃષ્ણ શૂન્યમાં તાકતા રહ્યા, નિરુત્તર અને છતાં એમની ગ્લાનિમાંથી ઉત્તર મળી ગયો કુંતીને. કુંતી ફરી એકવાર નિઃશબ્દ રડતાં રહ્યાં... કૃષ્ણએ એમને શાંત રાખવાનો કોઈ પ્રયાસ ન કર્યો... ફક્ત અનંતમાં, શૂન્યમાં તાકતા રહ્યા, ચૂપચાપ.

આવનારી ક્ષણોનું સત્ય બંનેની વચ્ચે એક ધારદાર તલવારની જેમ વીંઝાતું રહ્યું... અને ક્ષણોને લોહીલુહાણ કરી ચારે તરફ આવનારા કેટલાંયે મૃત્યુનો આતંક ફેલાવતું રહ્યું...

દુર્યોધનને ત્યાં યોજાયેલી ખાનગી બેઠકમાં કુરુક્ષેત્રના યુદ્ધનાં મંડાણ થઈ ચૂક્યાં. દુર્યોધને પાંડવોને એક તસુ જેટલી જમીન પણ નહીં આપવાનો નિર્ણય કર્યો. શકુનિ અને દુર્યોધન પોતાનો વિજય થશે, એવી ધારણામાં ભલે ખોટા હતા પણ કર્ણ વિશે શકુનિએ રજૂ કરેલો અભિપ્રાય સહેજેય ખોટો નહોતો, ને દુર્યોધન પણ ખોટો નહોતો, કૃષ્ણ વિશેની એની શ્રદ્ધામાં.

કૃષ્ણ કુરુક્ષેત્રના યુદ્ધની પહેલાં એક વાર કર્ણ સાથે વાત કરવાનો નિર્ણય કરી ચૂક્યા હતા. એવું નહોતું કે પરિણામ એ નહોતા જાણતા, પરંતુ પરિણામના ભયે પ્રયત્ન પણ ન કરે એ કૃષ્ણની પ્રકૃતિ નહોતી.

સૂર્યોદય સમયે સૂર્યપૂજા કરતી વખતે કર્ણ કોઈનેય દાન નકારતો નથી, એ સૌ જાણતા. ઈન્દ્રએ પણ કવચ-કુંડળ ઉતરાવવા માટે એ જ સમયનો ઉપયોગ કર્યો હતો. કૃષ્ણએ પણ એ જ સમયે કર્ણની પાસે જવાનું નક્કી કર્યું....

સરસ્વતીનો પાંખો પ્રવાહ વહી રહ્યો હતો અને હિરણ્ય, કપિલાના વહી આવતા પ્રવાહો સરસ્વતીને મળીને સમુદ્ર તરફ જતા હતા ...સરસ્વતીના પાંખા પ્રવાહમાં કૃષ્ણને જાણે ગઈ કાલનું દશ્ય દેખાતું હતું. કલકલ વહેતી સરસ્વતી જાણે અશ્વ નદી હોય અને કર્ણ જાણે એ નદીમાં ઊભો રહીને સૂર્યને અર્ઘ્ય આપી રહ્યો હોય એવું દશ્ય કૃષ્ણની સામે ફરી એક વાર ઊભું થયું.

અર્જુનની બરોબરી કરી શકે એવો આર્યાવર્તનો શ્રેષ્ઠ બાણાવળી તાંબાવર્ણું શરીર અને શિલા સરખી વિશાળ પીઠ સાથે હાથ લંબાવીને સૂર્ય તરફ અંજલિ કરીને જળની ધાર કરી રહ્યો હતો, એવું કૃષ્ણને અત્યારે પણ દેખાયું...

પછી અચાનક જ એ દશ્ય દૃષ્ટિ સામેથી ઓગળી ગયું. કેટલાં વર્ષો વીત્યાં હશે? કોણ જાણે... પણ કૃષ્ણને આજે પણ કર્ણની વેદનામાં તરવરતી એ બે આંખો પોતાની સામે એકીટશે જોઈ રહેલી દેખાઈ. જાણે પૂછતી હોય, "શા માટે મધુસૂદન? શા માટે કહ્યું મને? મારે નહોતું જાણવું એ સત્ય... જે સત્યએ મારા અસ્તિત્વને છિન્ન-ભિન્ન કરી નાખ્યું. હું ન પાંડવ બની શક્યો, ન સૂતપુત્ર રહ્યો... ત્રિશંકુની જેમ મધ્યમાં લાવીને પટક્યો તમે મને. ફક્ત પાંડવોનું શ્રેય વિચાર્યું?"

બંધ આંખે બેઠેલા કૃષ્ણએ મનોમન કર્ણને જવાબ આપ્યો, "હા, પાંડવોનું શ્રેય... તનેય પાંડવ ગણ્યો મેં! એટલે તારું શ્રેય પણ ખરું ને?"

અને, કર્ણનું ખડખડાટ હાસ્ય ત્રિવેણીસંગમમાં ચોતરફ ગુંજવા લાગ્યું. એ દિવસે જેમ હસતો હસતો જમીન પર બેસીને ચોધાર આંસુએ રડ્યો

હતો કર્ણ, એમ જ આજે પણ કૃષ્ણની સામે બેસીને કર્ણ ચોધાર આંસુએ રડી રહ્યો હતો.

પીપળા નીચે બંધ આંખે સૂતેલા કૃષ્ણની આંખમાંથી ફરી એક આંસુનું ટીપું સરકીને બહાર પડી ગયું.

અશ્વ નદીમાં કમર સુધી ઊભો રહીને સૂર્યને અર્ઘ્ય આપી રહેલા કર્ણની પીઠ અત્યંત તેજસ્વી અને સુંદર દેખાતી હતી. કવચ અને કુંડળ ઊતરી ગયા પછી પણ એના ચહેરાના તેજમાં કોઈ ફેર નહોતો પડ્યો. સિંહ જેવી પાતળી કટિ અને ધનુષ્યની પણછ જેવા ખેંચાયેલા ખભા... તાંબાવર્ણી ત્વચા પર નદીનું પાણી મોતીના બિંદુની જેમ ચમકી રહ્યું હતું... થોડે દૂર છાંયડામાં એના અશ્વો અને એનો રથ ઊભો હતો...

આજે જે વાત કૃષ્ણ કહેવાના હતા એને, એ વાત કર્ણ માટે જીવનભરનો આઘાત લઈને આવવાની હતી અને છતાં, કવચ-કુંડળ વગરના કર્ણએ આ વાત જાણવી અનિવાર્ય હતી... સૂર્યપુત્રને આજે પાંડવપુત્ર તરીકેની ઓળખાણ આપવાની હતી, કૃષ્ણએ...

આ કામ કૃષ્ણ માટે ખૂબ અઘરું હતું. કૌરવ શિબિરમાંથી યુદ્ધ કરવાનું નક્કી કરી ચૂકેલા દુર્યોધનના અંગત મિત્ર કર્ણને આજે કહેવાનું હતું કે એ પાંડવ હતો... જ્યેષ્ઠ પાંડવ!

કૃષ્ણ ધીમે ધીમે નદીની નજીક ગયા. કર્ણની પૂજા પૂરી થાય ત્યાં સુધી રાહ જોઈ.

પૂજા પૂરી કરીને બહાર આવતો સૂર્યપુત્ર તેજનું પૂંજ સ્વયં ચાલી રહ્યું હોય એટલો તેજસ્વી લાગતો હતો... કૃષ્ણને જોઈને એના ચહેરાના ભાવ સહેજ બદલાયા. પરંતુ, એ પછી એણે જાત પર કાબૂ મેળવી લીધો... એ કલ્પી શકતો હતો કે કુરુક્ષેત્રના યુદ્ધની આ બે દિવસ પૂર્વની સવારે કૃષ્ણ શું કહેવા આવ્યા હશે?

કૃષ્ણ આગળ વધ્યા. કર્ણએ હાથ જોડીને કૃષ્ણને પ્રણામ કર્યા...

"નમસ્કાર વાસુદેવ."

"આયુષ્યમાન ભવ... વિજયી ભવ." કૃષ્ણએ કહ્યું.

કર્ણથી હસી પડાયું. "પ્રભુ, તમારા આશીર્વાદ ખોટા પડશે તો તમને કેવું લાગશે?"

"મારા આશીર્વાદ નથી, આ શુભેચ્છાઓ છે મારી... અને આ શુભેચ્છા સાચી પાડવાનો ઉપાય પણ છે, તું સ્વીકારે તો..."

કર્ણ હજી હસી રહ્યો હતો, "પાંડવોના પક્ષે રહીને લડવું એમ જ ને? તમે જાણો છો એ સંભવ નથી... અર્જુનની અને મારી હરીફાઈ તો આજથી કેટલાંય વર્ષો પહેલાંથી ચાલતી આવે છે. હસ્તિનાપુરના રાજપુત્રોના વિદ્યાપ્રદર્શનથી શરૂ કરીને દ્રુપદપુત્રીના સ્વયંવર સુધી..." કર્ણથી ઊંડો નિઃશ્વાસ નંખાઈ ગયો.

"હોય! બે ભાઈઓ વચ્ચે એવી હરીફાઈ તો હોય જ ને?"

"ભાઈ?" કર્ણના ચહેરા પર આશ્ચર્યના અને આઘાતના ભાવ ઊપસી આવ્યા.

"જો કર્ણ, હું અહીં કોઈ આડી-તેડી કે ગોળ ગોળ વાતો કરીને શબ્દોની માયાજાળ રચવા નથી આવ્યો. મારે તને કહેવાની વાત ખૂબ સત્ય અને સ્પષ્ટ છે... કૌરવ પક્ષે અધર્મ છે, અન્યાય છે, છલ છે... અને..."

"અને પાંડવોના પક્ષે ધર્મ છે, સત્ય છે, ન્યાય છે, તમે છો..." હસી પડ્યો કર્ણ. "લલચાવો છો મને? જીવનની લાલચ આપો છો કે વિજયની?"

"તું સ્વયં સંપૂર્ણ છે. તને કશુંય ચળાવી શકે જ નહીં કર્ણ. તેં જીવનપર્યંત દાન કર્યાં છે. તારાં કવચ-કુંડળ સુધ્ધાં ઉતારીને આપી દીધાં છે. હું તને શું આપવાનો?" કૃષ્ણના અવાજમાં એક ભયાવહ ખાલીપો હતો. "લાલચ કશાયની નહીં, એક સત્ય જણાવવા આવ્યો છું તને, એ પછી જીવન માગવું કે મૃત્યુ... ધર્મના પક્ષે રહેવું કે અધર્મના, મિત્રને મદદ કરવી કે ભાઈઓને... એનો નિર્ણય તારે પોતે કરવાનો છે જ્યેષ્ઠ પાંડવ..."

"જ્યેષ્ઠ પાંડવ... મધુસૂદન!" કર્ણના અવાજમાં અવિશ્વાસ અને આશ્ચર્ય હતાં. "તમે પણ એમ જ માનો છો?"

"હું જાણું છું." કૃષ્ણએ કર્ણની આંખોમાં જોયું. સૂર્યપુત્રની આંખોમાં લાલ રેષાઓ ઊપસવા લાગ્યા હતા. એની ભૂખરી આંખો ક્ષણભર માટે તરલ થઈ પણ એણે તરત જ સ્વયંને સંભાળીને કહ્યું, "હશે... હવે એનું શું છે?"

કલકલ કરતો વહી રહેલો અશ્વ નદીનો પ્રવાહ અને પથ્થરોને અથડાઈને પસાર થઈ જતું ફીણ ફીણ થતું પાણી... એક અજબ સંગીત વાતાવરણમાં

ભરી રહ્યું હતું. નદીકિનારે ઊગેલાં વૃક્ષો પર પંખીઓનો કલબલાટ ઘટ્યો હતો... સૂર્યનાં કિરણો સહેજ તીવ્ર થઈને વાગી રહ્યાં હતાં. રેતી હલકી હલકી તપી ગઈ હતી હવે. કર્ણની આંખોમાં સહેજ ભીનાશ ઊતરી આવી...

"હવે એનું શું છે?" કર્ણએ ફરી પૂછ્યું. કૃષ્ણ આગળ વધ્યા. કર્ણના ખભા પર હાથ મૂક્યો. "હા. તું કુંતીપુત્ર છે કર્ણ... જ્યેષ્ઠ પાંડવ. હું ઇચ્છું છું કે તને તારું સ્થાન પાછું મળે. જ્યારે ધર્મનો જય થાય અને વિજયયાત્રા ઇન્દ્રપ્રસ્થ પાછી ફરે ત્યારે પાંડવો પાંચ નહીં, છ હોય, એવી મારી શુભેચ્છા છે..." કર્ણ હસવા લાગ્યો, જોરજોરથી એટલું બધું હસવા લાગ્યો કે શાંત-એકાંત અશ્વ નદીના પટ પર એના હાસ્યના પડઘા પડવા લાગ્યા. જોરજોરથી...જોરજોરથી... હસતાં હસતાં કર્ણ નદીના પટમાં બેસી ગયો...

એની આંખોમાંથી આંસુ વહી રહ્યાં હતાં અને છતાંય એ હસી રહ્યો, જોરથી... ખડખડાટ... કૃષ્ણ એને જોઈ રહ્યા હતા, એકીટશે! કૃષ્ણ પણ જમીન પર બેસી ગયા. એમણે ખૂબ સહાનુભૂતિથી કર્ણના ખભે હાથ મૂક્યો અને કર્ણની પીઠ પસવારવા લાગ્યા. "જ્યેષ્ઠ પાંડવ હોવાનો અર્થ સમજે છે તું? તને દ્રૌપદી પણ પ્રાપ્ય થશે..."

"દ્રૌપદી? મને ભીખમાં મળેલી દ્રૌપદી નથી જોઈતી. મને આજ સુધી દાનવીર, દાનેશ્વર તરીકે ઓળખ્યો છે સૌએ. એક દ્રૌપદી માટે મારે ભીખ નથી જોઈતી."

"હું જાણું છું, તું ચાહે છે એને, આજે પણ..."

"તમે નથી ચાહતા? ચાહવા અને પામવા વચ્ચે અંતર છે શ્રીકૃષ્ણ અને એ તમારાથી વધુ કોણ જાણે છે? આજે પણ કૃષ્ણા તરીકે ઓળખાતી દ્રુપદપુત્રીને તમે જ વરાવી છે અર્જુન સાથે. પાંચ ભાઈઓ વચ્ચે એને વહેંચનારા પણ તમે જ છો ને? અને એના વતી તમે વચન આપો છો. મને દ્રૌપદીએ ક્યારેય નથી કહ્યું કે ઇન્દ્રપ્રસ્થ પાછી ફરતી વિજયયાત્રામાં એ મારા રથમાં બિરાજશે. બોલો કહ્યું છે એણે?"

"એ એણે સ્વીકારવું જ રહ્યું, જ્યેષ્ઠ પાંડવ." કૃષ્ણએ કહ્યું અને પ્રયત્નપૂર્વક પોતાનું ભુવનમોહિની સ્મિત વેર્યું.

"એક વાર અસ્વીકાર અને પછી વિકલ્પ વગરનો સ્વીકાર..." કર્ણની તેજસ્વી આંખો મ્લાન પડતી જતી હતી. "કુંતી હોય કે દ્રૌપદી, કર્ણની નિયતિમાં શું ફેર પડ્યો? અર્જુન બચી જાય, પાંચ પાંડવો પાંચ જ રહે.

ફક્ત એટલા જ ઉદ્દેશથી સ્વીકારાઈ રહ્યો છે મને... હું ન સમજું એટલો ભોળો નથી! દુર્યોધનનો મિત્ર છું. રાજનીતિ મનેય શીખવવી પડે એમ નથી, દ્વારિકાનરેશ!"

ક્યાંય સુધી માત્ર અશ્વ નદીના કલકલ વહેતા પ્રવાહ અને વચ્ચે વચ્ચે પંખીઓના કલરવ સિવાય કોઈ શબ્દ નહોતો. સૂર્ય પ્રખર તેજથી તપી રહ્યો હતો. કર્ણની આંખો પણ લાલચોળ થઈ ગઈ હતી. ક્યાંય સુધી છાતીમાં ડૂમાને ગોરંભાવા દીધા પછી કર્ણએ કૃષ્ણના ખભે માથું મૂકી દીધું અને ધ્રૂસકે ધ્રૂસકે રડી પડ્યો, જોરજોરથી... જોરજોરથી...

કૃષ્ણ કર્ણનું માથું પસવારતા રહ્યા... એની પીઠ ઉપર હાથ ફેરવતા રહ્યા.

કર્ણ ક્યાંય સુધી રડતો રહ્યો...

"કૃષ્ણ, ઘણું મોડું થઈ ચૂક્યું છે."

"જાણું છું... તારી સાથે ઘણો અન્યાય થયો છે. અને એટલે જ ઇચ્છું છું કે હવે તને વધુ અન્યાય ન થાય..."

"હવે મારી સાથે વધુ અન્યાય શું થવાનો? હસ્તિનાપુરની રાજ્યસભામાં મને· સૂતપુત્ર કહીને હરીફાઈમાંથી કાઢી મૂકવામાં આવ્યો... પાંચાલીએ દ્રુપદની રાજ્યસભામાં સ્વયંવરને સમયે મને સૂતપુત્ર કહીને તિરસ્કાર્યો... રોજરોજ સવાર-સાંજ હું એક જ શબ્દ સાંભળું છું... સૂતપુત્ર... સૂતપુત્ર... સૂતપુત્ર... હવે એ શબ્દ મારા અસ્તિત્વનો, મારા હોવાનો એક ભાગ છે. વાસુદેવ, હવે મારે પાંડવ નથી થવું... હું સૂતપુત્ર જ જન્મ્યો અને સૂતપુત્ર મૃત્યુને જ વરીશ..."

"તારી વાત અને તારી પીડા બંનેને સમજી શકું છું, કર્ણ..."

"નથી સમજતા તમે... તમે તો રાજા છો. યુગપુરુષ, ઈશ્વરના અવતાર છો... તમને નહીં સમજાય એક સૂતપુત્રની પીડા અને એમાંયે જ્યારે જીવનની આથમતી સંધ્યાએ એને કોઈ કહે કે એ ક્ષત્રિય છે... રાજપુત્ર! યુવરાજ છે! કૃષ્ણ, હું તમને નમસ્કાર કરું છું અને વિનંતી કરું છું કે આ વાત અહીં જ અશ્વ નદીના પટમાં જ વહેવડાવી દો... એનાં અસ્થિ અહીં જ સમર્પી દો, અશ્વ નદીને..."

"કર્ણ..."

"બસ. એક શબ્દ ન કહેશો... હું આથી વધુ સત્યો સાંભળી શકું એમ નથી. અસત્ય સાંભળવા, અધર્મ આચરવા અને અન્યાય સહેવા ટેવાયેલા

આ સૂતપુત્રને આજ્ઞા આપો..." કૃષ્ણને નમસ્કાર કરી કર્ણએ ઝડપથી પોતાના રથની દિશામાં ચાલવા માંડ્યું... એના વેગમાં કૃષ્ણથી જેમ બને તેમ ઝડપથી દૂર જવાની ઉતાવળ હતી કે પછી પોતે સાંભળેલા સત્યથી ભાગી જવાનો પ્રયાસ? કૃષ્ણ એને જતો જોઈ રહ્યા...

"બે શ્રેષ્ઠ બાણાવળી એક જ ઘરમાં કેવી રીતે જન્મ્યા! આટલું તેજ, આટલી સંવેદનશીલતા અને છતાં, પારાવાર પીડા... શું આજ કર્ણનું વ્યક્તિત્વ હતું?" વિચારોનાં વમળોમાં અટવાતા કૃષ્ણએ પીઠ ફેરવી ધીમે ધીમે દૂર છાંયડામાં ઊભેલા પોતાના રથ તરફ ચાલવા માંડ્યું...

આવતી કાલે માગશર વદ બીજ હતી. કુરુક્ષેત્રનું યુદ્ધ નિશ્ચિત હતું. ભરતખંડના સમગ્ર યોદ્ધાઓ એમાં પોતાનું રક્ત વહેવડાવવાના હતા. ધર્મ અને અધર્મના પોતપોતાના અર્થ કાઢીને સૌએ પોતપોતાની દિશા અને પક્ષ નિશ્ચિત કરી લીધા હતા. આવતી કાલથી યુદ્ધ શરૂ થવાનું હતું. સામસામે શિબિરો બંધાઈ ગઈ હતી. અનેક અક્ષૌહિણી સેનાઓ અને હજારો પશુઓ હોવા છતાંયે વાતાવરણમાં એક સ્તબ્ધતા હતી. પવનથી હાલતા પાંદડાનો અવાજ પણ સંભળાય એટલી શાંતિ હતી. સૂર્ય આથમી રહ્યો હતો. સંધ્યાનું આકાશ રક્તવર્ણું થઈ ગયું હતું. આવતી કાલથી ધરતી પણ કદાચ આ રંગે જ રંગાવાની હતી...

સૌ જાણતા હતા કે આવતી કાલની સવાર મૃત્યુનો સંદેશ લઈને આવવાની છે. પોતાનાઓનું મૃત્યુ... કોણ કોણ ભગવાન મહાકાળનો કોળિયો બનવાનું છે એની ક્યાં જાણ હતી કોઈનેય, કૃષ્ણ સિવાય...

કૃષ્ણએ વચન આપ્યું હતું કુંતીને... કે, "તમારા પાંચ દીકરા અખંડ રહેશે..." અને, એ વચનને નિભાવવા શ્રીકૃષ્ણ બધું જ કરી છૂટવાના હતા જે પાંડવ શિબિરનો એકએક સૈનિક જાણતો હતો...

કુરુક્ષેત્રનું યુદ્ધ શરૂ થવાની આગલી સાંજે કૃષ્ણએ પાંડવ શિબિરના સૌને એકત્રિત કર્યા... માગશર વદ એકમની સાંજ હતી એ.

અન્યમનસ્ક અર્જુન ચૂપચાપ એક ખૂણે જમીન પર બેઠો હતો... યુધિષ્ઠિર કોણ જાણે કયા વિચારમાં આંટા મારી રહ્યા હતા. એમની મનોદશા એમના ચહેરા પર સ્પષ્ટ દેખાતી હતી... ભીમ પોતાની ગદા લઈને આવતી કાલના

સંહાર માટે કટિબદ્ધ હતો... અને, યાજ્ઞસેની ચૂપચાપ કૃષ્ણ સામે એકીટશે જોઈ રહી હતી...

એના મનમાં એક વિચાર આવ્યો, "શું કામ એકત્રિત કર્યા હશે, કૃષ્ણએ સૌને? આજે યુદ્ધની પૂર્વસંધ્યાએ શું હશે એમના મનમાં..." કદાચ યાજ્ઞસેની જાણતી હતી, કે આવનારી પળે કૃષ્ણ સૌને કેટલી આકરી પરીક્ષામાંથી પસાર કરવાના છે? યુદ્ધની પૂર્વસંધ્યાએ કૃષ્ણ સૌનાં શસ્ત્રો ચકાસવાના હતા, કદાચ! લોખંડ અને લાકડાનાં... હાડકાં અને મંત્રોના બનેલાં શસ્ત્રો નહીં, પરંતુ સૌનાં મનનાં શસ્ત્રો!

ને ખરે જ, મનના બળે તો આ યુદ્ધ લડાવાનું હતું...

...કૃષ્ણનો ધનુષ્ય ટંકાર જેવો ગંભીર અવાજ વાતાવરણમાં ગુંજી ઊઠ્યો.

"આવતી કાલથી ધર્મયુદ્ધ શરૂ થાય છે... આપણે સૌ ધર્મયુદ્ધના યોદ્ધાઓ છીએ અને એટલે જ કોઈ બોજ આપણી સાથે લઈને આપણે યુદ્ધમેદાનમાં નહીં ઊતરી શકીએ. સૌએ સૌના ખભા પરથી ભાર ઉતારી નાખવો પડશે... હળવા થઈને, સંપૂર્ણ સ્વીકાર સાથે આ યુદ્ધમાં ઊતરનારને જ સફળતા મળશે..."

દ્રૌપદીએ વેધક દૃષ્ટિએ કૃષ્ણ સામે જોયું...

"શું કહો છો પ્રભુ, સમજાયું નહીં..." અર્જુન કેટલાય કલાકોથી શાંત હતો. જે મહામુશ્કેલીએ આટલું બોલી શક્યો...

"સૌએ સૌના મનની નબળાઈઓને અહીં જ મૂકવી પડશે, શિબિરમાં... અત્યારે જ!"

"એટલે?" યુધિષ્ઠિર અચાનક અટકીને ઊભા રહ્યા અને કૃષ્ણની સામે જોઈ રહ્યા.

"આપણે સૌ કંઈ કેટલુંય મનમાં સંઘરી રાખીએ છીએ. પ્રેમ, ધિક્કાર, મોહ અને ઝંખનાઓથી ભરેલું આ મન કંઈ કેટલીય ગૂંચવણો ઊભી કરે છે. આપણે સૌ નકારમાં જીવીએ છીએ, નેતીમાં... અને ધર્મયુદ્ધ અસ્તિ માગે છે, હકાર માગે છે... હ-કાર અને હું-કાર વચ્ચે ફેર છે... હું-કાર, ન-કારનો પ્રકાર છે. જ્યારે હ-કાર, સ્વીકારનો... મારી સૌને વિનંતી છે કે તમે તમારા તમામ બોજ, મનની તમામ આંટીઘૂંટીઓ અહીં જ મૂકી દેજો... સૌએ સહજ સ્વીકાર કરવો પડશે... સ્વનો...સ્વયંને નહીં સ્વીકારનારા ધર્મયુદ્ધમાં ઊભા પણ નહીં રહી શકે અને એટલે જ આપણે સૌએ અહીં સ્વયંને સ્વીકારવું પડશે... યુધિષ્ઠિર, આપણે તમારાથી શરૂ કરીએ..."

કેટલીય ક્ષણો સ્મશાનવત્ શાંતિ પથરાઈ ગઈ. યુધિષ્ઠિરને ઘણો સમય લાગ્યો વાત શરૂ કરતાં. એમણે વારાફરતી બધાના ચહેરા સામે જોયું. સૌના ચહેરા પર એક અજબ પ્રકારની ગ્લાનિ, અજબ પ્રકારની અસ્વસ્થતા હતી...

યુધિષ્ઠિરની આંખો યાજ્ઞસેનીની આંખોમાં પરોવાઈ... એક આગ, પીડા ઓકતી આગ જેવો પ્રશ્ન હતો ત્યાં...

યુધિષ્ઠિરે થૂંક ગળા નીચે ઉતાર્યું. આંખ નીચી કરી અને સાવ ક્ષીણ અવાજે શરૂ કર્યું...

"હું યુધિષ્ઠિર, પાંડવકુળનો જયેષ્ઠ પુત્ર... આજે આપણે સૌ જ્યાં આવીને ઊભા છીએ, એનું નિમિત્ત હું જ છું કદાચ! મારી દ્યુત રમવાની નબળાઈ આપણને સૌને અહીં સુધી લઈ આવી છે. મારા ભાઈઓ, મારી પત્ની, મારી મા કે મારા કુળના માન કરતાં પણ દ્યુતને વધુ પ્રિય ગણ્યું છે મેં! અને એનું મૂલ્ય ચૂકવ્યું છે... આજે, અહીં મહાસંહારની આગલી રાત્રે મને સમજાય છે કે મૌન રહીને અન્યાય સ્વીકાર કર્યો છે મેં. અસત્ય ન બોલવું એ પ્રણ હતું મારું, પરંતુ... અસત્યનો વિરોધ ન કરીને મેં અસત્ય જ આચર્યું છે. ધર્મનો જય થાય એ જ અભ્યર્થના છે હવે..." યુધિષ્ઠિરનું ગળું ભરાઈ આવ્યું. આગળ બોલવામાં એમને શ્રમ પડવા લાગ્યો... એમની આંખો છલોછલ ભરાઈ ગઈ...

એમની સાથે સાથે, સૌની આંખો ભીની થઈ ગઈ.

એમણે ગળું ખંખાર્યું, અને ફરી એકવાર શરૂ કર્યું, "સૌથી વધુ દુઃખ તો એ વાતનું છે કે અમે યાજ્ઞસેનીના બળે આ યુદ્ધ લડવા નીકળ્યા છીએ. પાંડવપુત્રોએ યુદ્ધનું બહાનું એક સ્ત્રીને બનાવી છે.

આશ્ચર્ય પણ થાય છે અને પીડા પણ થાય છે એ વાતની...

સમગ્ર ભરતખંડમાં વીરો તરીકે ઓળખાતા પાંચ પુરુષો પોતાની પત્નીને આગળ કરીને યુદ્ધ લડી રહ્યા છે...આજે, આ ક્ષણે ક્ષમા ન કરી શકાય દુર્યોધનને? દ્યુત રમવા તો હું ગયો હતો, યાજ્ઞસેનીને હોડમાં મેં મૂકી હતી... અને અધર્મનું આળ દુર્યોધનને માથે? શા માટે કૃષ્ણ? શા માટે આ છળ?

ઈતિહાસ અમને સ્મરણમાં રાખશે, એવા પુરુષો તરીકે જેણે પોતાની પત્નીને વસ્તુ સમજીને હોડમાં મૂકી, જે એનું માન, પ્રતિષ્ઠા, એનું ગૌરવ ન સાચવી શક્યા...

આ યુદ્ધ અમે જીતીએ તો પણ, ઇતિહાસ અમારો જયજયકાર નહીં કરે, કૃષ્ણ!" યુધિષ્ઠિર આટલું બોલીને શાંત થઈ ગયા. એમનો શ્વાસ શિબિરમાં સંભળાતો રહ્યો, થોડી ક્ષણો...

...ફરી એકવાર ઘણી ક્ષણોની શાંતિ પથરાઈ. સારો એવો સમય રાહ જોવામાં વીત્યો... ભીમ પોતાની ગદા ગોળ ગોળ ફેરવતો, નીચું જોઈને બેસી રહ્યો...

કૃષ્ણએ ઊભા થઈને ભીમની બાજુમાં બેઠક લીધી. ભીમના ખભા પર હાથ મૂક્યો. ભીમે યાચનાભરી આંખે કૃષ્ણ સામે જોયું. કૃષ્ણની દૃષ્ટિમાં મક્કમતા હતી - આદેશની મક્કમતા!

"ભીમ, તારે શું કહેવાનું છે?" કૃષ્ણનો અવાજ માખણ જેવો મુલાયમ હતો.

"કંઈ નહીં... મારે કંઈ નથી કહેવાનું. હું કાલે પચ્ચીસ-પચાસને તો ઢાળીશ જ અને રોજ મારો મૃત્યુઆંક વધતો જશે." ભીમે કૃષ્ણ સામે જોયા વિના કહ્યું. એની દૃષ્ટિ હજી ગદા પર હતી.

"આ હું-કાર છે, હ-કાર નહીં." કૃષ્ણએ ભીમની પીઠ પસવારવા માંડી...

"ભીમસેન! વાયુપુત્રને આટલો બધો ભાર શેનો છે? હળવા થઈ જાવ. જેટલી સ્વાભાવિકતાથી શુદ્ધ વાયુ ફેફસાંમાં ભરો છો અને અશુદ્ધતા ઉચ્છ્વાસમાં બહાર કાઢી નાખો છો એટલી જ સ્વાભાવિકતાથી મનની અશુદ્ધતાઓને પણ બહાર કાઢી નાખો, ભીમસેન!"

ભીમે ઊંચું જોયું. કૃષ્ણની દૃષ્ટિમાં એક અજબ આશ્વાસન હતું. નાનું બાળક લાંબા સમયે માને મળે અને જે શાતા એના મનમાં વ્યાપી જાય, એવી શાતા ભીમસેનના મનમાં વ્યાપી ગઈ.

"બોલો ભીમસેન! મનની બારીઓને ખુલ્લી મૂકી દો... આપણું કશુંયે નથી. એ ભાવ સાથે બધું જ સમર્પિત કરીને યુદ્ધમાં ઊતરવાનું છે આપણે, ખરું ને?" કૃષ્ણએ ભીમને નાના બાળકની સાથે વાત કરતા હોય એટલા લાડથી કહ્યું.

થોડીક ક્ષણો ગદાને ગોળ ગોળ ફેરવતો રહ્યો ભીમ. શિબિરની જમીન પર એક ગોળ ઊંડો ખાડો પડી ગયો... "યાજ્ઞસેની, દ્રૌપદી, પાંચાલી... મારી એક જ નબળાઈ છે." ભીમનો અવાજ અચાનક ઊંચો થઈ ગયો અને ભીનો પણ...

દ્રૌપદી ભીમની સામે જોઈ રહી... સૌ જાણે સ્તબ્ધ થઈ ગયા...

"સુંદર... આ હ-કાર છે..." કૃષ્ણ ભીમને પીગળાવી રહ્યા હતા જાણે...

"જે દિવસે મેં યાજ્ઞસેનીને જોઈ એ દિવસે પ્રથમ વાર મને બાણાવળી ન હોવાની ગ્લાનિ થઈ... અર્જુન મૂર્ખ છે..." સૌ જાણે હતપ્રભ થઈ ગયા હતા. ભીમનો આ ઉકળાટ સૌને બાળી રહ્યો હતો... એકમાત્ર યાજ્ઞસેની ભીમ સામે મમતાળુ આંખે જોઈ રહી હતી...

"અર્જુનની જગ્યાએ હું હોત તો મેં ક્યારેય યાજ્ઞસેનીને વહેંચવાનું ન સ્વીકાર્યું હોત... યાજ્ઞસેની મારી નબળાઈ પણ છે અને મારી શક્તિ પણ... એના અપમાનના વિચાર માત્રથી મારું લોહી ઊકળી ઊઠે છે. હું કૌરવસેનાનો કચ્ચરઘાણ કરીશ કારણ કે... મારે દુર્યોધન સુધી પહોંચવું છે, એની જાંઘ તોડવી છે અને મારી દ્રૌપદીના અપમાનનો બદલો લેવો છે." ભીમનો ચહેરો લાલચોળ થઈ ગયો હતો. એના શ્વાસ ઝડપથી ચાલવા લાગ્યા હતા. એની છાતી ધમણની જેમ ફૂલતી અને સંકોચાતી હતી... એણે ગદા ઉપાડી લીધી જાણે હમણાં જ યુદ્ધ કરવા જવાનો હોય.

"મોટાભાઈએ મને રોક્યો ના હોત, તો હું ત્યાં જ, હસ્તિનાપુરની રાજ્યસભામાં દુઃશાસનનો હાથ ઉખાડી નાખત. દુર્યોધનની છાતી ચીરી નાખત. એ વખતે ચૂપ રહ્યા પછી, હવે આ યુદ્ધ લડવાનો શું અર્થ છે? જે થઈ ચૂક્યું છે, એ થઈ જ ચૂક્યું છે. યાજ્ઞસેનીના અપમાનનો બદલો તો લઈશું, પણ એથી એ અપમાન ભુલાવાનું નથી. રાજ્યસભામાં હાથ જોડીને કરગરતી નિરાધાર યાજ્ઞસેનીનું ચિત્ર મારા મનોમસ્તિષ્કમાં અંકાઈ ચૂક્યું છે. અન્યાય થયો છે, અને ધર્મનો જય થાય તેથી સમય પર અંકાયેલી પથ્થરની રેખાઓ લુપ્ત નથી થવાની. હું યાજ્ઞસેનીને ચાહું છું અને મારી પત્નીના સ્વમાનના રક્ષણ કાજે મારો જીવ હોડમાં મૂકી દઈશ..."

એનો અવાજ ગુંજતો હતો... શિબિરમાં અને બહાર...

કૃષ્ણએ ભીમની પીઠ ફરી પસવારવા માંડી... ભીમ ધીમે ધીમે શાંત થવા લાગ્યો... અને આસપાસના સૌનો શ્વાસ હેઠો બેઠો.

માંડમાંડ સંયત થયેલા અવાજમાં ભીમે કહેવા માંડ્યું... "હિડમ્બા કે બીજી સ્ત્રીઓ મારા જીવનમાં આવી જ ન હોત જો યાજ્ઞસેની મારા એકલાની પત્ની હોત. દર ચાર વર્ષે બાર મહિના એની સાથે ગાળવાની વાત મને ક્યારેય સ્વીકાર્ય નહોતી. મને યાજ્ઞસેની જોઈતી હતી સંપૂર્ણપણે મારી પત્ની

તરીકે...'' ભીમની દૃષ્ટિ દ્રૌપદીની દૃષ્ટિ પર આવીને ઠરી. બંનેની આંખોમાં એક અજબ વિશ્વાસ અને સ્નેહનો તાંતણો બંધાયેલો હતો...

ફરી થોડી ક્ષણો કોઈ કશું ન બોલ્યું. કૃષ્ણને લાગ્યું કે આ શાંતિનો ભંગ એમણે જ કરવો પડશે.

''પાર્થ!''

અર્જુને ચોંકીને ઊંચું જોયું. એક ઘૂંટણ વાળીને એના પર હાથ દઈ થાંભલાને ટેકવીને બેઠેલા અર્જુનનો એક પગ લાંબો હતો. એનું ઉત્તરીય ધૂળમાં રગદોળાતું હતું. એના ચહેરા પર એક અજબ અવઢવ, એક અજબ અસમંજસ હતી. પહેલાં મોટા ભાઈઓની વાત સાંભળી ચૂકેલા અર્જુનને શું બોલવું એ સૂઝી નહોતું રહ્યું. એણે થોડી ક્ષણો જમીન તરફ જ જોયા કર્યું. પછી, ધીમેથી આંખો ઊંચકી શ્રીકૃષ્ણની આંખોમાં જોયું... અને પછી, ધીમેથી માત્ર પોતે જ સાંભળી શકે એટલા બધા ક્ષીણ અને ધીમા અવાજે બોલવાનું શરૂ કર્યું...

''બોલવાનું શરૂ કરું છું ત્યારે મારી દૃષ્ટિ સામે કેટલાંય દૃશ્યો તરવરી ઊઠે છે. પિતા પાંડુનું મૃત્યુ... અમારું હસ્તિનાપુરનું આગમન... ગુરુ દ્રોણ, ઉત્તમ બાણાવળી બનવાનો એમનો આશીર્વાદ... દ્રૌપદી સ્વયંવર અને હસ્તિનાપુરની રાજ્યસભા... દ્યુત, વનવાસ... અમે સૌ ભોગવી ચૂક્યાં હતાં ફળો દ્યુતનાં. છતાં... છતાં... બીજીવાર કેમ જોડાયા મોટાભાઈની એ ભૂલમાં? અને, યાજ્ઞસેનીએ ચૂકવ્યું એનું મૂલ્ય, અને અમે સૌ જોતા રહ્યા સ્તબ્ધ, મૌન...'' એ અટક્યો, શ્વાસ લીધો. ''અને છતાં, યાજ્ઞસેની પ્રત્યેક પળે અમારી સાથે રહી. દ્રુપદકુમારીએ વન વન ભટકીને વલ્કલ પહેરીને પોતાનો પત્નીધર્મ નિભાવ્યો. સામે અમે શું આપ્યું એને? રાજ્યસભામાં અમારી હાજરી હોવા છતાં, એનું અપમાન જોતા રહ્યા અમે! અને આજે, જ્યાં ઊભા છીએ ત્યાં એવો અહંકાર પીડે છે, કે આ યુદ્ધ યાજ્ઞસેનીનું માન પાછું મેળવવા લડાઈ રહ્યું છે.

શું અમને ભૂમિની ઝંખના નથી?
શું અમને નથી જોઈતું રાજ હસ્તિનાપુરનું?

જો નથી જોઈતું તો દ્યુત શું કામ? વનવાસ શું કામ? લાક્ષાગૃહ શું કામ?

અને, ઈન્દ્રપ્રસ્થનો અશ્વમેધ પણ શા માટે?

આ રાજનીતિ છે, એને ધર્મયુદ્ધનું નામ આપી, અમે શું પ્રસ્થાપિત

કરવાના છીએ? મારા પોતાના ભાઈઓ, મિત્રો, પિતામહ, કાકા અને અન્ય સગાઓને મારીને મેળવેલું રક્તરંજિત રાજ્ય કે લોહિયાળ ભૂમિ ધર્મનો જયજયકાર કરશે ખરી?

મને કશુંય સમજાતું નથી. હું જાણતો નથી કે કાલના યુદ્ધમાં મારી સામે ઊભેલા મારા જ રક્તને વહેવડાવીને હું શું મેળવીશ? શું પ્રસ્થાપિત કરીશ? કયા ધર્મનો જય થશે? અને કયો અધર્મ નાશ પામશે?"

અર્જુનના મુખ પર કાળાશ ઢળી ગઈ હતી. એની આંખોમાંથી અવિરત આંસુની ધાર જઈ રહી હતી. ગળું ભરાઈ આવ્યું હતું. નાના બાળકની જેમ રડી રહેલા એ અજોડ વીર ગાંડીવધારીને આજે નીતિ-અનીતિના પ્રશ્નોએ વિચલિત કરી મૂક્યો હતો.

"શું આ જ ન્યાય છે મધુસૂદન? શું અમે અન્યાય નથી કર્યો મધુસૂદન? યાજ્ઞસેની જેવી પત્ની હોવા છતાં ઉલૂપિ, સુભદ્રા અને અન્ય પત્નીઓ... મેં સતત અન્યાય કર્યો છે મધુસૂદન, સૌને... મને અધિકાર નથી આ ધર્મયુદ્ધ લડવાનો. તમે કહો તો મારું મસ્તક ઉતારી આપું, પરંતુ મને કુરુક્ષેત્રની પરીક્ષામાંથી મુક્તિ આપો." ગળું ભરાઈ આવ્યું અર્જુનનું... એની આંખો પથ્થરવત્ હતી અને ગળું ભીનું!

"ઘણું કહેવાનું છે અને કશુંય કહેવાનું નથી. હું હત્પ્રભ થઈ ગયો છું. એકસામટા ઘણા વિચારો આવે છે અને કોઈ વિચાર નથી આવતો... હું એક અજબ અવઢવમાંથી પસાર થઈ રહ્યો છું."

ક્ષણેક અટકીને એણે થૂંક ગળા નીચે ઉતાર્યું. ફરી આંખો નમાવી, અને નીચું જોઈને બોલવા લાગ્યો. "ઉત્તમ બાણાવળી હોવાનો આશીર્વાદ આમ અભિશાપ થશે એવી મને કલ્પના નહોતી... આખુંય યુદ્ધ જાણે મારા ખભા પર લડાઈ રહ્યું છે. સૌને અપેક્ષા છે કે હું મહાસંહાર કરીશ, અન્યાયીઓનો. પરંતુ, એ અન્યાયી કે પાપી જે કહો તે, મારા પોતાના ભાઈઓ છે જેમની સાથે હું રમ્યો છું. પિતામહ ભીષ્મ છે, જેમણે મને ઉછેર્યો છે. મારા કાકા, મારા દાદા, મારા મિત્રો મારા પોતાના છે. એક યાજ્ઞસેનીના અપમાનનો બદલો લેવા શું આ બધાનો સંહાર યોગ્ય છે? તમે જ કહો મધુસૂદન, યાજ્ઞસેની એ સૌને ક્ષમા ન કરી શકે? શું એકલા દુર્યોધને જ અધર્મ આચર્યો? શું મારા જ્યેષ્ઠ ભ્રાતા યુધિષ્ઠિર ધર્મના માર્ગે ચાલ્યા, એમ કહી શકાય? જો ના, તો શા માટે આ યુદ્ધમાં દુર્યોધન અમારી સામેના પક્ષે છે? શા માટે કરીએ અમે આ યુદ્ધ? સત્ય તો એ છે કે અમે પણ અધર્મી છીએ... સત્ય તો એ છે કે યાજ્ઞસેનીના અપમાન માટે દુર્યોધનને

કે દુઃશાસનને દંડ આપવાનો અમારો કોઈ અધિકાર નથી... હું, આ યુદ્ધ માટે અયોગ્ય છું..." એણે ઉત્તરીયથી પોતાની આંખો લૂછી અને દ્રૌપદીની સામે જોયું. દ્રૌપદીની આંખો આગ ઓકવા માંડી. શું બોલતો હતો એનો પ્રાણપ્રિય વીર પતિ? એને સમજાયું નહીં. એણે અર્જુનને સાવ નવી દૃષ્ટિએ જોયો. શા માટે? આ શું કહી રહ્યો હતો એ? હવે છેક અત્યારે જ્યારે આવતી કાલે તો વિશ્વઇતિહાસ રચાવાનો હતો..."

અર્જુન ભીના ગળે અને કોરી આંખે હજીય બોલી રહ્યો હતો, "મધુસૂદન, આ યોગ્ય નથી. આટલા બધા જીવોનો સંહાર શા માટે? એક અંગત અપમાનનો બદલો માનવસંહાર કરીને લેવાય? તમે જ કહો પ્રભુ." દ્રૌપદી ત્યાંથી ઊઠવા ગઈ, પરંતુ કૃષ્ણની આંખોએ એને રોકી.

એ અકળાઈ ઊઠી હતી અર્જુનની આ વાતથી...

શિબિરમાંથી બહાર જઈને ખુલ્લી હવામાં શ્વાસ લેવો હતો એને...

પરંતુ, કૃષ્ણનો આદેશ હતો કે વાત પૂરી થયા વિના કોઈ શિબિરની બહાર નહીં જાય.

દ્રૌપદી ભારે હૈયે અને અચાનક જ ખાલી થઈ ગયેલા મન સાથે કૃષ્ણની આ નવી રમત જોતી રહી.

હવે કૃષ્ણએ નકુલ તરફ જોયું... રસિક, નમણો અને થોડોક લાડકો નકુલ... હજી આવી રહેલી મહાભયાનક પળોથી અજાણ હતો કદાચ. એના મનમાં કેટલીક સંકુલતાઓ નહોતી. આવનારા યુદ્ધને ઘણી સરળતા અને સ્વાભાવિકતાથી સ્વીકારવા તત્પર હતો એ! ક્ષત્રિયપુત્ર હોવાને કારણે એની આંખમાં યુદ્ધનો ભય નહોતો અને સાથે જ કૃષ્ણ એમના પક્ષે હોવાની એક શાતા - એક સલામતી પણ એની આંખોમાં સ્પષ્ટ દેખાતી હતી. સહેજ પણ અચકાયા વિના એણે કૃષ્ણને કહ્યું, "મારે કંઈ કહેવાનું નથી. ઈચ્છતો હતો કે આ મહાસંહાર રોકાય... પરંતુ, હવે એ અશક્ય લાગે છે... મારી પત્ની દ્રૌપદીને ચાહું છું. એના સુખ, એના સ્વમાન માટે લડીશ... મારા ભાઈઓના અધિકાર માટે લડીશ... ધર્મના જય અને અધર્મના ક્ષય માટે લડીશ... બસ! બીજું શું કહેવાનું હોય? મૃત્યુનો ભય નથી મને. જાણું છું કે તમે જે પક્ષે હશો એ વિજયી જ થવાનો છે... "

હસી પડ્યા કૃષ્ણ, આટલી ગંભીર પળોમાં પણ... નકુલની સરળતા અને સ્વાભાવિકતા એમને સ્પર્શી ગઈ હતી... કૃષ્ણએ સહદેવ સામે જોયું...

ક્યારના ધીર, ગંભીર, શાંત બેઠેલા સહદેવે હાથ જોડ્યા શ્રીકૃષ્ણને!

"હું કંઈ નહીં કહું. મારે કંઈ જ કહેવું નથી..." સહદેવે મક્કમતાથી કહ્યું. "કારણ કે જો હું બોલીશ તો એ ભવિષ્યવાણી ઠરશે. સમયની ભાષા ઉકેલી શકતા કેટલાક દુર્ભાગી પુરુષોમાંનો એક છું હું..." સહેજ અટક્યો એ પછી કૃષ્ણની આંખોમાં આંખો પરોવીને એણે કહ્યું, "તમે ક્યાં નથી જાણતા, કે સમયને જાણનારા પણ કાળને નથી જાણી શકતા, હું મહાકાળની સમક્ષ ઊભો છું અને રક્ત ધર્મનિષ્ઠ વ્યક્તિનું હોય કે અધર્મીનું, એનો રંગ લાલ જ હોય છે... મારી એવી પ્રાર્થના હતી કે રક્ત રક્તવાહિનીઓમાં જ વહ્યા કરે, ધરતી પર ન વહે! આપણા સૌની પ્રાર્થનાના ઉત્તર મળતા જ હોય છે. પરંતુ, ક્યારેક એ ઉત્તર 'નકાર' પણ હોઈ શકે - એ વાત આપણું મન સ્વીકારવાની ના પાડે છે...

શું થવાનું છે, એ જાણતા હોવા છતાં એ કહી ન શકવાની એક માત્ર પીડા વલોવતી રહી છે મને... અને છતાં, એવો કોઈ બોજ નથી મારા મન પર, જે મારે ઉતારવાનો બાકી હોય... પ્રભુ, મને ક્ષમા કરો. મુક્તિ આપો મને, આ લેખા-જોખાના હિસાબમાંથી... હું કોરી પાટી જેવું જીવ્યો છું અને એવું જ મૃત્યુ માગું છું..."

"કોરી પાટી!" કૃષ્ણએ નાનકડા સ્મિત સાથે સહદેવ સામે જોયું... "કેટલાય અક્ષરો લખાય, છતાં વંચાય નહીં એવી કોરી પાટી... હશે! સહદેવ, જેવી તમારી ઇચ્છા... અહીં, કોઈ ચિત્રગુપ્તનો ચોપડો નથી ખોલ્યો... હું તો માત્ર..."

"સમજું છું પ્રભુ, તમારી વાત પણ સમજું છું, પણ વિનંતી કરું છું કે તમે મારી વાત સમજો. શબ્દો ભ્રામક હોય છે પ્રભુ, અને એમાંય મારા શબ્દોના સૌ મનફાવતા અર્થ કરશે. જાણું છું, એ કહ્યા વિના નહીં રહેવાય અને એકવાર બોલવા લાગીશ તો અર્થનો અનર્થ થઈ જશે... અને એટલે જ મને મુક્તિ આપવા વિનવું છું..."

"અનર્થ તો સર્જાઈ ચૂક્યો છે, વત્સ! હવે આથી વધુ અનર્થ શું થવાનો?"

"મારા શબ્દો જાણે-અજાણે ભવિષ્યવાણી બની જાય છે... અને, આ મહાસંહારની ભવિષ્યવાણી કરવામાં મને ભય લાગે છે, પ્રભુ! હું પાંચાલીનો પતિ છું. રાજ્યસભામાં મારી પત્નીના સન્માનની રક્ષા કરવામાં અસમર્થ રહ્યો છું...એના માનને પુનઃ પ્રસ્થાપિત કરવા લડીશ... એથી વધુ મારે કંઈ કહેવાનું નથી."

"ભલે. જેવી તારી ઇચ્છા... "

કૃષ્ણની દૃષ્ટિ દ્રૌપદી તરફ વળી... એ શાંત સ્થિર દૃષ્ટિમાં સેંકડો સવાલો જાણે વમળની જેમ ઘુમરાતા હતા. દ્રૌપદી એ વમળના ચકરાવામાં ચકરાવા લાગી...

...હવે દ્રૌપદીનું હૃદય ધક્... ધક્... કરવા લાગ્યું હતું. હૃદય છાતીને બદલે ગળામાં ધબકતું હતું જાણે... એ જાણતી હતી કે હવે એનો વારો છે અને છતાં મન વારંવાર કહી રહ્યું હતું કે કૃષ્ણ એને કંઈ ન પૂછે તો સારું.

કૃષ્ણએ દ્રૌપદી સામે જોયું... "સખી!" બે અક્ષરના એ શબ્દમાં સેંકડો પ્રશ્નો હતા અથવા દ્રૌપદીને સંભળાયા હતા.

કૃષ્ણ કશું ન પૂછે એવી દ્રૌપદીની પ્રાર્થના હતી અને છતાંયે કદી ન કહેલી વાતો કહી દેવા માટે એનું મન ચંચળ થઈ ઊઠ્યું હતું.

દ્રુપદને ત્યાં કૃષ્ણ મહેમાન થઈને આવ્યા ત્યારે પહેલીવાર કૃષ્ણને નિહાળીને જે અનુભવ્યું હતું, એવી જ દુવિધા, એવી જ લજ્જા અને એવી જ અસમંજસ દ્રૌપદીના મનમાં ગૂંચવાઈ રહી હતી...

"સખી!" કૃષ્ણએ ફરી કહ્યું અને સૌ દ્રૌપદીના ઉત્તરની પ્રતીક્ષા કરી રહ્યા...

સ્વયંવરથી પણ અઘરી પરીક્ષા હતી આ!

અહીં, બાણથી મત્સ્યવેધ નહોતો કરવાનો, પરંતુ પોતાની સાથે જીવેલી, પોતાની સહધર્મચારિણી કહેવાતી એક અપૂર્વ સુંદરી, એક અતિશય વિચક્ષણ બુદ્ધિપ્રતિભા ધરાવતી એક તેજસ્વી સ્ત્રી પોતાના મનને એવા પુરુષો સમક્ષ ખોલવાની હતી, જે સૌએ એને એકસરખી તીવ્રતાથી ચાહી હતી, કદાચ!

આ એ સ્ત્રી હતી, જેને કારણે આજે સૌ અહીં હતા...
આ એ સ્ત્રી હતી, જેને કારણે આજે સૌ સાથે હતા...

મહારાજ દ્રુપદની આ પુત્રી અગ્નિશિખામાંથી જન્મેલી એક એવી તેજસ્વી તેજશિખા હતી, જેણે દુર્યોધન અને કર્ણ જેવાનાં મન વિચલિત કર્યાં હતાં.

આ એવી સ્ત્રી હતી, જે પોતાના સ્વમાન માટે સતત ઝઝૂમી હતી...

આજે, એના પાંચ પતિઓ એ સાંભળવા તત્પર હતા કે આટઆટલાં વરસોથી તન, વચન અને કર્મથી એમની સાથે સાથે રહેલી, એમની પ્રિય પત્નીનું મન શું કહેવાનું હતું!

"હું? હું ક્યાં ધર્મયુદ્ધમાં જવાની છું? મારે શું કામ કંઈ કહેવું જોઈએ?" દ્રૌપદીએ જે સૂઝ્યો તે જવાબ આગળ ધર્યો... કૃષ્ણએ દ્રૌપદી સામે જે આંખોથી જોયું, એ અસહ્ય હતી.

"ધર્મયુદ્ધમાં ભલે ન જાવ, પણ તમે ધર્મયુદ્ધનું કારણ છો અને મારણ પણ."

"સમજી નહીં, સખા." દ્રૌપદીએ અજાણ હોવાનો ડોળ કર્યો. એની આંખોમાં એક અજબ ભય હતો. મીઠાઈ ચોરતાં પકડાય અને નાના બાળકની આંખમાં જે દેખાય, એવો ભય! એના કાળા, લાંબા સુંવાળા વાળ ખુલ્લા હતા. એના નિતંબને ઢાંકીને જમીન પર પથરાયેલા હતા... એની આંખો તેજસ્વી હતી, પરંતુ ભયગ્રસ્ત!

સુંદર બાંધો, શ્યામવર્ણ અને ચમકતી ત્વચા...

"સાચે જ, ભીમની વાત સાચી હતી..." કૃષ્ણએ વિચાર્યું. "અદ્‌ભુત સ્ત્રી છે આ!"

"સમજી નહીં, સખા!" દ્રૌપદીએ ફરી કહ્યું.

કૃષ્ણના ચહેરા પર એક સ્મિત બહુ રોકવા છતાં ધસી આવ્યું.

"તમારા જેવી બુદ્ધિમાન વિચક્ષણ સ્ત્રી મારો પ્રશ્ન નથી સમજી? કોઈ માનશે આ વાત?"

"સખા, શું કહું? હું તો પોતે જ એક સમસ્યા થઈને અવતરી છું. વેરતૃપ્તિ માટે મારું આહ્‌વાન કરાયું હતું. અગ્નિમાંથી જન્મેલી સ્વયં બળતી રહેલી એક અગ્નિશિખા છું હું. શું અપેક્ષિત છે મારી પાસે..."

"હ-કાર... સ્વીકાર..."

"સ્વીકાર? એ વિના આટલું જીવી શકી હોત? પ્રત્યેક ક્ષણ, પ્રત્યેક પરિસ્થિતિ, પ્રત્યેક અન્યાય અને આઘાત... શોક અને પીડા... મેં સ્વીકાર્યાં છે... મારા ભયાનક અપમાનને પણ મેં..."

"સ્વીકાર્યું છે... માનું છું. પરંતુ ધર્મયુદ્ધની પૂર્વસંધ્યાએ હું તમારા મન પરનો ભાર હળવો કરવા માગું છું. ઈચ્છું છું, વિનવું છું... કે તમે મનોમસ્તિષ્કને ભરડામાં લઈને બેઠેલી તમામ ઝંખનાઓ, પીડાઓ અને નબળાઈઓને મનની બહાર ધકેલી દો. હળવાં થઈ જાવ પાંચાલી..."

"તમે પૂછો છો, સખા! મારા મનની કઈ વાત તમારાથી અજાણી, તમારાથી ગોપિત છે. એવું શું છે જે તમે નથી જાણતા..."

"દેવી, આ મારી અને તમારી વાત નથી..."

"... વાત તો મારી અને તમારી જ છે..." હવે દ્રૌપદીની આંખો બદલાઈ હતી. ...ણે જાણે નિર્ણય કરી લીધો હતો કે પોતાની સૌથી અંગત ગોપિત વાત... આજ એ જાહેરમાં કહેશે. "રાજ્યસભાની વચ્ચે રજસ્વલા સ્ત્રીનાં વસ્ત્રો ખેંચાયાં, પછી સાચે જ તો કશુંય અંગત કે ગોપિત રહે જ કેવી રીતે, વાસુદેવ..."

"કડવાશ નહીં... પરમ સ્વીકારની પળ છે આ. જીવનના દરેકેદરેક પ્રસંગો... વ્યક્તિઓ, ક્ષણો અને સંબંધોના સ્વીકારની પળ.."

"ખરું કહ્યું મધુસૂદન... મને પણ આવી એક પળની પ્રતીક્ષા હતી...મારે પણ એક પરમ સ્વીકાર આ ક્ષણે કરવાનો છે..."

સૌ દ્રૌપદીના ચહેરા તરફ તાકી રહ્યા. એ સૌમ્ય સુંદરતા... એ શ્યામ વર્ણ, અમાવસની રાત્રિ જેવા કાળાભમ્મર, નિતંબને ઢાંકતા કેશ, કમળફૂલની પત્તી જેવા હોઠ... મીનાક્ષી... અને પાંચ-પાંચ પુત્રોની માતા હોવા છતાં એકવડિયો... આકર્ષક દેહ...

દ્રૌપદીના ચહેરા પર એક અજબ કુમાશ, એક અજબ મીઠાશ આવી ગઈ... સોળ વરસની કુમારિકાના ચહેરા પર હોય એવી એક મુગ્ધતા એની આંખોમાં અને એના ચહેરા પર છલકાવા લાગી...

"વાસુદેવ..."

સૌ તાકી રહ્યા દ્રૌપદીની સામે... સૌને પ્રતીક્ષા હતી કે પાંચાલીનો સ્વીકાર શું હશે... કોણ હશે?

"મારા પિતા મને જ્યારે કૃષ્ણા કહીને બોલાવતા ત્યારે મને કલ્પના પણ નહોતી કે કૃષ્ણ શબ્દ મારા જીવનનો પર્યાય બની જશે! સખા, તમે જાણો છો, સમજો છો, સત્યને અને સંવેદનોને... કુરુક્ષેત્રના યુદ્ધની પૂર્વસંધ્યાએ જો હું બધું જ સત્ય... કહી દઈશ... તો યુદ્ધ અહીં જ રચાશે. પાંચ પતિઓ સાથે એકસરખી નિષ્ઠાથી જીવવું... સરળ નથી મધુસૂદન... અને આજે જો એ નિષ્ઠામાં નાની સરખીય તિરાડ દેખાશે તો..."

"તો તમારા માટેનું સન્માન ઓછું નહીં થઈ જાય, પાંચાલી..." અચાનક જ અર્જુન બોલી ઊઠ્યો. "પ્રીતિ પાર્થેન શાશ્વતિમ્! કૃષ્ણએ આ વરદાન

મયદાનવ પાસે માગીને... અમારા સૌનો પ્રેમ જીતી જ લીધો છે... બોલો પાંચાલી, શું કહેવું છે?"

"તમને? ફાલ્ગુન, તમને? સખા... તમને કહેવું પડશે મારે? મારા મનની વાત તમે સૌ જાણો છો અને આવનારી અનેક પેઢીઓ પણ એ જાણશે..." દ્રૌપદી ત્યાંથી ઊભી થઈ ગઈ. ક્યારનોય ગૂંગળાઈ રહેલો એનો શ્વાસ હવે એને શિબિરની બહાર લઈ ગયો...

પાંચાલીની આંખો સહેજ ભીની, સહેજ તરલ હતી... "મારા પાંચ-પાંચ પતિઓ જ્યારે મને નિર્વસ્ત્ર થતી જોઈ રહ્યા હતા, ત્યારે મેં તમારા આધારે હાથ ઊંચા કર્યા હતા. તમને મદદ માટે પોકાર કર્યો હતો. એ શું ઓછું છે, વાસુદેવ? આપણી વચ્ચેનો સંબંધ વિશ્વાસ અને અવિશ્વાસના શ્વાસ અને ઉચ્છ્‌વાસની જેમ ચાલતો રહ્યો છે... બેમાંથી એક પણ જો બંધ થાય તો જીવ નીકળી જાય. હું, દ્રુપદકુમારી કૃષ્ણા દ્રૌપદી આજે મારા પતિઓ અને તમારી સમક્ષ મારા હૃદયના દરવાજા ખુલ્લા મૂકું છું... હવે કોઈ ભાર નથી. કોઈ પીડા નથી... સુખ નથી, અને દુઃખેય નથી... આ વાત કેટલાંય વર્ષોથી મારા મનમાં ગોપિત મને ખૂંચી રહી હતી. કશું બટકીને તૂટે એમ મારી અંદર આ સંવેદનાની કરચો અવારનવાર મને ખૂંચતી રહી છે... વાસુદેવ, મધુસૂદન, સખા...પીડાની પ્રત્યેક પળ મને વધુ ને વધુ તમારી નિકટ લાવી છે અને જ્યારે જ્યારે હું અન્યાય સામે ઉન્નત મસ્તકે યુદ્ધમાં ઊતરી છું, ત્યારે પ્રત્યેક વખતે મને લાગ્યું છે કે મારો એક હસ્ત તમે સાહી રાખ્યો છે. તમારા તરફથી મને જન્મોજન્મ તમારો આવો જ પ્રેમ મળતો રહે... એથી વધુ મારે કાંઈ નથી જોઈતું..."

પાંચાલીના વક્તવ્ય પછી કેટલી બધી ક્ષણો વજનદાર શાંતિમાં પસાર થઈ ગઈ. સૌએ એનો મનફાવતો અર્થ કાઢવામાં સમય વિતાવ્યો...

પરંતુ, પાંચાલીનું વક્તવ્ય પૂરું નહોતું થયું કદાચ! "સખા, એવું શા માટે કે પ્રત્યેક વખતે પીડામાં જ અમે તમારી નિકટ આવીએ? શું તમને અમારી નિકટ અમારા હૃદયસરસા રાખવાનો એકમાત્ર માર્ગ પીડામાં રહેવાનો છે? શું તમને પામવા માટે વ્યથિત હોવું, દુઃખી હોવું, તરફડવું કે ઝઝૂમવું અનિવાર્ય છે?

કુરુક્ષેત્રના મેદાનમાં બંધાયેલી આ શિબિરમાં તમારી હાજરી માત્ર અમને કેટલી બધી શાતા અને સુખ પહોંચાડે છે... શા માટે યુદ્ધમાં જ તમે અમારા સારથિ બનો? શા માટે અમારા જીવનની પ્રત્યેક પળે સુખમાં કે દુઃખમાં તમે અમારી સાથે ન હોઈ શકો? પ્રભુ, જો પુનર્જન્મ થાય તો હું ફરી તમારી

સખી થઈને તમને મળવાની તમને જ પ્રાર્થના કરીશ.”

કૃષ્ણની આંખો સામે કૃષ્ણાની પ્રથમ મિલનની ક્ષણો તરવરી ગઈ...

સોળ વરસની એ શ્યામવર્ણી પાનીઢંક કેશરાશિ ધરાવતી અપૂર્વ સુંદરી કૃષ્ણને પ્રથમ મિલનમાં જ હૃદય આપી ચૂકી હતી. એ સમયના શ્રેષ્ઠ પુરુષને વરવાની ઝંખના કદાચ સર્વે રાજકુટુંબની યુવતીઓ ધરાવતી હતી. કૃષ્ણા એમનાથી જુદી નહોતી!

સમગ્ર ભરતખંડના રાજાઓ અને વીરો જેને પોતાની પટરાણી બનાવવા આતુર હતા, એવી દ્રૌપદીના સ્વયંવરમાં કૃષ્ણ કોઈ જુદા જ નિશ્ચય સાથે આવ્યા હતા. લાક્ષાગૃહનો પ્રસંગ હજી તો તાજો હતો...

દુર્યોધન, કર્ણ, શિશુપાલ અને જરાસંધ જેવા વીરોની વચ્ચે સ્વયંવરના સમયે કૃષ્ણને આવેલા જોઈ દ્રૌપદીએ મનોમન ઈશ્વરનો આભાર માન્યો હતો.

નીચી દૃષ્ટિએ બેઠેલી દ્રૌપદીની સામેથી પસાર થતા અર્જુનના શ્યામ ચરણ જોઈને દ્રૌપદીએ એ ચરણ શ્રીકૃષ્ણના માની લીધા હતા. એણે ઈશ્વરને પ્રાર્થના કરી હતી, એ ચરણને મત્સ્યવેધ સુધી પહોંચાડવાની.

જ્યારે અર્જુન મત્સ્યવેધ કરીને વરમાળા પહેરવા દ્રૌપદીની સામે આવ્યો ત્યારે એને જોઈને દ્રૌપદીનું હૃદય એક થડકારો ચૂકી ગયું હતું...

...એ કૃષ્ણ નહોતા.

એની આંખો છલછલી ઊઠી હતી. અર્જુનની બાજુમાં ઊભેલા કૃષ્ણની સામે જોયું હતું એણે, આહત દૃષ્ટિએ... પારાવાર પીડા હતી એ દૃષ્ટિમાં.

દ્રૌપદીને લાગ્યું કે કૃષ્ણએ છળ કર્યું હતું એની સાથે...

એના મનની બધી જ વાત જાણતા કૃષ્ણએ અર્જુનને આગળ કરીને પોતાનો અસ્વીકાર કર્યો હતો એવી લાગણી દ્રૌપદીના હૃદયમાં શૂળની જેમ આરપાર ઊતરી ગઈ. એણે કૃષ્ણ સામે જે દૃષ્ટિથી જોયું, એમાં પ્રશ્ન હતો, પોતાના અસ્વીકાર માટેનાં કારણો માગતો પ્રશ્ન...

કૃષ્ણ આજે પણ એ દૃષ્ટિ ભૂલ્યા નહોતા.

વેરતૃપ્તિ માટે જન્મેલી આ અગ્નિપુત્રીના હૃદયમાં આટલી બધી ભીનાશ હશે, એ કોણ જાણતું હતું, એક કૃષ્ણ સિવાય...

અને છતાં, એ ભીનાશ, એ કુમાશ કે એ શીતળ જલની છાલક જેવી લાગણીઓ એના હૃદયની અંદર જ પુરાઈને એને જ ભીંજવતી રહી...

બીજાઓને તો અગ્નિપુત્રીની ઝાળ જ દેખાતી રહી. નિકટ આવનારા દાઝતા રહ્યા, એના સૌંદર્યથી, એની બુદ્ધિમત્તાથી કે એના સ્વાભિમાનથી...

એની ભીનાશને કોઈ સ્પર્શી જ શક્યું નહીં, એના પાંચ પતિઓ પણ નહીં. કારણ કે એની એ પહેલા વરસાદ જેવી મ્હેકતી ભીનાશ સુધી પહોંચવા માટે એ અગ્નિ અને તેજમાંથી પસાર થવાની કોઈની હામ નહોતી.

રાજ્યસભામાં એક વસ્ત્રે ઊભેલી દ્રૌપદીની આંખમાં ક્ષોભ કે શરમ ઓછી અને ક્રોધ વધુ હતો. એના વસ્ત્રને નહોતું ખેંચ્યું દુઃશાસને, એના સ્વાભિમાનને લીરેલીરા કર્યું હતું.

યાજ્ઞસેનીને આજે પણ કદાચ એ પીડા નહોતી કે એના પતિઓ એને ભરસભામાં વસ્ત્રહીન થતી જોઈ રહ્યા, પરંતુ એને એ પીડા હતી કે દુર્યોધને એના સ્વાભિમાનને, એના સન્માનને, એના ગૌરવને ઠેબે ચઢાવ્યું અને જેને માટેનું સંપૂર્ણ ઉત્તરદાયિત્વ એના પતિઓનું હતું.

એને રજસ્વલા સ્થિતિમાં વડીલોની સામે ઊભા રહેવાનો ક્ષોભ ઓછો હતો, પરંતુ, વસ્તુ તરીકે દ્યુતમાં મુકાયાનો ક્રોધ વધુ હતો...

એણે આખીયે રાજ્યસભાને પાયામાંથી ધ્રુજાવતા અવાજે પ્રશ્ન કર્યો હતો, “પહેલાં મારા પતિઓ પોતાને હાર્યા કે મને?”

અનુત્તર વીરો અને વડીલોને, ચિત્રવત્ બની ગયેલા ધૃતરાષ્ટ્ર, વિદુર, ગાંધારી અને ભીષ્મ પિતામહને બીજો પ્રશ્ન પૂછ્યો હતો એણે...

“પોતાને હારી ગયેલા, બીજાને હોડમાં કેવી રીતે મૂકી શકે?”

આંખોમાંથી આંસુની ધાર થઈ હતી... પરંતુ, એ અપમાન અને અવહેલનાને કારણે.

અસહાયતાને કારણે નહીં.

દ્રૌપદીની ભીની આંખો વારંવાર નિહાળી હતી એમણે! દરેક પ્રસંગે કદાચ જુદા રંગનાં આંસુ હતાં એની આંખોમાં, પણ એ રંગ માત્ર કૃષ્ણ ઓળખતા હતા. કૃષ્ણ પોતે પણ સહેજ ભીંજાઈ ગયા, આ વાત વિચારતાં!

“ન મે મોઘં વચો ભવેત્’ કૃષ્ણને પોતાના જ શબ્દો સ્મર્યા, જે એમણે દ્રૌપદીને પૂરેલા ચિરની સાથે આપેલા વચન વખતે કહ્યા હતા... “જે રીતે તું અત્યારે રડે છે એ જ રીતે આવનારા દિવસોમાં આ તમામ દુષ્ટ પુરુષોની રાણીઓ પણ રડશે...ન મે મોઘં વચો ભવેત્ - અને, મારા આ શબ્દો મિથ્યા નહીં થાય...”

કૃષ્ણના કાનમાં પાંચજન્યનો અવાજ ગુંજી રહ્યો.

વાંસળી મૂકીને શંખ ઉપાડવાની વેદના એમના શરીરના રોમરોમમાં પડઘાઈ રહી હતી. કૃષ્ણને આ કુરુક્ષેત્રના યુદ્ધ પછીના દિવસોની ભયાવહતાની કલ્પના હતી... અને એટલે જ એમણે એ યુદ્ધને 'પ્રાણ યુદ્ધેન જેતવ્ય' કહ્યું... એ જાણતા હતા કે હવે જે થવાનું છે, એ આવનારી કેટલીય સદીઓ સુધી વિશ્વને ભુલાવાનું નથી.

કુરુક્ષેત્રની પૂર્વસંધ્યાની એ પળે કૃષ્ણનો અવાજ ચારે તરફ ગુંજી રહ્યો...

'યતોધર્મ સ્તતો જય...'

દ્વારિકામાં જ્યારે અર્જુનનો રથ દાખલ થયો, ત્યારે સૂર્ય મધ્યઆકાશે હતો... બે દિવસ સતત દોડીને અશ્વોના મોઢે ફીણ વળ્યાં હતાં... પાંચાલીના વાળ અને ચહેરો ધૂળ ધૂળ થઈ ગયા હતા. અર્જુનના હાથ લગામ પર ઢીલા પડી રહ્યા હતા...

દ્વારિકાના મુખ્ય દ્વારમાંથી જ્યારે રથ દાખલ થયો, ત્યારે દ્વારિકાના શાંત-નિર્જન રાજમાર્ગો જોઈને દ્રૌપદીને આશ્ચર્ય થયું. જે માર્ગો સતત અવરજવરથી જીવંત રહેતા, એ માર્ગો પર જતી-આવતી એક-બે યાદવ સ્ત્રીઓ સિવાય કોઈ નહોતું... દ્વારિકાના સુવર્ણમહાલયોના દરવાજા ચસોચસ ભિડાયેલા હતા. ઘરોમાં જાણે મૃત્યુનો આતંક ફેલાયેલો હતો...

દ્રૌપદીએ અર્જુનની સામે જોયું... "શી વાત છે પાર્થ? મારું હૃદય અનેક અમંગળ કલ્પનાઓ કરે છે..." અર્જુને નિઃશબ્દ ફક્ત દ્રૌપદીના ખભે હાથ મૂક્યો અને રથને મુખ્ય મહેલ તરફ વાળ્યો...

મુખ્ય મહેલ આજુબાજુ નાના નાના આઠ મહાલયોથી ઘેરાયેલો હતો. સત્યભામા, જાંબુવતી અને બીજી રાણીઓના મહાલયોની વચ્ચે ઘેરાયેલો પટરાણીનો મહેલ એના સુવર્ણકળશોથી ઝગમગી રહ્યો હતો. મધ્યાહ્નનો સમય હોવા છતાં, મહેલની જમણી તરફ આવેલી ભોજનશાળાની પરસાળ સાવ નિર્જન હતી...

દાસીઓ અને સેવકોની અવરજવરથી સતત જીવંત રહેતા આ મહેલને કોણ જાણે કેમ, પણ શાંત જોઈને દ્રૌપદીનું હૃદય ધબકારા ચૂકવા લાગ્યું...

એણે અર્જુન તરફ જોયું. એની દૃષ્ટિમાં ભય અને આતંકની સાથે સાથે એક એવી અમંગળ આશંકા હતી કે એ આંખોની સામે જોઈ રહેવું, અર્જુન માટે લગભગ અશક્ય હતું...

મહેલની બહાર ઊભેલા ચોકીદારો, લસ્ત અને સુસ્ત હતા...

અર્જુને રથને મુખ્ય મહેલની અશ્વશાળા તરફ લીધો... બે-ચાર સાવ નાનકડાં વછેરાંઓ અને ઉંમર વિતાવી ચૂકેલા અશ્વો સિવાય અશ્વશાળા પણ લગભગ ખાલી હતી...

અર્જુને હાથ આપીને દ્રૌપદીને રથમાંથી ઉતારી... સતત ગતિમાન રહેવાને કારણે બંનેનાં મસ્તિષ્ક સુમ થઈ ગયાં હતાં... ઘૂ...ઘૂ...ઘૂ કરતા પવનનો અવાજ હજીયે એમના કાનમાં ગુંજ્યા કરતો હતો. દ્રૌપદી લગભગ લથડતા પગે મુખ્ય મહેલ તરફ આગળ વધી. એનું ઉત્તરીય મહેલનાં પગથિયાં પર ઘસડાઈ રહ્યું હતું. એની આંખોમાં કોણ જાણે કેટલાય જન્મોનો શોષ પડતો હતો...

મુખ્ય મહેલનાં પગથિયાં આજે સૂનાં હતાં. સામાન્યતઃ અહીં પ્રજાજનો અને કૃષ્ણદર્શનના અભિલાષીઓ ટોળે વળેલા રહેતા... કૃષ્ણ દ્વારિકામાં ન પણ હોય તોય મુખ્ય મહેલ આવી રીતે સાવ નિષ્પ્રાણ તો કદીયે નહોતો...

મુખ્ય મહેલનાં પગથિયાંઓ ચઢતાં દ્રૌપદીને રુક્મિણીનાં લગ્ન પછી જ્યારે પોતે પહેલી વાર દ્વારિકા આવી, ત્યારે રુક્મિણીએ કરેલું સ્વાગત આંખો સામે તરવરી રહ્યું...

આજ સુધી એ દ્વારિકા આવતી, એનું સ્વાગત પણ થતું. પરંતુ, એ સ્વાગતમાં એક ગૃહિણીની ઊણપ હંમેશાં વર્તાતી. એક સ્ત્રી જ્યારે પોતાના ઘરમાં આવનારા અતિથિને સત્કારે ત્યારે એમાં જે ભાવ, જે સુગંધ હોય એ દ્રૌપદીએ પહેલીવાર રુક્મિણીના આગમન પછી અનુભવી હતી દ્વારિકામાં...

ગજરાજોએ વરસાવેલાં ફૂલો... સાચાં મોતીથી દ્રૌપદીને વધાવીને રુક્મિણીએ આવકારી હતી એને...

"વાસુદેવસ્ય સખી!"

રુક્મિણીએ કહ્યું હતું, નમસ્કારની મુદ્રામાં હાથ જોડીને. રુક્મિણીના ચહેરા પર થોડું રમતિયાળ હાસ્ય હતું...

આમ તો રુક્મિણી દ્રૌપદીથી નાની હતી. કૃષ્ણથી પણ ખૂબ નાની હતી રુક્મિણી. શિશુપાલ સાથે એને વરાવવા કટિબદ્ધ થયેલા ભાઈ રુક્મિને સમજાવવામાં નિષ્ફળ રહી, ત્યારે એણે કૃષ્ણને પત્ર લખ્યો... સુદેવ નામના

બ્રાહ્મણ સાથે પાઠવેલા એ પત્રમાં રુક્મિણીએ ફક્ત સાત શ્લોક લખ્યા હતા...

જેમાં, કૃષ્ણ માટે પોતાના પ્રણયનું નિવેદન હતું. એની સાથે જ જો કૃષ્ણ એને શિશુપાલ સાથેના લગ્નમાંથી નહીં ઉગારે તો આત્મહત્યા કરવાનો નિશ્ચય પણ એણે પ્રગટ કર્યો હતો...

પત્ર મળ્યો ત્યારે પણ દ્રૌપદી દ્વારિકામાં હતી...

સંધ્યા સમયે જ્યારે દ્રૌપદી ઉદ્યાનમાં ફરી રહી હતી ત્યારે કૃષ્ણ આવ્યા હતા એની પાસે... હાથમાં પત્ર લઈને!

એ પત્રમાં રુક્મિણીનું મુખ દેખાયું હતું દ્રૌપદીને.

બે રમતિયાળ કૃષ્ણમય આંખો, જેમાંથી કૃષ્ણ માટે અઢળક પ્રેમ ઊભરાતો હતો... દ્રૌપદીએ કંઈક અંશે પોતાનું પ્રતિબિંબ જોયું હતું, એ મુખમાં.

એ જ મુગ્ધતા, એ જ પ્રણય, એ જ કૃષ્ણસમર્પિત થવાની અદમ્ય ઝંખના.

દ્રૌપદીએ કૃષ્ણને મટકુંય માર્યા વિના કહ્યું હતું, "તમારા પર આટલી શ્રદ્ધા તો મેંય નથી મૂકી, સખા!" હસી હતી દ્રૌપદી.

"એમ!" કૃષ્ણની આંખો પણ રમતિયાળ થઈ આવી હતી.

"સખા, તમારી પટરાણી થવા માટે સંપૂર્ણપણે યોગ્ય છે આ કન્યા, અને એનું હરણ કરવું તમારો ધર્મ છે." દ્રૌપદીએ કૃષ્ણને કહ્યું હતું. "વિદુષી છે. એના જ્ઞાનની, એની સુંદરતાની વાતો મેં પણ સાંભળી છે. આવી કન્યા દ્વારિકાની પટરાણી જ હોવી ઘટે..."

કૃષ્ણએ દ્રૌપદીની આંખોમાં જોયું હતું, જાણે ડૂબકી મારીને સામે કાંઠે પહોંચી જવાના હોય, એમ ઊંડા ઊતરી ગયા હતા કૃષ્ણ, એ બંને કાંઠે છલકાઈને વહેતી આંખોમાં...

...અને પછી, દ્વારિકામાં રુક્મિણીને મળવા પહેલીવાર આવી હતી દ્રૌપદી, કૃષ્ણએ ખાસ આમંત્રણ પાઠવ્યું હતું.

"વાસુદેવસ્ય સખી!"

રુક્મિણીએ કહ્યું હતું, નમસ્કારની મુદ્રામાં હાથ જોડીને. "મારા પ્રિયતમની મિત્ર, સખી... દ્વારિકામાં તમારું સ્વાગત છે."

દ્રૌપદી આજે પણ એ રમતિયાળ આંખો, એ હાસ્યસભર ચહેરો અને રુક્મિણીનો એ સ્નેહાળ હાથ પોતાના હાથમાં પકડાયેલો અનુભવી રહી...

અર્જુને દ્રૌપદીનો હાથ પકડ્યો.

દ્રૌપદી જાણે ગભરાયેલી, આતંકિત હોય એમ નાના બાળકની જેમ બંને હાથે અર્જુનનો હાથ પકડી મુખ્ય મહાલયનાં પગથિયાં ચઢવા લાગી...

રુક્મિણી સજળ આંખે દ્રૌપદીની સામે જોઈ રહી...

દ્રૌપદી હત્પ્રભ શી સ્તબ્ધ થઈને ફાટી આંખે રુક્મિણીની સામે જોઈ રહી હતી. રુક્મિણીએ પોતાનું કથન હજી હમણાં જ પૂરું કર્યું હતું પરંતુ... એના એક એક શબ્દ દ્રૌપદીને જાણે અસત્ય લાગતા હતા...

અર્જુન એકેય અક્ષર બોલ્યા વિના અન્યમનસ્ક જેવો ગવાક્ષમાં જઈને ઊભો રહ્યો. દરિયાની પાછળ ક્ષિતિજ પર સૂર્ય ધીરે ધીરે ડૂબી રહ્યો હતો. કેસરી આકાશ જાણે રક્તરંજિત યુદ્ધભૂમિ હોય એમ અર્જુન આતંકભરી દૃષ્ટિએ આકાશ સામે જોઈ રહ્યો હતો...

આછું અંધારું ધીરે ધીરે દ્વારિકાના મહાલયો પર ઊતરી રહ્યું હતું... એ અંધકાર જાણે પ્રત્યેક ઘર માટે મૃત્યુનો સંદેશ લઈને આવ્યું હતું. પ્રત્યેક ઘરમાંથી લગભગ તમામ યાદવ પુરુષો હજી તો સવારે જ ઉજાણીએ ગયા હતા અને છતાંય દ્વારિકાની એ સાંજ કેટલી બધી ગ્લાનિમય, કેટલી બધી અજંપ અને કેટલી બધી અકળાવનારી હતી...

હજી તો સવારે જ મુખ્ય મહેલની સામે ઊભેલા સુવર્ણરથો અને એને જોડેલા તેજસ્વી અશ્વો, યાદવ પુરુષોને લઈને એક પછી એક વિદાય થયા હતા...

હજી તો સવારે જ યાદવ પુરુષો પોતપોતાની સ્ત્રીઓને આલિંગન આપીને પ્રભાસક્ષેત્ર ઉજાણી માટે નીકળ્યા હતા. એ વાતને હજી આઠ પ્રહરેય પૂરા નહોતા થયા... અને છતાં, દ્વારિકાની આ સાંજ કૃષ્ણ વિના કેટલી સૂની, કેટલી એકલી અને કેટલી અધૂરી હતી!

દ્રૌપદી હત્પ્રભ શી સ્તબધ થઈને ફાટી આંખે રુક્મિણીની સામે જોઈ રહી હતી. સખા વિનાની આ નગરી દ્રૌપદી માટે જાણે સ્મશાનથીય વધારે ભયાનક હતી. આ નગરીનું એકાંત એને ભેંકાર લાગતું હતું...

"તો... હવે..." દ્રૌપદીએ રુક્મિણીની સામે જોઈને પૂછ્યું.

"કાળ એના પંજા ફેલાવી ચૂક્યો છે... સંધ્યાકાળે પ્રભાસક્ષેત્રમાં સુરાપાન શરૂ થયું હશે..." રુક્મિણીના અવાજમાં મૃત્યુની ઠંડક હતી.

"પરંતુ સખા..."

"તમે... તમે... સમય ન સાચવી શક્યાં... વાસુદેવસ્ય સખી!" રુક્મિણીએ દ્રૌપદીની સામે એવી રીતે જોયું કે એ દૃષ્ટિ દ્રૌપદીને આરપાર વીંધી ગઈ.

"એટલે? હવે સખા..."

"તમને નહીં મળે... યાદવાસ્થળી સહુ યાદવોનો ભોગ લેશે... અને, દ્વારિકાનો સુવર્ણયુગ સમાપ્ત થશે." રુક્મિણી ભવિષ્યવેત્તાની જેમ બોલતી હતી. એની આંખો જાણે પથ્થરની બની ગઈ હતી. ચહેરા પર એક ભાવહીન ઠંડક હતી. એક પ્રતીક્ષા... મહાકાળની કરવત એના ગળા સુધી પહોંચે એની પ્રતીક્ષા...

"પાર્થ..." દ્રૌપદીનો અવાજ તરડાઈ ગયો હતો... એની આંખોમાંથી આંસુ વહેતાં હતાં. ગળું રૂંધાતું હતું... શ્વાસ લેવામાં પણ મુશ્કેલી પડતી હતી જાણે... "પાર્થ..." એણે તરડાયેલા અવાજે, અવાજ ફાટી જાય એટલા જોરથી બૂમ પાડી...

"પાર્થ..." ગવાક્ષમાં ઊભેલા અર્જુનનું હૃદય દ્રૌપદીની બૂમ સાંભળીને એક ધબકાર ચૂકી ગયું. એ ઉત્તરીય સંભાળતો અંદરની તરફ દોડ્યો...

"પાર્થ..." દ્રૌપદીનો અવાજ ક્ષીણ થતો જતો હતો. ઉંબરે અથડાઈને માંડમાંડ પડતો-બચેલો અર્જુન દ્રૌપદી મૂર્છા પામે એ પહેલાં એને હાથમાં ઝીલી લઈ શક્યો... દ્રૌપદીની આંખો બંધ થઈ ગઈ. અર્જુને એને પકડીને નજીકના છત્રપલંગમાં સુવડાવી... "સખા... પાર્થ... પ્રભાસ... સખા..." દ્રૌપદી અસ્ફુટ સ્વરે કશુંક બબડતી હતી. મૂર્છિત દ્રૌપદીની આંખોમાંથી હજીય આંસુ વહેતાં હતાં...

પથ્થરવત્ થઈ ગયેલી રુક્મિણીની આંખો પર દ્રૌપદીની આ સ્થિતિ જોઈને ભરાઈ આવી. છલછલી રહેલી આંખો સાથે, રૂંધાયેલા કંઠે એણે અર્જુનને કહ્યું... "હજીયે સમય છે, તમે પ્રભાસ પહોંચવાનો પ્રયાસ કરો... જો, પ્રભુને અંતિમ ક્ષણે ન મળી શકાયું તો પાંચાલી..." આગળ કહેવું રુક્મિણી માટે પણ અસંભવ હતું!

અર્જુન દ્રૌપદી સામે જોઈ રહ્યો...

આ એ જ સ્ત્રી હતી જેને એણે ખૂબ ચાહી હતી... આ સ્ત્રી જેણે પાંચેય ભાઈઓને પોતાના મોહમાં અને પોતાની નિષ્ઠામાં બાંધી રાખ્યા હતા... શરીર અને મનથી એણે ક્યારેય પોતાના પત્નીત્વમાં બાંધછોડ નહોતી કરી... આ સ્ત્રી, જે ઈન્દ્રપ્રસ્થની મહારાજ્ઞી હતી... આ સ્ત્રી, જેની દૃષ્ટિ પડતાં જ ભલભલા મહારાજાઓ વામણા થઈ જતા... દુર્યોધન અને કર્ણને કામ્ય હતી જે સ્ત્રી...

એ સ્ત્રી... કૃષ્ણને આટલું બધું ચાહતી હતી!

કુરુક્ષેત્રના યુદ્ધમાં પ્રસ્થાન કરતી વખતે પણ જે સ્ત્રીએ હાથ ધ્રુજાવ્યા વિના પાંચેય પતિઓને તિલક કર્યાં હતાં. એ સ્ત્રી, કૃષ્ણના અંતિમ પ્રયાણના સમાચાર સાંભળતાં આટલી ભાંગી પડી હતી...

તો કુરુક્ષેત્રની એ પૂર્વસંધ્યાએ... એણે જે કહ્યું, એનો આ અર્થ હતો...

"મારા પિતા મને જ્યારે કૃષ્ણા કહીને બોલાવતા ત્યારે મને કલ્પના પણ નહોતી કે કૃષ્ણ શબ્દ મારા જીવનનો પર્યાય બની જશે... સખા, તમે જાણો છો, સમજો છો, સત્યને અને સંવેદનોને... કુરુક્ષેત્રના યુદ્ધની પૂર્વસંધ્યાએ જો હું બધું જ સત્ય... કહી દઈશ... તો યુદ્ધ અહીં જ રચાશે... પાંચ પતિઓ સાથે એકસરખી નિષ્ઠાથી જીવવું... સરળ નથી મધુસૂદન... અને આજે જો એ નિષ્ઠામાં નાની સરખીય તિરાડ દેખાશે તો..."

તો આ તિરાડ હતી એ!

અને છતાં, કેટલો ઝળહળતો પ્રકાશ આંખો આંજી નાંખે એમ આટલી નાની સરખી તિરાડમાંથી ધસી આવ્યો હતો!

પાંચ-પાંચ પુત્રોનાં મૃત્યુ સમયે સ્વસ્થ રહીને સ્વીકાર કરનારી આ ખડક જેવી મહારાજ્ઞી માત્ર આશંકાથી આટલી બધી દ્રવી જશે એવું અર્જુનની કલ્પનામાંય નહોતું...

દ્રૌપદી અને કૃષ્ણના તમામ પ્રસંગો એની આંખ સામે સડસડાટ પસાર થવા લાગ્યા... એના સ્મરણપટ પર અંકાયેલી તમામેતમામ ઘટનાઓ આજે જાણે એને કહી રહી હતી કે "દોડ.. પાર્થ... જો આત્મા ચાલ્યો જશે, તો દેહ પણ નહીં રહે..."

મૂર્છિત દ્રૌપદી તંદ્રામાં અસ્ફુટ બડબડી રહી હતી...

"સખા, હું આવીશ. હું પહોંચીશ સખા... મારી પ્રતીક્ષા કરજો... સખા, કૃષ્ણ..."

અર્જુને મૂર્છિત... તંદ્રામાં અસ્ફુટ બડબડી રહેલી દ્રૌપદીને બે હાથમાં ઉપાડી. એનો અંબોડો ખૂલી ગયો હતો. એનું ઉત્તરીય અને વાળ જમીન પર ઘસડાતા હતા. બંને હાથ નિષ્પ્રાણ થઈને લટકી રહ્યા હતા. કંચૂકી સહેજ નીચી ઊતરી જવાને કારણે સ્તનોની વચ્ચેની કંદરા વધુ સ્પષ્ટ થઈ હતી... એના ગળામાં પહેરેલી સુવર્ણ અને મોતીની માળાઓ ગળાની પાછળ ચાલી ગઈ હતી અને વાળની સાથે એ પણ લટકી રહી હતી. એના પગ નિષ્પ્રાણ થઈને ઘૂંટણમાંથી વળી ગયા હતા...

અર્જુને એને ઊંચકીને સીધી રથ તરફ દોટ મૂકી... રુક્મિણી પળભર એને જોઈ રહી. રોકવાનું સામર્થ્ય તો એનામાં હતું નહીં, પરંતુ... મનોમન એણે જગતનિયંતાને પ્રાર્થના કરી... "આ સ્ત્રી... સમય સાથેની હરીફાઈમાં આગળ નીકળીને કૃષ્ણ સુધી પહોંચી જાય, એટલું કરજો. એમાં સૌનું શ્રેય છે... શ્રેય કરજો... શાંતિઃ શાંતિઃ શાંતિઃ...!"

અશ્વત્થ વૃક્ષના ટેકે આંખ મીંચીને બેઠેલા કૃષ્ણએ હળવેકથી આંખ ઉઘાડી... ચારેય તરફ જોયું. મધ્યાહ્નનો સૂર્ય હવે તીવ્ર તપી રહ્યો હતો... પીપળાનું ઝાડ સુંદર છાંયડો કરીને કૃષ્ણના માથે જાણે શેષનાગ ફણા માંડીને બેઠા હોય એમ ઠંડક આપી રહ્યું હતું... જરા હજીય ઘૂંટણ વાળીને ઉભડક બેઠો હતો...

"રથના ઘૂઘરા બોલ્યા ભાઈ?"

"ના પ્રભુ... હજી તો કોઈ આવ્યું નથી..."

"ભ્રમણા..." કૃષ્ણના ચહેરા પર એક રમતિયાળ સ્મિત આવી ગયું, "મન કેવું છે નહીં? જેની રાહ જોતું હોય, એને જ ઝંખ્યા કરે છે... અને એમ માનતાંય અચકાતું નથી કે એ આવી પહોંચશે..."

"અર્જુનની રાહ જુઓ છો ને પ્રભુ...?"

"હા, અર્જુનનીય ખરી..."

"એની સાથે કોઈ બીજું પણ આવશે પ્રભુ?"

"એ તો આવનાર જ જાણે..."

કૃષ્ણની આંખો વારંવાર ઢળી પડતી હતી... ગળે શોષ પડતો હતો.

બંધ આંખોની સામે જાતજાતના રંગો લીલાઓ કરી રહ્યા હતા. મોરપિચ્છ લહેરાઈ લહેરાઈને એમના ચહેરા પર વહાલ કરી રહ્યું હતું... વૃંદાવનની ગલીઓમાં રાધાનાં ઝાંઝર વાગતાં હતાં કે પછી ઈન્દ્રપ્રસ્થની શેરીઓમાં અર્જુનનો રથ દ્વારિકાધીશના સ્વાગત માટે આવ્યો હતો...

રુક્મિણીના ચંદનહારની ઘૂઘરીઓ રણકતી હતી આ કે સત્યભામામાનાં કંકણ પર જડેલી નાની-નાની સુવર્ણવેલીઓના ફૂલ સુંદર રણકાર કરતાં હતાં...

વલોણું કરતી માની ચૂડીઓ હતી કે એના માથે વારંવાર હાથ ફેરવતી દેવકીની સૂકી હથેળીઓ અને કાંડે પહેરેલી બબ્બે સુવર્ણબંગડીઓ એકબીજા સાથે અથડાઈને આ અદ્ભુત અવાજ કરતી હતી...

કોણ જાણે ક્યાંથી આટલા બધા અવાજો એકસામટા કૃષ્ણના કાનમાં ગુંજતા હતા... એમણે આંખો બંધ કરી લીધી. ફરી એકવાર શાંત થઈને એમણે પ્રતીક્ષા કરવા માંડી.

"આ શું કરો છો સખા?"

"કેમ? આટલા મોટા યજ્ઞમાં મારું પણ તો કોઈ યોગદાન હોવું જોઈએ..."

"પરંતુ, આ?" દ્રૌપદીના અવાજમાં અનહદ આશ્ચર્ય હતું...

"હાથ છોડી દો સખી, બધા જોઈ રહ્યા છે..."

અને દ્રૌપદીએ શરમાઈને કૃષ્ણના હાથ છોડી દીધા...

રાત્રે જ્યારે સૌ સાથે મહેલના પ્રાંગણમાં ખુલ્લા આકાશ નીચે સુવર્ણઆસનો મુકાવીને બેઠા, ત્યારે અર્જુન ખડખડાટ હસી રહ્યો હતો...

"યાજ્ઞસેનીને આટલું શરમાતાં તો મેં ક્યારેય નથી જોઈ..."

"એમાં આટલું બધું હસવા જેવું શું છે?"ભીમસેન જરા અકળાયેલા હતા.

"મેં જ્યારે સખીને કહ્યું કે બધા જોઈ રહ્યા છે, ત્યારે એમણે તરત જ મારા હાથ છોડી દીધા, જાણે કે એ હાથ પકડવામાં કોઈ ચોરી હોય..."

અર્જુન હજીયે ખડખડાટ હસી રહ્યો હતો..."ચોરી તો ખરી જ ને, પાંચ-પાંચ પતિઓ હોવા છતાં એક સખાના હાથ પકડીને આમ જાહેરમાં..."

"અરે! એ એંઠી પતરાવળીઓ ઊંચકી રહ્યા હતા... હું રોકું નહીં?..."

"તમે રોક્યો, એમાં તો આ મહેંદીવાળા, કંકણે મઢેલા હાથે જાહેરમાં મારા હાથ પકડ્યા, આથી વધુ સદ્ભાગ્ય કોનું હશે?" કૃષ્ણ હસી પડ્યા. ફરી શરમાઈ યાજ્ઞસેની...

અર્જુન હજીય હસી રહ્યો હતો. યાજ્ઞસેની શરમાઈ રહી હતી અને ભીમસેન અકળાયેલા હતા...

ઈન્દ્રપ્રસ્થમાં રાજસૂય યજ્ઞની સમાપ્તિની સાંજ હતી આ...

દ્રૌપદી હવે ચક્રવર્તી પતિઓની રાણી હતી... ઈન્દ્રપ્રસ્થ અજેય હતું...

અને છતાંય, હસતા, દ્રૌપદીની ઠેકડી ઉડાડી રહેલા કૃષ્ણને આવનારી ક્ષણો ભીતરથી વિચલિત કરી રહી હતી... કેમ રોકવી એ ક્ષણને... એ નહોતું સમજાતું એમને...

અચાનક એમની દૃષ્ટિ શાંત અને ચૂપચાપ બેઠેલા સહદેવ સાથે અથડાઈ ગઈ. સહદેવ આકાશમાં કોણ જાણે શું જોઈ રહ્યો હતો. કૃષ્ણ સાથે દૃષ્ટિ મળતાં જ સહદેવે આંખો નમાવી લીધી... એક અક્ષર પણ બોલ્યા વિના બંને વચ્ચે જાણે કેટલીય વાતોની આપ-લે થઈ ગઈ...

"ફળ ખાવાની ઇચ્છા છે, સખી..." કૃષ્ણએ કહ્યું.

"હમણાં જ લઈ આવું." દ્રૌપદી ઊઠી.

"દાસીઓ નથી?" અર્જુને દ્રૌપદીનો હાથ પકડ્યો.

"સખા માટે દાસીઓ નથી..." દ્રૌપદી હાથ છોડાવીને ચાલી ગઈ...

ફરી એકવાર સહદેવ અને કૃષ્ણએ એકબીજા સામે જોયું, આ વખતે આંખો ઝુકાવવાનો વારો કૃષ્ણનો હતો...

દ્રૌપદી હાથમાં ફળોનો સુવર્ણકટોરો લઈને પાછી ફરી...

મહાલયની પરસાળમાં ચાલતી દ્રૌપદીના કાનનાં રત્નફૂલ આછા અંધારામાં ચમકી રહ્યાં હતાં. એ રત્નફૂલથીય તેજસ્વી એની આંખો, એના વાળનો

હાલકડોલક થતો ખૂલવા આવેલો અંબોડો, અંબોડામાંથી નીકળી આવેલી એક-બે લટો, સીધી, તીવ્ર નાસિકા, બે હોઠ અને સુંદર ગોળ હડપચી... લાંબી, મીણમાંથી કોતરી કાઢી હોય એવી ગ્રીવા... અને, ગ્રીવાની નીચે દૃષ્ટિ થોભી ન શકે એવો સ્તનોનો ઢોળાવ...

પાતળી બે હાથની હથેળીમાં સમાઈ જાય, એવી કમર અને એના પર રત્નજડિત કટિબંધ... એના ઝાંઝરનો રણકાર ધીમે ધીમે નજીક આવતો ગયો...

"લો સખા." એણે સુવર્ણકટોરો સામે મૂકેલા આસન પર મૂક્યો... કૃષ્ણએ કટોરાની અંદર મૂકેલી છરી ઉપાડી અને ફળ સમારવા માંડ્યું... સહદેવ સાથે દૃષ્ટિ મળતાં જ સહદેવ હસી પડ્યો... સકારણ!

ફળ સમારતા કૃષ્ણને સહદેવનું હાસ્ય પહોંચે તે પહેલાં એમના હાથમાં છરી વાગી અને લોહી દદડી પડ્યું... કોઈને કંઈ સમજાય તે પહેલાં દ્રૌપદીએ પોતાનું મહામૂલું જરી અને રેશમનું બનેલું ઉપવસ્ત્ર ચીરી નાખ્યું અને કૃષ્ણની આંગળીએ બાંધી દીધું...

અર્જુન, ભીમ અને યુધિષ્ઠિર સ્તબ્ધ થઈને જોઈ રહ્યા...

સહદેવ ધીમું હસીને ઊભો થઈ ગયો... અને, કૃષ્ણની સામે જોઈ ફરી એક વાર હસી પડ્યો! કોઈને સમજાયું નહીં આ હાસ્ય કૃષ્ણ સિવાય...

કૃષ્ણએ દ્રૌપદીનો હાથ પકડી લીધો...

"કૃષ્ણા... સખી... આજે આ સૌની સમક્ષ હું તમને વચન આપું છું કે આ વસ્ત્રમાં જેટલા તાંતણા છે, એટલાં વસ્ત્રો હું તમને સમય આવે પૂરીશ..."

ફરી હસી પડ્યો સહદેવ!

"મને એટલાં વસ્ત્રોની ક્યારેય જરૂર નહીં પડે, વાસુદેવ... વનમાં રહ્યા પછી મને વલ્કલ જ ગમે છે... આ જરીનાં વસ્ત્રો મને અખરે છે... મને એ ફૂલોના દાગીના અને વલ્કલનાં વસ્ત્રો સાથે મોહ થઈ ગયો છે... મને આ વસ્ત્રમાં રહેલા તાંતણાઓની તો ખબર નથી, પણ તમારી સાથેના મારા સંબંધનો તાંતણો અકબંધ રહે, એવું વચન આપો ગોવિંદ..." કૃષ્ણએ સ્નેહથી દ્રૌપદીનો હાથ પકડી લીધો...

"એ વચનની જરૂર છે તમને, સખી!"

દ્રૌપદી સહિત ત્યાં બેઠેલા સૌની આંખો ભીની થઈ ગઈ. કેટલો

પવિત્ર અને છતાં કેટલો અંગત સંબંધ હતો આ... શું નામ હતું આ સંબંધનું? મૈત્રી? પ્રેમ? કે પછી...

"મને હોડમાં મૂકતા પહેલાં, પોતાની જાતને હાર્યા હતા મારા પતિઓ... તો પછી મને હોડમાં મૂકવાનો અધિકાર કોણે આપ્યો એમને... કઈ રાજનીતિ છે આ...? આ પ્રશ્ન હું તમને પૂછું છું પિતામહ...મહારાજ ધૃતરાષ્ટ્ર, કાકા શ્રી વિદૂર... કેમ? કેમ સ્વીકાર્ય છે આ તમને? હું તમારા કુળની કુળવધૂ છું... શું કુળવધૂને દ્યુતમાં હારી-જીતી શકાય? એ જ તમારા કુળની પરંપરા છે?" દ્રૌપદીનો ફાટેલો અવાજ આંસુમાં ઝબોળાઈને રાજ્યસભામાં ગુંજી રહ્યો હતો. સર્વેનાં નીચાં નમેલાં મસ્તકો દ્રૌપદીના પ્રશ્નોના ભારથી વધુ નમી રહ્યાં હતાં...

"હું તમને પૂછું છું, મારા પ્રશ્નનો ઉત્તર આપો..." દ્રૌપદીના અવાજમાં અગ્નિશિખાનું તેજ હતું...

"પ્રશ્ન? દાસીઓને પ્રશ્ન પૂછવાના અધિકાર નથી હોતા... એમણે તો આજ્ઞાનું પાલન કરવાનું હોય છે... ચૂપ રહે, નહીં તો તારા મોઢે પણ મા ગાંધારીની આંખો જેવો પટ્ટો બંધાવી દઈશ..." દુર્યોધને અટ્ટહાસ્ય કર્યું...

"મને ચૂપ કરીશ... પણ ઇતિહાસને કેમ ચૂપ કરીશ દુર્યોધન..."

"ઇતિહાસ તને કૌરવકુળની પટરાણી તરીકે સ્મરણમાં રાખશે... ભૂલી જા આ... પાંચ નપુંસક પતિઓને, જેમણે તને દ્યુતમાં વસ્તુ સમજીને દાવ પર લગાવી..."

"તું ક્યાં જુદો છે? તેં પણ વસ્તુ સમજીને જ જીતી મને?"

"જીતનો મહિમા છે... હારનારા પાસે શું બચે છે? અપમાન સિવાય..."

"દુર્યોધન, મારે તને એક પ્રશ્ન પૂછવો છે... આ કૌરવકુળની રાજસભામાં ઉપસ્થિત તમામ પુરુષોને એક પ્રશ્ન પૂછવો છે... મારા પતિઓ પહેલાં મને હાર્યા કે સ્વયંને? સ્વયંને હાર્યા પછી, મને હોડમાં મૂકવાનો એમને કોઈ અધિકાર છે? ન્યાય શું કહે છે? રાજનીતિ શું કહે છે? ધર્મ શું કહે છે?"

"કોઈ કાંઈ નથી કહેતું... દુર્યોધનના પ્રતાપ સામે બધા ચૂપ છે અને આવનારી સદીઓ સુધી બધા ચૂપ રહેશે..."

“એમ તું માને છે, દુષ્ટાત્મા...”

“હવે એક પણ શબ્દ વધારે બોલી છે ને તો રાજ્યસભાની વચ્ચે તારાં વસ્ત્રો ખેંચાવીને તને નગ્ન કરીશ...”

“હું ઇચ્છું છું કે તું એમ કરે... કારણ કે હજી હું શાંત છું, તને શાપ આપી શકું એટલી પીડા નથી આપી તેં મને... મને એટલી પીડા આપ... કે હું કૌરવકુળને સર્વનાશનો શાપ આપું...”

ફરી દુર્યોધનનું અટ્ટહાસ્ય ગુંજ્યું... એના પડઘા પડ્યા રાજ્યસભાના ગુંબજોમાં... “તું? શાપ આપીશ?”

ક્યારનો ચૂપચાપ બેઠેલો કર્ણ હવે રહી ન શક્યો... એણે પોતાના અપમાનનો બદલો લેવા જીભ ખોલી...

“શાપ સતીઓ આપે... પાંચ પતિઓની પત્ની સતી ન કહેવાય... વેશ્યા કહેવાય. પાંચાલી... પાંચ પતિની પત્ની...” હસ્યો કર્ણ, કડવું... ઝેર એની રગરગમાં વ્યાપ્યું હતું. આજે પણ સ્વયંવરમાં સાંભળેલા પાંચાલીના શબ્દો એની નિદ્રા ઉડાડતા હતા...

“ચૂપ... યાજ્ઞસેની છે મારું નામ... યજ્ઞમાંથી જન્મેલી, યજ્ઞની જ્વાળા જેટલી પવિત્ર એટલી જ તેજસ્વી.. મહારાજ દ્રુપદની પુત્રી, દ્રૌપદી...પ્રાતઃ સ્મરણીય સતીઓમાં નામ છે મારું... એક પત્ની સાથે પણ નિષ્ઠાથી ન જીવી શકતા તમારા જેવા નપુંસકોને શું સમજાય કે એક સ્ત્રી માટે પાંચ-પાંચ પતિઓ સાથે સંપૂર્ણ નિષ્ઠાથી અને સમર્પણથી જીવવું કેટલું અઘરું છે... એકસરખી નિષ્ઠાથી પાંચ પતિઓને પ્રેમ કરવો સામાન્ય સ્ત્રી માટે શક્ય નથી... પાંચે પાંડવોને અંદરઅંદર ઝઘડાવી, છૂટા પાડવા મારે માટે ચપટી વગાડવા જેટલું સરળ કામ હતું... પરંતુ, એ પાંચેયને મેં બાંધી રાખ્યા, મારા પ્રેમમાં, મારી નિષ્ઠામાં, મારા સત્યમાં અને મારા પતિવ્રતમાં... એ તમામ શરતો સ્વીકારી, એ તમામ અપમાનો, એ તમામ ખૂંચતાં, ખૂંપી જતાં અટ્ટહાસ્યો સાંભળીને પણ હું મારા પતિવ્રત વચનમાંથી ચલિત નથી થઈ...

માત્ર વિચાર કરો કે, એક પળ માટે પણ હું મારી નિષ્ઠામાંથી ચલિત થઈ હોત તો શું થાત? આ પાંચ ભાઈઓ જે તમારી સામે બેઠા છે, એ પાંચેય જુદી જુદી દિશામાં હોત. મોતી જેમાં પરોવાય એ દોરી કદી કોઈને દેખાતી નથી, પણ એ દોરીએ અખંડ રહીને મોતીની પંક્તિ સાચવી રાખવાનું કામ કરવાનું હોય છે. એ કામ કર્યું છે મેં, સૌને એકસૂત્રમાં બાંધવાનું, સૌને સાથે રાખવાનું...

કોઈ બીજાને ચાહવાથી પહેલી વ્યક્તિ તરફની નિષ્ઠા કેવી રીતે ઘટે એ મને નથી સમજાતું... કેટલીક વ્યક્તિઓ પાસે અદ્ભુત ક્ષમતા હોય છે પ્રેમ કરવાની અને એવી વ્યક્તિ એકથી વધુ લોકોને પ્રેમ કરી શકે, ભરપૂર પ્રેમ કરી શકે અને છતાં એનો પ્રેમ વધે, ઘટે નહીં... બે દીકરાઓને એકસરખો પ્રેમ કરતી મા સામે કેમ વિરોધ નથી કોઈને? અને પતિ કે પુરુષની વાત આવે ત્યારે સમાજ તરત સંકુચિત થઈ જાય છે...

...અને એના કારણે ઘણું સહ્યું છે મેં... મારું સ્વત્વ, મારું સ્ત્રીત્વ અને મારું અસ્તિત્વ હોડમાં મૂકવું પડ્યું છે અવારનવાર... મારું સત્ય સાચવવા માટે રોજેરોજ અગ્નિપરીક્ષાઓમાંથી પસાર થવું પડ્યું છે... એક સ્ત્રીને એની સંપૂર્ણ નિષ્ઠા હોવા છતાં, રોજેરોજ પોતાની નિષ્ઠા પુરવાર કરવી પડે, એ કેટલું દુઃખદાયી છે એ આ પુરુષોની સભાને કદીયે નહીં સમજાય... અત્યારે આ ક્ષણે પણ એના જ કારણે સહી રહી છું. પરંતુ તેથી શું? તેથી મારી નિષ્ઠામાં કે મારા સ્વમાનમાં કોઈ ફેર નથી પડતો. મારું તો અસ્તિત્વ જ વૈરાગ્નિમાંથી જન્મ્યું છે. મારા શરીરમાંથી અગ્નિની જ્વાળાઓ કાઢીને હમણાં આ ક્ષણે ભસ્મ કરી શકું, મારા પતિઓને, જેમણે મને હોડમાં મૂકી કે જેણે મને વસ્તુ માનીને જીતી.

એક રજસ્વલા, શણગાર વિનાની, એક વસ્ત્ર પહેરેલી સ્ત્રીને રાજ્યસભામાં લાવતા પહેલાં તમારા ક્ષત્રિય ધર્મનો વિચાર ન કર્યો? હું આ કુટુંબની કુળવધૂ છું અને કુળવધૂનું સન્માન કુટુંબનું સન્માન હોય છે. તમે... પિતામહ ધૃતરાષ્ટ્ર, કાકા વિદુર, ગુરુદેવ દ્રોણ સહિત સભામાં બેઠેલા તમામ વીરો અને જ્ઞાનીઓને હું પ્રશ્ન કરું છું કે જેણે મને હોડમાં મૂકી એ તમારા જ કુટુંબનો પુત્ર છે. તમે કોઈએ એને રોક્યો નહીં? ઘરની અંદર જેને વાયુએ અને ઘરની બહાર જેને સૂર્યે પણ જોઈ નથી તે હું યાજ્ઞસેની દ્રૌપદી જનસંમેલનમાં અર્ધ વસ્ત્રે ઊભી છું... જેનું કારણ મારા પતિઓ છે. એમણે વારંવાર મને અન્યાય કર્યો છે અને છતાં, મારા પાંચેય પતિઓને ક્ષમા કરતી રહી, અવિરત... હજીયે કરું છું...આજે પણ, આ ક્ષણે પણ. મારા અપમાન માટે મારા પાંચ પતિઓને હું ક્ષમા કરું છું... અને તને, તને ક્ષમા નથી કરતી દુર્યોધન... મારા આ અપમાનનો, મારા એક એક આંસુનો બદલો, મારા અર્જુનનું એક એક બાણ, અને મારા ભીમની ગદાનો એક એક પ્રહાર લેશે... તારા લેખાં-જોખાં થશે... અને તું આ તમામ અટ્ટહાસ્યોના બદલામાં ક્ષમા પ્રાર્થીશ, તારા ઘૂંટણિયે પડીને... જે જાંઘ પર તેં મને આમંત્રી છે, એ જ જાંઘ ચીરીને એમાંથી લોહી મારા વાળમાં નહીં સીંચું, ત્યાં સુધી આ વાળ નહીં બાંધું હવે... દુર્યોધન, તેં એક સ્ત્રીને એના અંતિમ સુધી

ઘસડી છે... અને સ્ત્રીનું વેર આદિમ હોય છે... કોઈ સ્ત્રીને વેર લેવા સુધી કટિબદ્ધ કરવી અઘરી દુર્યોધન... સ્ત્રી ક્ષમા છે, સ્ત્રી મમતા છે, સ્ત્રી વહાલ અને સંવેદન છે... પરંતુ, જેમ સાક્ષરને ઉલટાવતા રાક્ષસ થાય છે, એમ જ સ્ત્રીની આ ક્ષમા, મમતા, વહાલ અને સંવેદનની બીજી તરફ વેર વસે છે. હળહળતા ઝેર જેવું વેર...અને આજે એ ઝેરની લીલાશ મારી નસોમાં વ્યાપી ગઈ છે... જ્યાં સુધી તારા રક્તથી મારા વાળ નહીં સીંચું, મારા આ ઝેરના ઝાડને, ત્યાં સુધી એને રોજ મારા અપમાનની સ્મૃતિનું જળ પીવડાવીશ... આ વચન છે તને દ્રુપદપુત્રીનું... યાજ્ઞસેનીનું... મારા વેરની અગ્નિમાં બળીશ તું, અને સમગ્ર કૌરવકુળ..."

દ્રૌપદીનાં આંસુ એની આંખમાં થઈને એના ગાલ પર, એના નાક પર, એના ગળા પર થઈને છેક છાતી સુધી વહી આવ્યાં હતાં... બોલતી વખતે એના હોઠમાંથી લાળ ટપકતી હતી... ક્રોધમાં ધ્રૂજતી દ્રૌપદી રક્તવર્ણી થઈ ગઈ હતી... એનું આખું શરીર પવનમાં કાંપતા પાંદડાની જેમ ધ્રૂજતું હતું... એના શાપ આપવા ઊંચકેલા હાથ અધ્ધર જ અટકી ગયા... અને દ્રૌપદીએ મોટા અવાજે, આખીય રાજ્યસભામાં પડઘાય એટલા મોટા અવાજે... જાપ કરવા માંડ્યો...

"હે ગોવિંદ... હે ગોપાલ... હે ગોવિંદ.. હે ગોપાલ..." એના બંને હાથ ઊંચા હતા. હવે દુઃશાસન એનાં વસ્ત્રો ખેંચે અને એ રાજ્યસભામાં એ નગ્ન થઈ જાય તો પણ એનો ભય એને નહોતો રહ્યો જાણે!

દ્રૌપદીનો અવાજ જાણે એક એક હૃદય પર હથોડા મારતો હતો. એના પતિઓનાં નમેલાં મસ્તકો ધીરે ધીરે જાણે ઊંચાં થઈ રહ્યાં હતાં... દુઃશાસને દ્રૌપદીના વસ્ત્રનો એક છેડો પોતાના હાથમાં લીધો, દુર્યોધનની સામે જોયું... દુર્યોધને ક્રૂર હાસ્ય સાથે દુઃશાસનને વસ્ત્ર ખેંચવા આજ્ઞા આપી...

ધૃતરાષ્ટ્ર, વિદુર, પિતામહ ભીષ્મના ચહેરા પર જાણે કોઈએ કાજળ લીંપી દીધું...

દ્રૌપદીનો અવાજ હવે જાણે કોઈ ગેબી આકાશવાણીની જેમ ગુંજી રહ્યો હતો... ચોતરફ!

"હે ગોવિંદ... હે ગોપાલ... હે ગોવિંદ.. હે ગોપાલ..." એના બંને હાથ ઊંચા હતા. અને આંખો શ્રદ્ધાથી બંધ... એની આંખોમાંથી હજીય અવિરત આંસુ વહી રહ્યાં હતાં.. એના અવાજની તીવ્રતા પળે પળે વધતી જતી હતી... સભામાં પ્રસ્તુત તમામ ચહેરાઓ જાણે બનનારી કોઈ અવિસ્મરણીય

ઘટનાના સાક્ષી થવાની પળને ઝંખી રહ્યા હતા... દુઃશાસન હજીય દ્રૌપદીનું વસ્ત્ર ખેંચી રહ્યો હતો...

અચાનક દ્રૌપદીના ચહેરા પર કોઈ અપાર્થિવ તેજ ઝળકી ઊઠ્યું... એના અવાજમાં કોઈ અજબ મધુરતા અને સત્ય પ્રવેશ્યાં જાણે!

... દુઃશાસન વસ્ત્ર ખેંચતો રહ્યો... ખેંચતો રહ્યો... ખેંચતો રહ્યો... ખેંચતો રહ્યો...

અને, દ્રૌપદીનો અવાજ રાજ્યસભામાં ગુંજતો રહ્યો... ગુંજતો રહ્યો... ગુંજતો રહ્યો... ગુંજતો રહ્યો...

"હે ગોવિંદ... હે ગોપાલ... હે ગોવિંદ.. હે ગોપાલ..."

"હે ગોવિંદ... હે ગોપાલ... હે ગોવિંદ.. હે ગોપાલ..."

"હે ગોવિંદ... હે ગોપાલ... હે ગોવિંદ.. હે ગોપાલ..." મૂર્છિત દ્રૌપદી બંધ આંખે અર્જુનના હાથમાં અસ્ફુટ સ્વરે બડબડી રહી હતી...

અર્જુન એને ઊંચકીને એકીશ્વાસે રથ તરફ દોડી રહ્યો હતો...

જાણે, હવે એને પણ સમજાયું હતું કે એના પ્રાણાધાર, એના ગુરુ, એના સખાની અંતિમ પળો અને એની વચ્ચે ખાસ્સું અંતર પડી ગયું હતું!

હિરણ્ય નદીના કાંઠે સૂર્ય મધ્યાહ્‌ને આવી ગયો હતો. જરા પીપળાના ઝાડ નીચે પગ વાળીને બેઠો હતો. કૃષ્ણની આંખો અર્ધનિમિલિત હતી. એમણે શાંત મને જાત સાથે સવાલ-જવાબ કરવા માંડ્યા... "કોની રાહ જોઈ રહ્યો છે? કા'ના!"

"કોઈની નહીં."

"સાચે જ?"

"એટલે... જેની રાહ જોઉં છું એ આવશે નહીં એ પણ જાણું છું."

"એટલે રાહ જુએ છે એ તો સત્ય છે?"

"ચિરનિદ્રાની પ્રતીક્ષા છે...માત્ર."

"બસ એટલું જ? કોઈ એવું કે જેને છોડી આવ્યો છે પાછળ... એની પ્રતીક્ષા નથી તને?"

બંધ આંખે જ કૃષ્ણ હસ્યા... "એની પ્રતીક્ષા કરીને શું કરું? હવે ક્યાં આવશે એ? એને તો જાણેય નહીં હોય કે હું..."

"આવશે તો, કેટલીય ફરિયાદો, કેટલાંય અધૂરાં વાક્યો, કેટલીય પીડા અને કેટલાય પ્રશ્નો આવશે એની સાથે... જાણે છે?"

"પણ આવશે તો ને..."

"સદેહે આવે તો જ આવશે? એનો સ્પર્શ, એનું હાસ્ય, એનાં રિસામણાં-મનામણાં, એના ઝાંઝરનો રણકાર, એની સુગંધ... શું એ બધું અત્યારે અહીં નથી?"

"એ તો મારી અંદર છે. હંમેશાં રહ્યું..."

"એક સંવાદ સતત ચાલતો રહ્યો છે તારી અંદર... હા અને ના નો સંવાદ... તારી તમામ વાતો, તારી તમામ પીડાઓ, તારાં તમામ સુખોમાં શું હાજર નહોતી એ? તો પછી, એની પ્રતીક્ષા કેમ કરે છે?"

"ખબર નથી. સત્ય તો એ છે કે હું કશાયની પ્રતીક્ષા નથી કરતો. માત્ર શાંત થઈને એકાકાર થવાનો પ્રયાસ કરું છું. એ પરમ તત્ત્વ સાથે જે મારો જ અંશ છે, અથવા હું જેનો અંશ છું."

"સત્ય..." કૃષ્ણની અંદર એક બીજા કૃષ્ણ સંવાદી રહ્યા હતા જાણે... "પરંતુ, તારા અનેક અંશોમાંનો એક અંશ જ્યારે વિલીન થઈ રહ્યો હોય, ત્યારે એવો કોઈ ચહેરો પ્રતીક્ષિત નથી તને? હંમેશાં સત્ય કહ્યું છે તે... હવે શા માટે સ્વને સમજાવવાના પ્રયાસમાં..."

"ના, ના...એવા કોઈ ભ્રમોમાં નથી હું, સમજું છું...છતાં કોણ જાણે કેમ, ક્યારેક..."

કૃષ્ણની આંખો બંધ હતી. આંખો સામે એક ચંચળ, નમણી, સહેજ ઊજળી ચાંદની જેવી ગોરી, કાળાભમ્મર વાળ અને નાચતી ભ્રકુટિ ધરાવતી એક કન્યા તરવરી રહી. યમુનાના જળ જેવી ઉછાળા મારતી ચંચળતા, હરણ જેવી ભોળી-નિર્દોષ આંખો કૃષ્ણને તાકી રહી હતી અને પૂછતી હતી...

"તું સમજે છે શું તારી જાતને?" એના ચહેરા પર સહેજ ગુસ્સાની અને સહેજ તડકાની લાલાશ હતી. એનું આખું શરીર પાણીમાં ભીંજાયેલું હતું. એના કાળા લાંબા વાળ પર પાણીનાં ટીપાં મોતીની જેમ ચમકતાં હતાં. એના ગુસ્સામાં સહેજ ખુલ્લા હોઠ થરથરી રહ્યા હતા. ભીના શરીર પર ઓઢણી ચોંટી ગઈ હતી. એનો વીસ હાથનો ઘાઘરો પાણીમાં પલળીને એના શરીરની એક-એક રેખા સ્પષ્ટ કરી રહ્યો હતો. એણે એના હાથ આગળ કર્યા, એમાં ફૂટેલું માટલું હતું... એમાં હજીય ચાંગળુંક પાણી બાકી હતું... એ પાણી એણે કા'ના પર ફેંક્યું...ક્રોધમાં...

"ના, ના... તું મને એક વાત કહે કે તું તારી જાતને સમજે છે શું? મારે ત્યાં માટલાં મફત નથી આવતાં, આ શી ટેવ પડી છે તને જતી-આવતી ગોપકન્યાઓનાં માટલાં ફોડવાની?" કૃષ્ણ હસતો હતો ખડખડાટ... એ જાણતો હતો કે આ ક્રોધ કંઈ લાંબો સમય નથી ટકવાનો... આ તો રોજનું હતું. કૃષ્ણ, બલરામ અને એના સાથી ગોપબાલકો યમુનાના કાંઠે ફેલાયેલાં ઘેઘૂર વૃક્ષો પર સંતાઈને બેસતા. જતી-આવતી ગોપકન્યાઓનાં માટલાં ગોફણમાં પથ્થર ભરાવીને ફોડતા...

બધી જ ગોપબાલિકાઓ ક્રોધે ભરાતી. એ જાણતી કે આ કામ કા'ના સિવાય કોઈનુંય ન હોય ને છતાં, કાનાના મોહક હાસ્ય સામે, એની મીઠી દલીલો અને મનામણાં સામે, એના બંસીના સૂર સામે નિરાધાર થઈ જતી... પરંતુ રાધા કંઈ જુદી હતી. એના પર કાનાનો મોહ બહુ કામ ન કરતો...

અને આજે રાધાનું માટલુ ફૂટ્યું હતું. બલરામ અને બીજા ગોપબાલકો તો નીચે ઊતરવા જ તૈયાર નહોતા. બધા જાણતા કે રાધાનું મસ્તિષ્ક ફટકે, એટલે આવી બન્યું જાણવું...

"તું મને કહે કે તું તારી જાતને સમજે છે શું?" રાધાએ ત્રીજીવાર પૂછ્યું. કા'નો હજી હસતો હતો. રાધા નજીક આવી. ગોપબાલકો જાણતા હતા કે હવે શું થવાનું છે. ક્રોધે ભરાયેલી રાધા અને તોફાની કા'ના વચ્ચે ભયાનક યુદ્ધની રાહ જોતા એ ગોપબાલકો બલરામ સહિત ફફડતા જીવે વટવૃક્ષ પર સંતાઈને બેઠા હતા, પરંતુ, કા'નો તો જરાય ડર્યા વિના ત્યાં જ ઊભો હતો. રાધા નજીક આવી, એણે કાનાની આંખમાં જોયું. કાનાનું હસવું ચાલુ જ હતું. રાધાએ પોતાના હાથમાંનું ઠીકરું કાનાના માથા પર ફોડ્યું... થોડું ઘણું પાણી કાનાના ચહેરા પર થઈ, એના હોઠ પર આવ્યું. એ બે-ચાર બિંદુ પાણી કા'નો પી ગયો.

"વાહ રે, રાધિકે, તારા હાથનું પાણી તો શેરડીના રસ જેવું લાગે છે..."

"ચૂપ રહે. સારો નથી લાગતો."

"કોને તને?" એ હજી હસતો હતો. એના પ્રત્યેક સ્મિત સાથે રાધાનો ક્રોધ વધતો જતો હતો... ગોપબાલકો ઝાડ ઉપર ગભરાઈ ગયા હતા. રાધા વધુ નજીક આવી. "આજે તારી માને રાવ ના કરું તો કહેજે મને."

કા'નો બોલ્યો, "ચાલ હું સાથે આવું. વળી ક્યાં ગોતશો મને?"

"તને સહેજ પણ લાજ નથી કા'ના?"

"લે, મને શેની લાજ હોય, હું તે કંઈ સ્ત્રી છું?"

હવે વધુ જીભાજોડી કરવામાં કંઈ વળવાનું નથી એમ સમજીને રાધાએ કહ્યું, "ચાલ નવું માટલું અપાવ મને."

"હા, હા... ચાલને." કાનાએ કહ્યું. રાધા ઘડીભર જોઈ રહી એને. એ નિખાલસ હાસ્ય, એ મોહક આંખો, એ શ્યામ વર્ણ, એ ઘૂંઘરાળા વાળ, વાળ પર ખોસેલું મોરપિચ્છ...

"કેમ આને જોઈને ક્રોધ ઊતરી જાય છે મારો? એવું તે શું છે એનામાં..." રાધા મનોમન સંવાદ કરી રહી.

કા'નો હજીય ત્યાં ઊભો હતો. "ચાલ... ચાલ, મોર-પોપટ ચીતરેલું માટલું અપાવું..."

"મને આવડે છે... હું ચીતરી લઈશ મોર-પોપટ..."

"તને મોર-પોપટ ચીતરતાં આવડે છે?" કા'નાની આંખોમાં કુતૂહલ ઉભરાયું.

"હા, ઘણાં સરસ. આ જે માટલું ફોડ્યું ને, એના પર જો જરા. મેં કેટલી મહેનત કરી હતી..." કાનાએ સાચે જ એક ઠીકરું ઉપાડીને જોયું. પછી બીજું, પછી ત્રીજું અને પછી ધીમે રહીને રાધા પાસે ગયો અને પોતાની વાંસળી આગળ કરી...

"લે, મને ચીતરી આપને..."

"આના પર?" રાધાની હરણ જેવી આંખોમાં આશ્ચર્ય હતું. "આ લાકડાના ટુકડા પર?"

"ઓ ગાંડી, આ લાકડાનો ટુકડો નથી."

"તો શું છે આ?" રાધાએ ખભા ઉલાળ્યા અને પેલો વાંસનો ટુકડો ફેરવીને જોયો.

"આ તો વાંસળી છે..."

"વાંસળી? એ વળી શું?"

"આ તો વાજિંત્ર છે, ફૂંક મારો ને એમાં પ્રાણ આવે."

"જા, જા... એવું તે કંઈ હોતું હશે?"

"નથી માનતી?"

"જરાય નહીં. તું તો છે જ જુઠ્ઠો, ગામમાં બધા કહે છે."

"પણ તારી સાથે જુઠ્ઠું નહીં બોલું."

"કેમ?"

"ખબર નથી, પણ તારી સાથે જુઠ્ઠું બોલવાનું મન નથી થતું. તારી આંખોમાં જોઉં છું ને પછી સાચું જ બોલાઈ જાય છે..."

"જા, જા... મારે તારી સાથે કોઈ વાત નથી કરવી."

"વાત નહીં કરતી, વાંસળી તો સાંભળીશ ને?" રાધાની આંખોમાં 'હા' હતી... કુતૂહલથી છલોછલ હા. છતાં એણે ડોકું ધુણાવ્યું. "જા, જા.. મારી પાસે સમય નથી. એવા લાકડાના ટુકડાનાં વાજિંત્રો સાંભળવાનો. તું જ વગાડ ને તું જ સાંભળ..." એણે પોતાનો ઘાઘરો પોતાના ઘૂંટણ પાસેથી પકડીને પગથી છૂટો કર્યો, ખંખેર્યો, ભીના વાળ ઝટકોર્યા, ઓઢણી સરખી કરી... અને, પોતાના સૌંદર્યથી સંપૂર્ણ સભાન થઈ, લચકતી ચાલે ચાલવા માંડ્યું. હજી એ દસ ડગલાંય દૂર નહીં ગઈ હોય, અને કોણ જાણે ક્યાંથી હવામાં એક અભાન પ્રેરતો અવાજ રેલાવા લાગ્યો... એ અવાજ જાણે એને પોતાની નજીક બોલાવી રહ્યો હતો... અજબ ખેંચાણ, અજબ માર્દવ અને અજબ સંમોહ હતો એ અવાજમાં!

રાધા પાછળ તો ન ફરી, પણ આગળ જતી અટકી ગઈ...

એ અવાજ ધીમે ધીમે એની નજીક આવી રહ્યો હતો. રાધાની આંખો મિંચાવા લાગી... જાણે નાગણની ઉપર બિન જાદુ કરે એમ એ સૂર જાદુ કરી રહ્યો હતો એના પર...

"રાધા..." આ અવાજ પણ જાણે એ સૂરનો, એ સંમોહનો ભાગ હતો... એક હાથ એના હાથ સુધી લંબાયો અને એના હાથને જાણે કોઈ

ફૂલોની ડાળીનો સ્પર્શ થયો. રાધા નહોતી જાણતી કે આ સ્વપ્ન હતું કે સત્ય. એને જાણવુંય નહોતું... એને તો બસ, આ સૂરની, આ ફૂલોની, આ મહેંકની અને આ સંમોહની વહી રહેલી નદીમાં પડ્યા રહેવું હતું... એનો ઊછળતો, પછડાતો, અથડાતો, ફીણ ફીણ કરતો પ્રવાહ એને જ્યાં લઈ જાય, ત્યાં જવું હતું એને...

એ સૂર એના શરીરની આરપાર થઈને એને વીંધી રહ્યા હતા. એ સંમોહ એની આસપાસ કોઈ નાગચૂડની જેમ વિંટળાઈ રહ્યો હતો... એ સ્પર્શ એને સંજીવનીની જેમ એક નવી રાધા બનાવીને જગાડી રહ્યો હતો...

"મા... મા..." એક યુવાન છોકરી બૂમ પાડતી રસોડામાંથી ઓસરી તરફ આવી અને એણે ધ્યાનથી જોયું એ સ્ત્રી તરફ, જેને એણે 'મા' કહીને બોલાવી હતી.

કાન પાસે સહેજ ધોળા વાળ... આછી કરચલીઓવાળું કપાળ, તગતગતી ચામડી, આ ઉંમરેય સંઘેડાઉતાર કાયા અને લાલ ગવનથી ઢંકાયેલી પીઠ, સહેજ ખસી ગયેલા ગવનમાંથી સપાટ લીસી પીઠનો એક ભાગ દેખાતો હતો. ખોબામાં સમાય એવડો અંબોડો હજીયે કાળો હતો. ગરદન પર ઝૂકી આવેલા અંબોડામાંથી બે-ચાર લટો છૂટી પડીને એના કપાળ પર, ગાલ પર ઝૂલી રહી હતી... વિશાળ હરણ જેવી આંખો વલોણા પાસે બેસીને સ્થિર થઈ ગઈ હતી. બે આંખો જેમાં સહેજ ભીનાશ હતી, એ ક્યાંક દૂર કશુંક જોઈ રહી હતી. વલોણાવાળા હાથ સ્થિર થઈ ગયા હતા. હાથ ઉપરનાં છૂંદણાં અને બે લાલ રંગનાં બલોયાં એમ જ અવાજ કર્યા વિના બે લાલ હોઠની જેમ ચૂપચાપ સ્થિર હતા...

"મા... મા..." એક સુંદર યુવાન છોકરી એને હલબલાવી રહી હતી... "રાધા મા... ઓ રાધા મા..."

સ્ત્રી અચાનક ચોંકી. એણે પેલી છોકરી સામે જોયું.

"શું વિચારમાં પડી ગયાં હતાં?" એ છોકરીએ પૂછ્યું.

સ્ત્રીએ એની આંખો ગરદન ફેરવ્યા વિના છોકરી તરફ ફેરવી. સહેજ કરચલીવાળો પણ ખૂબ સુંવાળો હાથ છોકરીના ચહેરા પર ફર્યો.

"કાંઈ નહીં." એ સ્ત્રીએ જવાબ આપ્યો, જેને પેલી છોકરીએ રાધા કહીને બોલાવી હતી, "અમસ્તી જ."

"વલોણું તો ક્યારનું થઈ ગયું છે મા, તમે અહીં બેસીને શું કરો છો?"

"હેં!?" રાધા હજીયે બેધ્યાન હતી.

"રોજ જોઉં છું, તમે ઊંડા વિચારમાં ગરકાવ થઈ જાવ છો. બેઠાં બેઠાં તમારી આંખમાં આંસુ આવી જાય છે. શું વાત છે મા? કોઈએ દૂભવ્યાં છે તમને?" એ છોકરીએ પોતાના ગાલ પરથી રાધાનો હાથ લઈ પોતાના હાથમાં પકડ્યો અને પલાંઠી વાળીને બેસી ગઈ.

"ના રે... એવું કંઈ નથી." રાધાએ જવાબ આપ્યો. એની આંખોમાં આછી આછી ભીનાશ હજીયે તરવરી રહી હતી.

"મા, કોઈ વાત છે, જે તમે અમને કહેતાં નથી. મનમાં ને મનમાં મૂંઝાવ છો." રાધા અનિમેષ જોઈ રહી પેલી છોકરી સામે.

"ખરી છે, કહ્યા વિના જ મારા મનની વાત સમજી જાય છે. ભગવાન દીકરી આપવાનું ભૂલી ગયો, એટલે તને મોકલી છે." રાધાએ પેલી છોકરીને કહ્યું.

"તમે વાત બદલો છો." પેલી છોકરી વાતનો તંત નહોતી છોડતી.

"બેટા, કોણ જાણે કેમ મન મૂંઝાયા કરે છે. ક્યાંક કશુંક અણગમતું - અજુગતું બની રહ્યું છે."

રાધાએ આ છોકરી વાત નહીં છોડે એમ માનીને મન ખોલી નાખ્યું.

"શું મા?" છોકરી સહેજ અચકાઈ, પછી રાધાની આંખોમાં ઊંડું જોયું. દૂર સુધી ફક્ત વિશુદ્ધ નિર્મળતા અને ભીનાશ હતી. "મેં તો કંઈ કર્યું નથી ને? મારે લીધે..."

"અરે, ના રે..." રાધાએ કહ્યું, "ગાંડી... તારું મુખ જોઈને તો જીવવાનું મન થાય છે. કેટલી મીઠડી અને વહાલસોયી છે તું..."

છોકરી રાધા સામે ટગરટગર જોઈ રહી હતી. "બાપુએ તો કંઈ..."

"ના, ના." રાધાએ કહ્યું.

"તો પછી?" છોકરીએ પૂછ્યું.

રાધા થોડીવાર શાંત રહી, ચૂપચાપ... દૂર આકાશમાં સફેદ વાદળોના

ઢગલા જોઈ રહી. પછી અનંતમાં તાકતી હોય એમ ધીમે રહીને હોઠ ફફડાવ્યા... "મને લાગે છે, ઋણાનુબંધ પૂરા થયા."

"મા..." પેલી છોકરીના ચહેરામાં અનહદ આશ્ચર્ય હતું.

રાધા હજીયે આકાશમાં જોઈ રહી હતી. જાણે ત્યાં ઊભેલા કોઈ માણસને કહેતી હોય એમ એણે કહ્યું, "મને ખબર હતી... તારે તો બહાનું જ જોઈતું હતું... પણ એક વાત સ્મરણમાં રાખજે, જેમ ગોકુળથી મારી રજા લીધા વિના નહોતો જઈ શક્યો, એમ હજીયે..."

"કોની વાત કરો છો મા?" છોકરીએ આકાશ તરફ જોયું. ઘેરા ભૂરા આકાશમાં છૂટાંછવાયાં વાદળાં હતાં... જાતજાતના આકારો રચતા રૂના ઢગલા જેવાં ધોળાં વાદળો ફેલાયેલાં હતાં. રાધાની આંખો હજીયે એ ઢગલાઓમાં જાણે કશુંક શોધતી હતી... "મા, ઓ રાધા મા." પેલી છોકરીએ ફરી રાધાની તંદ્રા તોડી નાખી.

"હેં!?" રાધાએ કહ્યું ચોંકીને... અને પછી, જાણે કાંટા વાગ્યા હોય એમ ઊભી થઈ ગઈ... કોઈ જવાબ આપ્યા વિના રસોડા તરફ આગળ વધી ગઈ.

પેલી છોકરી, જેનું નામ શુભ્રા હતું... એ, રાધાને જતી જોઈ રહી. આ ઉંમરે પણ એની ચાલની લચક કોઈ યુવાન કન્યાને શરમાવે એવી હતી!

"શ્યામા..." અંદરથી રાધાએ બૂમ પાડી. આ છોકરીનું નામ આમ તો શુભ્રા હતું, પણ છેલ્લા કેટલાક સમયથી એની સાસુ એને 'શ્યામા' કહેતી...

ક્યારેક સમજાતી, ક્યારેક ન સમજાતી આ અકળ પોતાની સાસુ રાધાને શુભ્રા અથવા શ્યામા ખૂબ ચાહતી અને જાણે-અજાણે રાધા પણ આ છોકરીમાં પોતાની યુવાની જોવા લાગી હતી...

શુભ્રાનાં લગ્નને ત્રણેક વર્ષ થયાં હતાં અને એક દિવસ સાંજે એને અને એના વર આર્યકને ખૂબ ઝઘડો થયો. વાત શું હતી, એ ન સમજાયું. પણ શુભ્રા આખી સાંજ રડતી રહી. જમી પણ નહીં. રાધાએ ખૂબ મનાવી. સસરા અયને પણ મર્યાદા મૂકીને એકવાર સામે મોઢે જમવાનો આગ્રહ કર્યો. પણ શુભ્રા ન ઊઠી તે ન જ ઊઠી...

રાધાને આખી રાત નિદ્રા ન આવી. રાતના ત્રીજા પ્રહરે રાધા જાગી. એણે જોયું તો હજીયે શુભ્રા ઓસરીના થાંભલાને અઢેલીને બેઠી હતી, આકાશમાં જોતી... એની આંખો લાલચોળ હતી. શ્યામ રંગના ખૂબ નમણા

ચહેરા પર હજીયે સાંજની ઉદાસી અકબંધ હતી... રાધા જઈને એની બાજુમાં બેઠી. શુભ્રાને ખબર હોવા છતાં એણે રાધાની સામુંય ન જોયું. રાધાએ પણ એને જરાય વિક્ષેપ કર્યા વિના માત્ર એના માથામાં હાથ ફેરવવા માંડ્યો. એના લાંબા સુંવાળા વાળનો અંબોડો છોડી નાંખ્યો અને હળવા હાથે એના માથામાં આંગળીઓ ફેરવવા માંડી. પેલી છોકરીએ ધીમેકથી એનું માથું રાધાના ખોળામાં મૂકી દીધું... રાધાનો ખોળો શુભ્રાનાં આંસુથી પલળતો ગયો...

બંને કલાકો બેઠાં હશે... રાધાએ એક પ્રશ્ન પણ ન પૂછ્યો, ન શુભ્રાએ મોઢું ખોલ્યું. છેવટે પ્હો ફાટવાની વેળા થઈ. આકાશ લાલચોળ થઈ ગયું ત્યારે શુભ્રાએ રાધાના ખોળામાંથી માથું ઊંચક્યું. રાધાની સામે જોયું. આંખમાં આંખ પરોવી અને રાધાને પૂછ્યું, "હેં મા, પ્રેમ કરવો એ ગુનો છે?"

રાધાએ એની સામે જોયું... અરીસામાં જોતી હોય એમ!

"ના દીકરા. પ્રેમ કદીયે ગુનો હોઈ શકે જ નહીં." થોડીવાર બંને શાંત રહ્યાં. પછી રાધાની આંખો ભીની થઈ ગઈ. એણે પેલી છોકરીના ચહેરા પર, ગાલ પર હાથ ફેરવ્યો. "સ્ત્રીનું દુઃખ એ છે, કે એનો પ્રેમ માત્ર અર્પણનો પ્રેમ હોય છે... કશુંય માંગ્યા વિના માત્ર આપતી, આપ્યા કરતી સ્ત્રીને પણ જવાબો આપવા પડતા હોય છે! બેટા, આ સમાજમાં પ્રેમી પતિ હોય એ જરૂરી નથી, વધારે દુઃખની વાત તો એ છે કે પતિ પણ પ્રેમી નથી હોતો..."

શુભ્રાએ રાધાના પોતાના ગાલ પર ફરતા હાથ ઉપર પોતાનો હાથ મૂક્યો. "મા, મેં કદીયે મારા કામમાં મનચોરી કરી છે? કદીયે મારી ફરજ ચૂકી છું? તમને કે આર્યકને મારા કારણે મન દુભાયું હોય એમ બન્યું છે? પત્ની તરીકે મેં તન-મનથી આર્યકની પૂરી સેવા કરી છે... પણ મા, મારું મન..."

"નથી રહેતું બેટા, મન કોઈનાય વશમાં નથી રહેતું."

"મા, પહેલા વરસાદમાં પલળેલો મનનો એક ખૂણો જિંદગીભર ભીનો રહે, ગમે તેટલો તાપ, ગમે તેટલો તડકો એને સૂકવે નહીં, એમાં કોઈ શું કરે?"

રાધા કંઈ બોલ્યા વિના એની સામે જોઈ રહી... પછી, એને નજીક ખેંચી એનું માથું પોતાની છાતી પર મૂકી દીધું... માથામાં આંગળી ફેરવતાં રાધાએ કહ્યું, "શ્યામા..." શુભ્રાએ ચોંકીને એની સામે જોયું. રાધાની આંખો

દૂર આકાશમાં ફેલાયેલી લાલીમાં જાણે કેટલાંય વરસો પહેલાંનો ઈતિહાસ વાંચી રહી હતી... આ એક એક અક્ષર રાધા માટે જાણીતા હતા. આ વાર્તા એણે પહેલાં પણ સાંભળી હતી, કેટલીય વાર!

"એક સ્ત્રી માટે એનો પ્રેમ જ એનો શ્વાસ, એનો પ્રાણ છે... એ જ એને જીવતી રાખે છે અને એ જ એને મારે છે. દીકરી મારી, પુરુષ માટે અને સ્ત્રી માટે પ્રેમનો અર્થ જુદો જુદો છે... પુરુષ માટે પ્રેમ લેવાનું - લીધા કરવાનું નામ છે, જ્યારે સ્ત્રી નદીની જેમ વહીને... મીઠું પાણી સમુદ્રમાં રેડી દઈને પ્રેમ કરે છે. પ્રેમ અને સુગંધનો ધર્મ આપવાનો છે. પાણીની જેમ વહેતો પ્રેમ એક જ દિશામાં પોતાના કિનારાની અંદર રહીને વહે તો પ્રત્યેક બિંદુ જીવન નિર્માણ કરે છે પરંતુ કિનારા ઓળંગે તો વિનાશ સર્જે છે. પાછા વળતાં મૂકી જાય છે માત્ર કાદવ અને વિલાપ... પ્રેમ મુઠ્ઠીમાંની હવા જેવો છે. મુઠ્ઠી ખાલી છે ને તોય ખાલી નથી! પણ મુઠ્ઠીમાંની હસ્તરેખા લગ્ન સાથે જોડાયેલી છે બેટા... મહેંદીનો રંગ જતો રહે, હાથની રેખા નહીં. એ તો બાંધેલી મુઠ્ઠીમાં જન્મ સાથે આવે, અને સૌએ એ રેખાના ચીલે ચીલે ચાલીને જીવવું પડે..."

બે સ્ત્રીઓ સૂરજ ઊગ્યો સુધી એકબીજાની કથા વગર બોલે એકબીજાને કહેતી રહી... એ દિવસથી શુભ્રા રાધા માટે શ્યામા બની ગઈ!

"શ્યામા..." અંદરથી રાધાએ બૂમ પાડી.

"જી મા." કહેતી શુભ્રા ઊઠીને અંદર ગઈ... પણ એના મનમાં પેલો વિચાર હજી ચાલતો હતો ને એ છોકરીની વાત ખોટી નહોતી. છેલ્લા કેટલાય દિવસથી રાધાનો આત્મા વ્યાકુળ હતો. ખાતાં-પીતાં-સૂતાં-વલોણાં કરતાં, ગાયને ઘાસ નીરતાં કે દૂધ દોહતાં જાણે વાંસળીનો અવાજ એનો પીછો નહોતો છોડતો...

કેટલાંય વરસોથી આ અવાજ તો સંભળાવાનો બંધ થઈ ગયો હતો. પોતે જ બંધ કર્યો હતો સાંભળવાનો.

કા'નો જ્યારે ગોકુળ છોડીને મથુરા ગયો એ પછી યમુના તરફ પાણી ભરવાય નહોતી જતી રાધા.

"કેટલાં વરસ? કોને ખબર?" ચૂલાની સામે બેઠેલી રાધાની આંખો ધગધગતી આગ સામે જોઈ રહી હતી. એના હાથ રોટલાનો લોટ ગૂંદી રહ્યા હતા અને મન વિચારોથી ગૂંદાઈ રહ્યું હતું...

સામે બેઠેલી શુભ્રા ચોખા વીણતી હતી. પણ એની દૃષ્ટિ વારે વારે મા

તરફ જતી હતી. રાધાને આટલા ઊંડા વિચારમાં ગરકાવ ક્યારેય નહોતી જોઈ એણે. વરસો વીતી ગયાં, પણ શુભ્રાએ રાધાની આંખોમાં આમ વારે વારે ધસી આવતાં પાણી ક્યારેય નહોતાં જોયાં. અકળ હતી આ સ્ત્રી! "કોણ જાણે એના મનમાં શું હશે?" શુભ્રાએ ચોખાની થાળીમાંથી કાંકરો બહાર નાંખ્યો અને એની દૃષ્ટિ રાધા પર પડી. ખાલી કલાડી પર રોટલો નાખ્યા વગર જ રાધાએ હાથ મૂકી દીધો હતો. ચણચણી ગયો રાધાનો હાથ. શુભ્રા દોડી, બાજુમાં પડેલા મોટા વાસણમાંથી માખણ લઈને હાથ પર ચોપડી દીધું. મોટોમસ લાલચોળ ફોડલો ઊપસી આવ્યો હતો, આટલી જ ક્ષણોમાં! એણે રાધાની સામે માત્ર જોયું, રાધાએ આંખો નમાવી લીધી. ચોરી કરતાં પકડાઈ ગઈ હોય એવો ભાવ હતો એ દૃષ્ટિમાં!

"મા, કોઈ સાંભરે છે?" શુભ્રાએ પૂછ્યું. વરસો વીત્યાં હોવા છતાંયે એક પરણેલી સ્ત્રીની પ્રેમકથાઓ ગોવાળોમાં દંતકથાની જેમ કહેવાતી હતી. રાધા વિશેની વાતો ઊડતી ઊડતી શુભ્રાને કાને પણ આવી જ હતી. રાધા જવાબ આપ્યા વિના ઊભી થઈ ગઈ. પોતાના ઓરડા તરફ ચાલી ગઈ. બારણું બંધ કર્યું અને ધબ્ કરતી ખાટલા પર બેસી પડી. બિલકુલ સામે નકશીદાર લાકડામાં જડેલો અરીસો દીવાલ પર ટાંગ્યો હતો. રાધાની દૃષ્ટિ અનાયાસે જ એ અરીસામાં પડી. એ જોતી રહી થોડીવાર, પોતાના પ્રતિબિંબને. પછી અચાનક જ ધ્રૂસકે ધ્રૂસકે રડી પડી. એનું રુદન ઓરડાની બહાર જઈને ઓસરીમાં થઈને રસોડા સુધી પહોંચ્યું... પણ શુભ્રા ચૂપચાપ રસોડામાં કામ કરતી રહી. ન એ ઊભી થઈ, કે ન એણે રાધાના ઓરડાનાં કમાડ ખખડાવ્યાં. ઓરડામાંથી વહી આવતો ધ્રુજાવી નાખનારાં ધ્રૂસકાંનો અવાજ શુભ્રાની આંખો ભીંજવતો રહ્યો. પણ એણે ચૂપચાપ રસોડાનું કામ પરવારવા માંડ્યું...

અયન અને આર્યક સાંજ પડે ગોધણ લઈને ઘરે આવ્યા, ત્યારે ઘરના વાતાવરણમાં વજન વજન હતું. રાધાની આંખો રડેલી હતી. શુભ્રા પણ જાણે પરાણે ભાર ખેંચતી હોય તેમ ઢસડાતી ઢસડાતી ચાલતી હતી. ક્યારેય નહીં ને આજે સાસુ-વહુને ભાંડણ થયું હશે, એમ માનીને વાતને પડતી મૂકી...

વાળું પતી ગયા પછી રાધા ઓસરીમાં બેઠી હતી... આર્યક અને અયન પોતપોતાના ઓરડામાં હતા ત્યારે શુભ્રા ચૂપચાપ આવીને બાજુમાં બેઠી. એનો હાથ પોતાના હાથમાં લીધો... થોડીવાર પંપાળતી રહી. પછી રાધા સામે જોયા વિના સાવ ધીમા અવાજે પૂછ્યું, "દ્વારિકા અહીંથી કેટલું દૂર થાય મા?"

જવાબ આપ્યા વિના રાધાએ પોતાનો હાથ પાછો ખેંચી લીધો. સવારે ગરમ કલાડી પરથી ખેંચ્યો હતો એમ...

"મા, હું તમને પૂછું છું..." શુભ્રાએ ફરી ધીમા અવાજે રાધાને કહ્યું.

શુભ્રાના અવાજમાં રહેલી મક્કમતા અને સ્થિરતા જાણે રાધાનાં હાડકાંની આરપાર નીકળી ગઈ. ઠંડી હવાનો એક ઝપાટો આવ્યો. રાધાને ઠંડીનું લખલખું આવી ગયું.

"મારે નથી જવું દ્વારિકા..." રાધાએ કહ્યું.

"જવાનું કોણ કહે છે મા? હું તો કેટલું દૂર એટલું જ પૂછું છું..."

"મને શું ખબર?" રાધાએ કહ્યું.

"મા, તમે જ કહ્યું હતું ને કે નદીએ અને સ્ત્રીએ એક દિશામાં વહેવાનું છે... એ દિશા બદલે કે કિનારા છોડે તો..."

"બેટા, ઉપરવાસમાં બહુ વરસાદ થાય ને, તો નદીનું મન પોતાના વશમાં નથી રહેતું. અનિચ્છાએ પણ કિનારા તૂટી જાય ક્યારેક." રાધા આકાશમાં જોઈ રહી હતી. "હવે આખેઆખું દ્વારિકા ગોકુળ આવે ને તોય મારે માટે મુઠ્ઠી ધૂળથી વધારે કાંઈ નથી..."

"મા, તમને કાંઈ એંધાણ થાય છે?" શુભ્રાએ પૂછ્યું, "ભય લાગે છે કશાકનો?"

અનંતમાં જોતી રાધાની આંખો હળવેકથી શુભ્રાના ચહેરા તરફ ફરી. "એણે જે ધાર્યું હોય એમ જ થતું આવ્યું છે અને એમ જ થશે. આપણા ભય કે અભય, આપણા ભાવ કે અભાવની ચિંતા કરતો હોત તો બધું જુદું હોત..." રાધાએ કહ્યું અને ફરી આકાશમાં જોવા માંડ્યું. "અને એય કોની કોની ચિંતા કરે? એનેય એનાં કામ છે. એનો કાળ છે, અને પોતાની અવધિ છે..."

"મા... તમે કોની વાત કરો છો?" શુભ્રાએ પૂછ્યું.

"દીકરા..." રાધાનો અવાજ જાણે દૂર ગુફામાંથી આવતો હોય એટલો ક્ષીણ અને એટલો ઊંડો હતો.

"નામ નહીં પૂછતી એનું... એ નામ લઈશ તો કદમ્બનાં ઝાડ પોતાનાં બધાંય પાંદડાં ખેરવી નાખશે. યમુનાનાં પાણી કિનારા તોડીને ગોકુળ - મથુરાને રસાતાળ કરશે. ગોવર્ધન ડોલી જશે અને આ માંડ માંડ ગોઠવેલી આખીયે

રમત એક પળમાં ઊંધી થઈ જશે..." રાધાએ પોતાના કાન પર બંને હાથ દાબી દીધા. "નથી સહેવાતો આ અવાજ... કોણ આટલા જોરથી વાંસળી વગાડે છે? બંધ કરો... બંધ કરો આ વાંસળીના સૂરને, મારું લોહી નસો ફાડીને વહી નીકળશે. મારું માથું ધમધમ થાય છે. મારું હૃદય ધબકતું બંધ થઈ જશે... બંધ કરો આ વાંસળીના અવાજને..."

એ અવાજ ધીમે ધીમે એની નજીક આવી રહ્યો હતો. રાધાની આંખો મિંચાવા લાગી... એ સૂર જાણે નાગણની ઉપર બિન જાદુ કરે એમ જાદુ કરી રહ્યો હતો એના પર...

"રાધા..." આ અવાજ પણ જાણે એ સૂરનો, એ સંમોહનો ભાગ હતો... એક હાથ એના હાથ સુધી લંબાયો અને એના હાથને જાણે કોઈ ફૂલોની ડાળીનો સ્પર્શ થયો. રાધા નહોતી જાણતી કે આ સ્વપ્ન હતું કે સત્ય. એને જાણવુંય નહોતું... એને તો બસ, આ સૂરની, આ ફૂલોની, આ મહેંકની અને આ સંમોહની વહી રહેલી નદીમાં પડ્યા રહેવું હતું... એનો ઊછળતો, પછડાતો, અથડાતો, ફીણ ફીણ કરતો પ્રવાહ એને જ્યાં લઈ જાય, ત્યાં જવું હતું એને...

એ સૂર એના શરીરની આરપાર થઈને એને વીંધી રહ્યા હતા. એ સંમોહ એની આસપાસ કોઈ નાગચૂડની જેમ વિંટળાઈ રહ્યો હતો...

શુભ્રાએ પહેલાં વિચાર્યું કે એ માને પૂછે કે વાંસળીનો અવાજ ક્યાંથી આવે છે, પણ પછી એને એ પૂછવાની જરૂર જ ન લાગી. એને પણ કોણ જાણે ક્યાંથી વાંસળી સંભળાવા લાગી. એના શરીરના રોમ રોમમાં જાણે વાંસળીના સૂરો કાણાં પાડી રહ્યા હતા. એનું લોહી બમણી ઝડપે ફરવા માંડ્યું. હૃદય ધક્ ધક્ કરવા લાગ્યું. આખુંય ગોકુળ ગામ જાણે એ વાંસળીના સૂરોની નાગચૂડમાં લપેટાતું હોય એવું એ જોઈ રહી...

એણે રાધાનું માથું જરાક બળપૂર્વક ખેંચીને પોતાના ખોળામાં મૂક્યું. અંબોડો છોડી નાખ્યો અને ધીમે ધીમે એના કાળા વાળમાં આંગળીઓ ફેરવવા માંડી... બંને સ્ત્રીઓ પોતપોતાના હૃદયના કોઈક ભીના ખૂણાને આંસુથી સીંચતી ધ્રૂસકે ધ્રૂસકે રડી રહી હતી અને એ ઘરના બે પુરુષો, કિનારા તોડીને ઘરમાં ધસી આવેલા યમુનાના પૂરથી અજાણ ઘસઘસાટ ઊંઘી રહ્યા હતા!

...અને, વાંસળીના સૂરો ઘરની દીવાલોમાં તિરાડો પાડીને બંને સ્ત્રીઓની નસોમાં લોહીની સાથે ધમધમાટ કરતા ફરી રહ્યા હતા!

વડના ઝાડ નીચે સૂતેલા કૃષ્ણ બંધ આંખે જાણે ગોકુળની ગલીઓમાં, ઈન્દ્રપ્રસ્થના મહાલયોમાં અને દ્વારિકાના મહેલમાં વારાફરતી જઈ જઈને પાછા ફરતા હતા.

દ્રૌપદીની એ તેજસ્વી, હંમેશાં પ્રશ્નાર્થસભર રહેતી આંખો જાણે મધ્યાહ્નના સૂરજની જેમ આકાશમાંથી કૃષ્ણ સામે જોતી હતી... પૂછતી હતી, "સખા, કોણ સાંભરે છે, આ પળે?"

રુક્મિણીની સતત શ્રદ્ધાળુ, પ્રેમસભર, કૃષ્ણદર્શન માટે આતુર આંખો, નદીના પાણી પર ઝળહળતી... ભીનાશથી છલકતી કૃષ્ણના પગે જાણે પોતાનો વહાલસોયો હાથ ફેરવતી હતી અને પૂછતી હતી, "બહુ પીડા થાય છે નાથ?"

યમુનાનાં જળ જેવી ઊંડી, માછલી જેવી ચંચળ અને વરસાદનાં વાદળો જેવી કાળી ઘેરાયેલી આંખો ઉપાલંભથી, આછા રોષથી પીપળાના પાનની જેમ કૃષ્ણના ચહેરા પર ઝૂકી આવી હતી... અને, લહેરાઈ લહેરાઈને કહેતી હતી, "કા'ના, ખોટું બોલ્યોને મારી સાથે? છેવટે છેતરીને મને? ન આવ્યો ને?"

કૃષ્ણ એકમેકમાંથી સેળભેળ થઈ જતા આ ત્રણ ચહેરાઓને છૂટા પાડવાનો... ત્રણ નદીઓના જળના સંગમને એકમેકથી ભિન્ન કરીને જોવાનો પ્રયાસ કરતા રહ્યા. પરંતુ, હિરણ્ય, કપિલા અને સરસ્વતીના એ સંગમની જેમ રાધા, રુક્મિણી અને દ્રૌપદીના એ ચહેરાઓ એકમેકમાં ભળીને કૃષ્ણની આંખોમાં ભીનાશ બનીને તરવરતા રહ્યા... એમને એકમેકથી ભિન્ન તારવીને જોવાનો એમનો પ્રયાસ જાણે વારંવાર નિષ્ફળ થતો રહ્યો...

કૃષ્ણએ આંખો ઉઘાડી.

બપોરની વેળા થઈ હતી. નદીનાં પાણીના ઊંચા-નીચા થતા પ્રવાહ સાથે સૂરજનું તેજ જાણે કોઈ દીપશિખા હોય એમ ઓછું-વત્તું થતું હતું... પીપળાનાં પાન નદીના પાણીના ઠંડા પવન સાથે હાલતાં હતાં... કૃષ્ણની મિંચાયેલી આંખો પ્રતીક્ષા કરતી હતી, એ અવાજની... જે એમને એમની આ તંદ્રામાંથી જગાડે... એમના જ શબ્દો એમને પાછા સંભળાવે...

સર્ગાણામાદિરં તશ્ચ મધ્યં ચૈવાહમર્જુન ।
અધ્યાત્મવિદ્યા વિદ્યાનાં વાદઃ પ્રવદતામહમ્ ॥

અક્ષરાણામકારોઽસ્મિ દ્વંદ્વસામાસિકસ્ય ચ ।
અહમેવાક્ષયઃ કાલો ધાતાહં વિશ્વતોમુખઃ ॥

દંડો દમયતામસ્મિ નીતિરસ્મિ જિગીષતામ્ ।
મૌનંચૈવાસ્મિ ગુહ્યાનાંજ્ઞાનં જ્ઞાનવતામહમ્ ॥

હે અર્જુન! આકાશ વગેરે સૃષ્ટિનો આદિ, મધ્ય તથા અંત હું જ છું, અર્થાત્ ઉત્પત્તિ, સ્થિતિ, તથા પ્રલયને મારી વિભૂતિ જાણવી. વિદ્યામાત્રમાં હું આત્મવિદ્યા છું અને વાદ કરનારાઓનો વાદ પણ હું છું.

અક્ષરમાં હું આકાર છું, કારણ કે આ સર્વશાસ્ત્રમાં વ્યાપક છે. સમાસોમાં હું ઉભયપદ પ્રધાનવાળો દ્વંદ્વ સમાસ છું, કાલમાં પ્રધાનરૂપ અક્ષયકાલ પણ હું છું, તથા કર્મનાં ફળ આપનારાઓમાં સર્વત્ર વ્યાપક સર્વ કર્મનું ફળ આપનાર હું છું.

દમન કરનારાઓમાં હું દંડરૂપ છું કે જેથી નિયમ વિનાના પણ નિયમમાં રહે છે. વિજયેચ્છુ મનુષ્યોની સામ, દામ આદિક નીતિ હું છું, ગુહ્ય રાખવા યોગ્ય વસ્તુઓમાં ગુહ્ય રાખવાનું સાધન જે મૌન તે પણ હું છું, અને તત્ત્વજ્ઞાનીઓનું જે જ્ઞાન છે તે પણ હું છું.

અર્જુનને લેવા ગયેલો દારુક હજી પાછો ફર્યો ન હતો ને ફરે પણ કેવી રીતે? હસ્તિનાપુર પહોંચેલા દારુકને હજી હમણાં જ જાણ થઈ હતી કે દ્રૌપદી અને અર્જુન તો ક્યારનાંય કૃષ્ણને મળવા દ્વારિકા પહોંચી ગયાં હતાં.

પરંતુ, દ્વારિકામાંય ક્યાં હતા કૃષ્ણ?

કૃષ્ણ દ્વારિકામાં નહોતા... ગોકુળમાં નહોતા... હસ્તિનાપુર કે ઈન્દ્રપ્રસ્થમાં નહોતા, તો ક્યાં હતા?

પહેલીવાર આજે કૃષ્ણને વિચાર આવ્યો કે પોતે ક્યાં હતા!

પોતે સર્વત્ર રહેવાના પ્રયાસમાં ક્યાંય નહોતા પહોંચી શક્યા?

પૂર્ણચંદ્રનું અજવાળું યમુનાના ઊંચા-નીચા થતા પ્રવાહ પર જાણે રમત રમી રહ્યું હતું. ઘડીકમાં નદીનું જળ ચમકી ઊઠતું તો ઘડીકમાં કાળુંડીબાંગ પાણી કલકલ કરતું વહી નીકળતું.

કદંબનાં વૃક્ષોનાં પાંદડાંઓની વચ્ચેથી ચળાઈને રાધાના ચહેરા પર ચાંદરણું ઝળહળાં થતું હતું. રાધાની આંખો બંધ હતી. એનું માથું કૃષ્ણની છાતી ટેકવેલું હતું. ખોલી નાખેલા અંબોડાના વાળ જમીન પર રગદોળાઈ હતા. કૃષ્ણની લાંબી પાતળી આંગળીઓ એના વાળમાં ફરી રહી હતી. બીજા હાથની આંગળીઓ રાધાની આંગળીઓમાં પરોવાઈને રાધાની છાતી પર ગોઠવાયેલી હતી. પોતાના બીજા હાથે રાધા એ આંગળીઓ સાથે રમત કરી રહી હતી...

"જાઉં? કા'ના..." રાધાની બંધ આંખોમાંથી આંસુની ધાર એના ગાલ પર થઈને કાનની પાછળ વહી રહી હતી.

કૃષ્ણએ ખૂબ મૃદુતાથી આંસુ લૂછ્યું. "જવું જ રહ્યું, ખરું? કદી વહેલી સવારનો સૂર્યોદય તારી આંખોમાં જોવાનું સદ્ભાગ્ય નહીં મળે મને?"

"કા'ના... મારા સૂર્યોદયો કોક બીજાની શૈયામાં લખાયેલા છે... દુર્ભાગ્ય ગણું કે સદ્ભાગ્ય મને ખબર નથી. પણ છોડીને આવવું, સ્વભાવ નથી અને ઝૂંટવી લેવું એ તારી આવડત નથી."

"હું વચને બંધાયેલો છું... લાચાર છું..."

"મારો સમય પણ મારો પોતાનો નથી."

"આજે તું જઈશ, ક્યારેક મારે પણ જવું પડશે, ત્યારે હું જઈશ."

"એ તો હું જાણું જ છું કે તું જઈશ."

"તું રોકીશ નહીં મને?"

"મારા રોકવાથી રોકાવાનો હોત તો જાત જ શું કામ... હું જાણું છું કા'ના, તું જવાનો... સૌએ નિયત સ્થાને પહોંચવાનું હોય છે. મારે મારા ઘરે અને તારે..."

"આમ જો, અજવાળા તરફ."

"કેમ?"

"તારી આંખો ભીની છે."

"એવું તને લાગે છે. કારણ કે તારી આંખોમાં પાણી છે..."

"હું જઈશ તો તું રડીશ ને?"

"હા પાડું તો તને આનંદ થશે ને?"

"તું રડે ને મને ગમે, એવું બને?!"

"અત્યાર સુધી તો એવું જ બન્યું છે કા'ના... મને સતાવવી, મને રડાવવી, મારી મટકી ફોડવી, મને વખત-કવખતે વાંસળી વગાડીને બોલાવવી અને પછી પોતે સંતાઈ જવું... આ બધું શું હતું?"

"એ તો... એ તો... રમત રાધા."

"અને આ? આ શું છે?"

"આ સત્ય છે."

"એક તારી રમત, એક તારું સત્ય અને મારું શું કા'ના? એમાં હું કોણ?"

"તું મારો જ ભાગ છે. મારા સત્ય અને રમત તું જ છે. જે હું નથી અનુભવી શકતો પ્રત્યક્ષ રીતે, એ તારા દ્વારા અનુભવું છું..."

"કા'ના..." રાધાના અવાજમાં એક ધાર નીકળી આવી હતી, આરપાર ચીરી નાખે એવી ધાર! "બધું તું જ નક્કી કર, ખરું ને? આપણો પ્રણય તારો નિર્ણય... તારું પ્રયાણ, તારો નિર્ણય... મારે વિરહ અનુભવવો અને રડવું, એ પણ તારો નિર્ણય... જીવનભર તને ભૂલી ન શકું, પળ પળ તારી પ્રતીક્ષા કરવી, એ પણ તારો નિર્ણય?"

કૃષ્ણ રાધાની નજીક આવ્યા... એમણે રાધાનો હાથ પકડ્યો, પોતાના હોઠ પર મૂક્યો... રાધાને કોણ જાણે ક્યાંથી વાંસળી સંભળાઈ...

બંને એ અભાનમય ચેતનાની ક્ષણે એક થઈને ક્યાંય સુધી એ સંગીતની મુગ્ધતામાં વહેતાં રહ્યાં...

પછી રાધાએ અચાનક એનો હાથ તરછોડ્યો અને કહ્યું, "એક વાત કહું, કા'ના?" પછી કૃષ્ણના ઉત્તરની અપેક્ષા વિના બોલવાનું ચાલુ રાખ્યું, "સતત પથિક બનીને ચાલનારા ક્યારેક પોતે જ પથ બની જતા હોય છે... એમને સમજાતું નથી કે એ પ્રવાસી છે કે માર્ગ? કા'ના, તું જાય તો છે, પણ એટલું સ્મરણમાં રાખજે કે પ્રવાસી બનીને પ્રવાસ કરજે. ચાલતાં ચાલતાં ક્યાંક પોતે જ ક્યાંય ન પહોંચનારો માર્ગ નહીં બની જતો..."

"રાધે, હું તો આકાશમાં ઊડવાનો છું. માટી સાથેના સંબંધો કપાઈ જવાના છે. મારી હથેળીઓ પર સમયની એવી ધૂળ જામવાની છે કે ઝાંખા અરીસામાં મારું પ્રતિબિંબ જોવા માટે અરીસો લૂછવા જાઉંને તો અરીસો વધુ ઝાંખો પડી જાય." કૃષ્ણનો અવાજ આંસુમાં તરબોળ હતો. આંખો દૂર શૂન્યમાં કશુંક જોઈ રહી હતી પણ કોરી હતી.

"શા માટે જાય છે? ગોકુળ છે. ગાયો છે. મા છે." સહેજ અટકીને ઉમેર્યું, "હું પણ અહીં જ છું. હજી શું જોઈએ છે તારે?"

"મારે? મારે ક્યાં કશું જોઈએ છે? હું તો જે લાવ્યો છું એ વહેંચીને પાછો જતો રહેવાનો છું."

"જતો રહેવાનો છું... એટલે? ક્યાં જવાનો છું?" રાધા બેઠી થઈ ગઈ.

"આગળ... આગળ. વધુ આગળ. પાછળ ફરીને જોવાનો અધિકાર નથી મને. હું તો સ્વયં સમય છું. મારાથી પાછા ન ફરી શકાય. રાધિકે.

ઈચ્છું તો પણ... તું ઈચ્છે તો પણ."

"મને નથી સમજાતી તારી આ બધી વાતો. અમથો તો બધુંય ધાર્યું જ કરે છે. તું મને એક વાત કહે, તું કોઈનો વિચાર કરીને જીવ્યો છે કદીયે? તું માને તે સત્ય, અને તું કરે તે કર્મ. વાહ કા'ના..." રાધાનો અવાજ યમુનાના જળ જેવો કાળો અને ભીનો થઈ ગયો હતો.

"સ્વતંત્ર છું હું, સત્ય છે. એક સ્વતંત્ર વ્યક્તિને જ પોતાની ઈચ્છાથી અવર-જવર કરવાની છૂટ હોય છે. હું જાઉં છું, કારણ કે મારે જવું રહ્યું અને આવ્યો હતો કારણ કે આવ્યા વિના કોઈ વિકલ્પ નહોતો મારી પાસે. રાધા, જે સ્વતંત્ર હોયને એના ખભે ખૂબ ઉત્તરદાયિત્વ હોય છે. બીજાઓને સ્વતંત્ર કરવાનું. મુક્ત જ કોઈને મુક્તિ આપી શકે. હું બંધાઈ જઈશ, તો અન્યોની મુક્તિનું શું થશે એ વિચાર્યું છે? તું સ્વાર્થી નથી એ જાણું છું હું... અને હું તો સ્વાર્થી થઈ જ ન શકું. કારણ કે 'સ્વ' જ નથી, તો એનો અર્થ ક્યાંથી લાવું?"

"કા'ના, તારા વિના અહીં બધું ખાલી, સૂનું થઈ જશે."

"હું તો અહીં જ છું. અહીં જ રહેવાનો છું... અવર-જવર તો આપણા મનની હોય છે પ્રિયે. બાકી, આવવું અને જવું એવી કોઈ પ્રક્રિયા હોતી જ નથી. હોય છે માત્ર એક બિંદુથી બીજા બિંદુનો સમયગાળો અને આ બે બિંદુની વચ્ચે ક્યાંક આપણું અસ્તિત્વ. આ ક્ષણે હું અને તું એકબીજામાં પરોવાયેલાં બેઠાં છીએ. આ ક્ષણનું સત્ય એટલું જ છે. ગઈ તે ક્ષણ અને આવનારી ક્ષણ - બે એવાં બિંદુ છે, જ્યાંથી આપણે આવ્યાં છીએ અને જે તરફ જઈ રહ્યાં છીએ. પ્રત્યેક ક્ષણ પ્રસ્થાનની ક્ષણ છે પ્રિયે. પ્રસ્થાન નિશ્ચિત છે. માત્ર ક્યારે? એ પ્રશ્નનો જ ઉત્તર નથી હોતો આપણી પાસે... અને એ ઉત્તર નથી એટલે જ બે બિંદુ વચ્ચેની આ યાત્રા આટલી રસપ્રદ છે, આટલી ગમતી છે, સમજી?"

"કા'ના... મને એક જ વાત સમજાય છે કે હું તારા વિના નહીં જીવી શકું."

"જીવન તો અવિરત છે પ્રિયે. વહેતું રહેશે, આ યમુનાના પ્રવાહની જેમ. કદીક ચાંદરણાનું અજવાળું હશે તો કદીક કાળુંડીબાંગ પાણી. વહેણ નહીં અટકે. હું હોઉં કે ન હોઉં..."

રાધા ફરી એક વાર કૃષ્ણની છાતીમાં માથું નાખીને બેસી ગઈ. આ વખતે એનું માથું એ આરસપહાણ જેવી વિશાળ છાતીને ધોધમાર મુશળધાર ભીંજવી રહ્યું હતું. એની આંખોમાંથી ચાલતી અવિરત અશ્રુધારા અને એનાં હીબકાં કૃષ્ણને આખેઆખા ભીંજવી રહ્યાં હતાં અને છતાં રાધાની પીઠ પર

હાથ ફેરવતા એ દૂર શૂન્યમાં તાકી રહ્યા હતા...

ક્યારેક ગોકુળથી પ્રસ્થાનની વેળા આવવાની છે. એની એમને જાણ પણ હતી અને મનોમન નિશ્ચય પણ. કારણ કે, એમણે અંતિમ બિંદુ સુધી પહોંચવાનું હતું અને એ પણ નિશ્ચિત સમયાવધિમાં...

દ્વારિકા પહોંચેલી દ્રૌપદીને જે ક્ષણે કૃષ્ણના પ્રભાસક્ષેત્રના પ્રસ્થાનની જાણ થઈ, એ જ ક્ષણે દ્રૌપદીએ તરડાયેલા અવાજે, અવાજ ફાટી જાય એટલા જોરથી બૂમ પાડી હતી...

"પાર્થ..." ગવાક્ષમાં ઊભેલા અર્જુનનું હૃદય દ્રૌપદીની બૂમ સાંભળીને એક ધબકાર ચૂકી ગયું. એ ઉત્તરીય સંભાળતો અંદરની તરફ દોડ્યો...

"પાર્થ..." દ્રૌપદીનો અવાજ ક્ષીણ થતો જતો હતો. ઉંબરે અથડાઈને માંડમાંડ પડતો-બચેલો અર્જુન દ્રૌપદી મૂર્છા પામે એ પહેલાં એને હાથમાં ઝીલી લઈ શક્યો... દ્રૌપદીની આંખો બંધ થઈ ગઈ. અર્જુને એને પકડીને નજીકના છત્રપલંગમાં સુવડાવી... "સખા... પાર્થ... પ્રભાસ... સખા..." દ્રૌપદી અસ્ફુટ સ્વરે કશુંક બબડતી હતી. મૂર્છિત દ્રૌપદીની આંખોમાંથી હજીય આંસુ વહેતાં હતાં...

"હે ગોવિંદ... હે ગોપાલ... હે ગોવિંદ.. હે ગોપાલ..." મૂર્છિત દ્રૌપદી બંધ આંખે અર્જુનના હાથમાં અસ્ફુટ સ્વરે બડબડી રહી હતી...

અર્જુન એને ઊંચકીને એકીશ્વાસે રથ તરફ દોડી રહ્યો હતો...

જાણે, હવે એને પણ સમજાયું હતું કે એના પ્રાણાધાર, એના ગુરુ, એના સખાની અંતિમ પળો અને એની વચ્ચે ખાસ્સું અંતર પડી ગયું હતું!

અર્જુને દ્રૌપદીને રથમાં સુવડાવી. ઘોડાની રાશ હાથમાં લીધી અને ઝટકો માર્યો...

એના અશ્વો પણ જાણે સમજી ગયા હતા કે આજે પવનને પણ પાછળ પાડી દઈને અર્જુનની ચીંધેલી દિશાએ ઊડવાનું છે... રથ પવનવેગે પ્રભાસક્ષેત્રની દિશામાં વહી રહ્યો હતો. થોડેક પહોંચીને અર્જુનને ખ્યાલ આવ્યો કે જમીનમાર્ગે પ્રભાસ ઘણું લાંબું પડશે. એના કરતાં દ્વારિકાથી નૌકામાર્ગે સોમનાથના દરિયાકિનારે ઝડપથી ઊતરી જવાશે...

એણે અશ્વોને સમુદ્રતટ તરફ વાળ્યા.

એકમાત્ર નૌકા સમુદ્રતટ પર એકલી અટૂલી ઊભી હતી. સોનાની નૌકાઓ લઈને નીકળી ગયેલા યાદવોએ આ કાષ્ઠની નૌકાને સાથે લઈ જવા યોગ્ય નહીં ગણી હોય, કદાચ!

અથવા, સ્વયં કૃષ્ણએ અર્જુન અને દ્રૌપદીને પોતાના સુધી પહોંચવાનો માર્ગ ચીંધવા જ આ નૌકા છોડી દીધી હોય એમ પણ બને!

અર્જુને રથમાંથી મૂર્છિત દ્રૌપદીને બે હાથમાં ઉપાડી.

સમુદ્રતટની રેતીમાં હજી હમણાં જ ગયેલા યાદવોનાં કેટલાંક પગલાં અકબંધ હતાં. રાત્રિ દરમ્યાન આવી ગયેલી ભરતીએ કેટલાંક પદચિહ્નો ભૂંસી કાઢ્યાં હતાં... પરંતુ, એમાં પદ્મના નિશાનવાળા દેવમૂર્તિના પગ જેવાં સુંદર પગલાં જોઈને અર્જુનને સમજતાં સહેજેય વાર ન લાગી કે આ ચરણ એના પ્રિય સખા શ્રીકૃષ્ણના હતા.

અર્જુને દ્રૌપદીને જગાડવાનો પ્રયાસ કર્યો. ઢંઢોળી :

"યાજ્ઞસેની! જાગો યાજ્ઞસેની, જુઓ શ્રીકૃષ્ણના ચરણ... એમને ગયે બહુ લાંબો સમય નથી થયો. મહાસમુદ્રનાં મોજાંઓની થપાટમાં પણ એમનાં ચરણ ભૂંસવાની શક્તિ ક્યાં છે? સ્વયં કાળ છે એ... સ્વયં સમય છે. એમને કંઈ નહીં થાય... જાગો યાજ્ઞસેની! અને જુઓ..."

અસ્ફુટ સ્વરે "ગોવિંદ... ગોપાલ.. ગોવિંદ... ગોપાલ" કહેતી દ્રૌપદીએ આંખો ઉઘાડી...

શ્રીકૃષ્ણના ચરણકમળનાં ચિહ્ન દ્રૌપદીની આંખોમાંથી વહેતાં આંસુથી છલોછલ ભરાઈ ગયાં. રેતીમાં ઊંડા ખૂંપેલાં પગનાં ચિહ્નનો ખાડો દ્રૌપદીના આંસુએ છલકાવી દીધો! ત્યારે પાર્થની સ્મૃતિમાં આવ્યું, કૃષ્ણએ કહ્યું હતું, "આંસુ બીજું કંઈ નથી, માત્ર હૃદયની ભાવના છલકાઈને ચક્ષુઓ દ્વારા ઊભરાય છે, જ્યારે શબ્દો ખૂટી પડે અને છતાં, વાત અધૂરી રહી જાય, ત્યારે આંસુ એને પૂરી કરે છે."

ચરણકમળના ચિહ્ન પર મસ્તક નમાવી રહેલી દ્રૌપદીની લટો અને ઉત્તરીય રેતીમાં રગદોળાતાં હતાં. એની આંખો હજીયે શ્રીચરણને પખાળી રહી હતી. એના હોઠમાંથી અનાયાસે જ ફરી એકવાર સરી પડ્યું...

त्वदियमस्ति गोविन्द तुभ्यमेव समर्प्यते ।

અર્જુન અને દ્રૌપદીના નીકળી ગયા પછી રુક્મિણી માટે આ મહાલય જાણે અંધકારમય બની ગયો હતો! દ્રૌપદીના કૃષ્ણપ્રેમ સામે જાણે પોતે અધૂરી, વામણી રહી ગઈ હોય, એવું રુક્મિણીને લાગ્યું...

"શા માટે જવા દીધા મેં કૃષ્ણને? શા માટે હું સાથે ન ગઈ? શા માટે મેં સ્વીકારી એમની વાત?" રુક્મિણીના મનમાં પ્રશ્નો ઊભરાવા લાગ્યા.

પાંચ-પાંચ પતિ સાથે જીવતી આ સ્ત્રી પોતાના પતિને આટલો પ્રેમ કરતી હશે, એ વાત રુક્મિણીને આજ સુધી ન સમજાયાનું દુઃખ જાણે કોરી ખાતું હતું.

"એ બહુ જ અદ્‌ભુત સ્ત્રી હોવી જોઈએ." રુક્મિણીના મનમાં વિચાર આવ્યો. એને પણ દ્રૌપદીનો કૃષ્ણપ્રેમ સ્પર્શી ગયો હતો, બાકી સ્ત્રી સાધારણ રીતે ઈર્ષ્યામાં જીવે છે.

કૃષ્ણ કહેતા, "જો આપણે પુરુષ અને સ્ત્રીના વ્યક્તિત્વનું એક ખાસ ચિહ્ન શોધવા ઇચ્છીએ, તો પુરુષો અહંકારમાં જીવે છે, સ્ત્રીઓ ઈર્ષ્યામાં જીવે છે. સાચે જ ઈર્ષ્યા અહંકારનું 'નિષ્ક્રિય' રૂપ છે. અહંકાર ઈર્ષ્યાનું "સક્રિય" રૂપ છે. અહંકાર સક્રિય ઈર્ષ્યા છે. ઈર્ષ્યા નિષ્ક્રિય અહંકાર છે."

રુક્મિણીને સમજાયું, "આ સ્ત્રી ઈર્ષ્યા વિનાના પ્રેમમાં જીવી શકી, અને આ પાંચે ભાઈઓથી કેટલાક અર્થોમાં ઊંચે ચાલી ગઈ. આ પાંચે ભાઈઓ ભારે તકલીફમાં રહ્યા છે. દ્રૌપદીને કારણે અંદર એક નિરંતર દ્વન્દ્વ અને સંઘર્ષ ચાલતો જ રહ્યો, પરંતુ દ્રૌપદી નિર્દ્વન્દ્વ અને શાંત રહીને આ બહુ અજબ ઘટનામાંથી પસાર થઈ ગઈ અને છતાંય જેને ચાહતી હતી, જેને પૂજતી હતી, એને વિશેનો પ્રેમ અખંડ - નિર્વિવાદ રહ્યો."

જ્યારે રુક્મિણી સત્યભામા વિશે કે અન્ય કોઈ રાણી વિશે ઉપાલંભ કરતી, ત્યારે કૃષ્ણ કહેતા હતા, "આપણી સમજણમાં જે તકલીફ પડે છે એ આપણે કારણે હોય છે. આપણે પ્રેમને એક અને એકની વચ્ચેનો સંબંધ માનીએ છીએ. પ્રેમ એવો છે નહીં અને એટલા માટે આપણે પછી પ્રેમને માટે ઘણી ઘણી ઉપાધિમાં પડીએ છીએ અને ઘણી મુશ્કેલીઓ ઊભી કરીએ છીએ. પ્રેમ એવું ફૂલ છે, જે ક્યારેય પણ અને કોઈને માટે આકસ્મિક રૂપે ખીલી શકે છે. ન એના ઉપર કોઈ બંધન છે, ન એના ઉપર કોઈ મર્યાદા છે અને બંધન કે મર્યાદા જેટલી વધારે હશે, એટલો આપણે એક જ નિર્ણય કરી શકશું કે આપણે એ ફૂલને જ ખીલવા નથી દેતા. પછી

એ એકને માટે પણ નથી ખીલતું. પછી આપણે પ્રેમ વિના જીવી લઈએ છીએ. પરંતુ આપણે ભારે અજબ લોકો છીએ. આપણે પ્રેમ વિના જીવવાનું પસંદ કરશું, પરંતુ પ્રેમની માલિકી છોડવાનું પસંદ નહીં કરીએ. આપણે એ પસંદ કરી લઈશું કે આપણી જિંદગી પ્રેમ વિનાની ખાલી પસાર થઈ જાય, પરંતુ આપણે એ સહન નહીં કરીએ કે જેને આપણે પ્રેમ કર્યો છે, એને માટે કોઈ બીજું પણ પ્રેમપાત્ર હોઈ શકે..."

...અને આજે, રુક્મિણીએ પોતાની દૃષ્ટિ સમક્ષ જોયો હતો પ્રેમ, એવો પ્રેમ જેમાં માત્ર સમર્પણ હતું. કોઈ પ્રશ્નો નહોતા, કોઈ અપેક્ષાઓ નહોતી, કોઈ દુઃખો નહોતાં કે કોઈ પીડા નહોતી, હતો માત્ર અખંડ - નિર્વિવાદ સતત વહ્યા કરતો સજીવ પ્રેમ!

અને, એટલે જ...

એ પ્રેમ આજ સુધી એમ જ, અતૂટ, અકબંધ સચવાઈ રહ્યો હતો...

દ્રૌપદીને 'વાસુદેવસ્ય સખી' કહીને સંબોધતી રુક્મિણીને સ્વપ્નેય અણસાર નહોતો કે, આ સખી એના પતિની આટલી નિકટ, આટલી પ્રિયતમ હશે!

દ્રૌપદીના ગયા પછી રુક્મિણીને લાગ્યું કે કૃષ્ણ સાથે ન જઈને ભૂલ થઈ ગઈ છે, અને એટલે રુક્મિણીએ પ્રભાસ જવાની તૈયારી કરવા માંડી. "કૃષ્ણની સાથે ન જઈ શકી તો કંઈ નહીં, કૃષ્ણની પાછળ પણ જઈ જ શકાય!" એને વિચાર આવ્યો. "આમ પણ પતિને અનુસરવું એ પત્નીનું કર્તવ્ય છે અને આજે, શ્રીકૃષ્ણની દિશામાં જ્યારે સર્વે જઈ રહ્યાં છે, ત્યારે હું, એની પત્ની, એની રાણી, એની અર્ધાંગિની અહીં શું કરું છું?"

લાંબું વિચાર્યા વિના એમણે મહાલયની બહાર નીકળી ને પગથિયા ઉતરવા માંડ્યા. રુક્મિણીએ મહાલયનાં પગથિયાં ઊતરતી વખતે ફક્ત એકવાર પાછળ ફરીને જોઈ લીધું.

આ એ જ પગથિયાં હતાં, જે કૃષ્ણનો હાથ પકડીને એક - એક કરીને ઓળંગ્યાં હતાં એણે...

ફૂલોની બિછાવેલી પાંદડીઓ પર ચાલીને અહીં સુધી પહોંચી હતી એ, ત્યારે કૃષ્ણનો હાથ હતો હાથમાં, અને આજે, એકલી અહીંથી વિદાય થઈ રહી હતી... કદાચ, કૃષ્ણનો હાથ હતો હાથમાં એટલે જ ફૂલોની પાંદડીઓ હતી એના પગ નીચે... હવે કૃષ્ણનો હાથ છૂટ્યો એ પળે જ ફૂલો, સુખ, મહેક અને સુંદરતા ચાલી ગયાં હતાં એના જીવનમાંથી.

"કૃષ્ણ મળશે મને?" એના મનમાં એક આશંકા ઊઠી, "કે હું સમય ચૂકી ગઈ છું?"

મહાલયનાં પગથિયાં ઊતરતાં મનોમન પ્રાર્થના કરી રુક્મિણીએ... "હે ઈશ્વર! મારા નાથ જ્યાં હોય ત્યાં એમને સુખ અને શાંતિ મળે... એમને કોઈ પીડા, કોઈ દુઃખ સ્પર્શે નહીં... એમનાં તમામ દુઃખ, તમામ પીડા મને મળે..."

રુક્મિણી ઝડપથી ચાલી જતી હતી. પોતાના મહાલયના મુખ્ય દ્વારમાંથી નીકળીને મહાલયોના પરિસરની વચ્ચે બનેલા ચોકમાં આવી. સ્વચ્છ - સફેદ આરસપહાણનો ચોક, ચોકની ફરતે અશોકનાં વૃક્ષો, ગુલમહોર, ગરમાળો અને કેસૂડાંથી સુશોભિત મહાલય પરિસર - કદીયે આટલો નિશ્ચેષ્ટ, નિષ્પ્રાણ નહોતો રહેતો. મધ્યમાં ફુવારો, ફુવારાની ફરતે નાનકડી તળાવડી, અને તળાવડીમાં સુંદર કમળ... કૃષ્ણ દ્વારિકામાં હોય અને રાજ્યસભા ચાલુ હોય ત્યારે તો અહીં ભીડ રહેતી... ચોકીદારો, આવતા-જતા સભાજનો તથા નગરજનોથી આ ચોક સતત ગુંજતો રહેતો!

આ જ ચોકમાં શ્રીકૃષ્ણએ સુદામાને આવકાર્યા હતા... છેક પોતાના મહાલયથી અહીં સુધી દોડીને આવ્યા હતા શ્રીકૃષ્ણ અડવાણા પગે! રુક્મિણી ઘડીભર ફરી જોઈ રહી એ દૃશ્યને.

આ ચોકમાં કેટલાય ઉત્સવો થતા. દ્વારિકાના નગરજનો અહીં એકત્રિત થતા. અબીલ-ગુલાલથી ચોક રંગાઈ જતો, આસોપાલવ અને ફૂલોનાં તોરણો બંધાતાં અને શ્રીકૃષ્ણ સ્વયં પ્રત્યેક ઉત્સવમાં ઉત્સાહથી અને ઊલટથી ભાગ લેતા. એમનું જીવન જ એક ઉત્સવ હતું જાણે! ક્ષણેક્ષણને ઉત્સવ બનાવીને, મહોત્સવ બનાવીને જીવ્યા હતા અને હવે મૃત્યુનો મહોત્સવ ઊજવી રહ્યા હતા શ્રીકૃષ્ણ!

અહીં, આ જ ચોકમાં જ્યારે પૂર્ણ ચંદ્રની રાત હોય ત્યારે પોતે કેટલીયે વાર બેઠી હતી, કૃષ્ણની સાથે... શબ્દો જાણે અપ્રસ્તુત બની જતા, કંઈ કહેવાનું, કંઈ સાંભળવાનું રહેતું નહોતું એ ક્ષણે. શ્રીકૃષ્ણ એમની સાથે ગાળેલી પ્રત્યેક ક્ષણને અવિસ્મરણીય અને જીવંત બનાવી દેતા.

આ જ સ્થળે કેટલીયે વાર મોડી રાત સુધી એણે દ્રૌપદી અને કૃષ્ણને વાતો કરતાં જોયાં હતાં. પોતાના મહાલયના ગવાક્ષમાંથી એ કલાકો જોતી રહેતી, "શું વાતો કરતાં હશે?" એવો વિચાર જરૂર આવતો. હળવી ઈર્ષ્યા પણ આવતી ક્યારેક... પોતાનો પતિ કોઈ બીજી સ્ત્રી સાથે પોતાના મનના

વિચારો આટલી સહજતાથી - આટલી સ્વાભાવિકતાથી વહેંચી શકતો હતો, એ જોઈને રુક્મિણીને પોતાનામાં કશુંક અધૂરું હોવાની, કશુંક ખૂટતું હોવાની લાગણી થતી. "શા માટે પોતે આટલી નિકટ નહોતી પોતાના પ્રિયતમની?" એવો વિચાર પણ આવતો રુક્મિણીને...

પરંતુ, એણે ક્યારેય શ્રીકૃષ્ણને એ વિશે કહ્યું નહોતું.

એકવાર, જ્યારે દ્રૌપદી અને પાંડવો દ્વારિકામાં હતાં ત્યારે કૃષ્ણ મોડી રાત્રે રુક્મિણીના મહાલયમાં આવ્યા હતા. રુક્મિણીને મધ્ય રાત્રિએ જાગતી જોઈને કૃષ્ણએ પ્રશ્ન કર્યો હતો, "હજીયે જાગો છો, દેવી?"

"આપની પ્રતીક્ષા હતી... ઘણો સમય ગાળ્યો તમારી સખી સાથે? મને લાગ્યું કે હવે તમે પ્રાતઃકાળે જ આવશો."

હસી પડ્યા કૃષ્ણ, "દેવી, સખી સાથે જેટલો સમય ગાળું એટલો ઓછો છે."

"ખરું છે." રુક્મિણીએ કહ્યું, "એમાંથી વધે એટલા જ સમયથી અમારે તો સંતુષ્ટ થઈ જવાનું, ખરું ને પ્રભુ!" રુક્મિણીની નજીક આવ્યા કૃષ્ણ.

"પ્રિયે, આજે તમારા અવાજમાં હળવી કટુતા છે. સખીની ઈર્ષ્યા થાય છે?"

રુક્મિણીની આંખોમાં પાણી ધસી આવ્યાં, "ના, મને કોઈનીયે ઈર્ષ્યા નથી થતી, માત્ર અભાવ સાલે છે તમારો!"

"પ્રિયા, મારો અભાવ મને પોતાને સાલે છે ક્યારેક, અને એટલે જ હવે મેં ધીમે ધીમે મુક્તિ તરફ પ્રયાણ આદર્યું છે..." રુક્મિણી જોઈ રહી એમની સામે.

"મુક્તિ?" રુક્મિણીએ પૂછ્યું.

"હા પ્રિયે! સંસારના તમામ નાશવંત સંબંધોમાંથી મનને ખેંચીને પરમતત્ત્વ સાથે જોડવાનો પ્રયાસ આદર્યો છે મેં..."

"પણ પ્રભુ, તમે તો સતત એમ જ જીવ્યા છો, જલકમલવત્, પાણીમાં રહીને પણ પાણી જેને સ્પર્શતું નથી, એવું કમળ છો તમે..."

"જાણો છો, સમજો છો અને તોય મારો અભાવ સાલ્યાની ફરિયાદ છે તમારા હોઠ ઉપર. પ્રિયે, હું આખેઆખો તમારો છું અને છતાંય એટલો જ બીજાનો છું, એટલો જ ત્રીજાનો, એટલો જ ચોથાનો અને એટલો જ સર્વેનો છું. હું ક્યારેય આપવામાં ઓછું નથી કરતો... માત્ર મારા સ્નેહ

કરતાં તમારી અપેક્ષા વધે ત્યારે પ્રશ્નો ઉદ્ભવે છે... અભાવ સાલે છે... મારો જન્મ, મારું જીવન અને મારું મૃત્યુ કશાય ઉપર મારો અધિકાર નથી. મારો જન્મ જ શુભના સંસ્થાપન માટે છે, એ જ મારું કર્તવ્ય છે અને એ જ મારું અસ્તિત્વ!

માત્ર યાજ્ઞસેની જ નહીં... સર્વે ચિંતિત છે, મહાસંહાર પછીના પુનઃ સ્થાપન અને પુનઃજીવન અંગે... સ્ત્રી હોવાને કારણે એ વધુ ચિંતિત અથવા વ્યગ્ર હોય છે. પુત્રો ગુમાવ્યા છે એણે પોતાના... વિજય એને માટે વેરની તૃપ્તિથી વધુ કોઈ સંદેશ નથી લાવ્યો... અને છતાં, એ મહારાજ્ઞી છે ભરતવર્ષની - મા છો તમે, એક માની પીડા તમે નહીં સમજો? આટલા વિશાળ સામ્રાજ્યનું ભાવિ શું? એ વિશે એને ઉદ્વેગ હોવો સ્વાભાવિક નથી? પ્રિયા, પાંચ-પાંચ પતિઓની પત્ની હોવા છતાં, એ એકલી છે... દુઃખી છે... એની પીડા, એના આત્માની વ્યથા, એના પ્રશ્નો અને એની આકાંક્ષાઓ - એ ફક્ત માત્ર મારી સાથે વહેંચે છે... અથાગ શ્રદ્ધા છે એને મારામાં... અને તમે? તમારા પોતાના પતિમાં અશ્રદ્ધા અને અભાવની ફરિયાદ કરો છો?"

રુક્મિણી અશબ્દ કૃષ્ણને આલિંગી હતી, જાણે એમનામાં સમાઈ જવું હોય એમ ભીંસી દીધા હતા પ્રભુને...

પોતે ઈશ્વરની અર્ધાંગિની હતી એ વાત અતિશય પ્રિય લાગી હતી એને!

ભરતવર્ષની સામ્રાજ્ઞી પોતાના પતિને આટલો પૂજ્ય - આટલો સ્તુત્ય ગણે છે, એ વાતે એના મનમાં રહ્યોસહ્યો શોક ઓગળી ગયો હતો. એને પોતાના પતિની અદ્વિતીયતા અત્યંત મધુર લાગી હતી ત્યારે!

એ રાત્રે કૃષ્ણને આલિંગીને આખી રાત જાગતી રુક્મિણી એક જ વાત વિચારતી રહી, આવા અદ્ભુત વ્યક્તિની અર્ધાંગિની હતી પોતે! જગતના સુખાર્થે જન્મેલો - જીવતો અને જગતના સુખાર્થે જ પ્રાણ ત્યાગનારો પોતાનો આ પતિ કેટલો જુદો, કેટલો પ્રિયકર અને કેટલો પોતાનો લાગ્યો હતો એ રાત્રે!

રુક્મિણી ચોક ઓળંગીને આગળ વધી, જમણા હાથે સત્યભામાનો મહેલ હતો... વિશાળ ગવાક્ષો, એમાંથી લટકતી વેલો, ગવાક્ષો ઉપર લટકતા સુવર્ણના પાંજરામાં મેના-પોપટ, ગવાક્ષોના થાંભલા સુવર્ણમંડિત - રત્નજડિત હતા... સત્યભામાનો મહેલ, એની રસિકતા અને સૌંદર્ય પ્રત્યેની એની સભાનતાની સાક્ષી પૂરતો હતો.

સૌથી સુંદર મહેલ કદાચ સત્યભામાનો હતો. સૌથી વધુ દાસીઓ હતી એની પાસે.

સૌથી વધુ અલંકારો ઘડાવતી એ, સૌથી વધુ વસ્ત્રો અને સુગંધો સત્યભામાના મહેલે આવતાં...

કૃષ્ણને પામવાના રસ્તાઓમાંનો એક રસ્તો એમને મોહિત કરવા, એમને પોતાના સૌંદર્યમાં બાંધવા એ હશે, એમ સત્યભામા માનતી.

કૃષ્ણની તમામ રાણીઓમાં નાની હતી, એટલે કૃષ્ણ સહિત સૌ સત્યભામાને લાડ કરતાં અને એના અજાણતા થયેલા દોષોને હસી કાઢતાં.

રુક્મિણીની સમજણ અને સહનશીલતા કૃષ્ણને આકર્ષતાં. એનું ઉદાત્ત વર્તન કૃષ્ણના મનમાં રુક્મિણી પ્રત્યે અત્યંત સન્માનની લાગણી જન્માવતું. અને સત્યભામા સ્પષ્ટ ન કહેતી હોવા છતાં, રુક્મિણીની ઈર્ષ્યા કરતી.

કૃષ્ણનું એની સાથેનું તાદાત્મ્ય, શબ્દ વગરનું સતત રહેતું અનુસંધાન સત્યભામાને એવી પ્રતીતિ કરાવતું કે પોતે રુક્મિણી કરતાં કૃષ્ણની ઓછી નિકટ - ઓછી પ્રિય હતી, જે સત્ય નહોતું. પરંતુ, આ સત્યભામાના મનની ભ્રમણા એને ઈર્ષ્યા કરવા પ્રેરતી...

અનાયાસે રુક્મિણીની દૃષ્ટિ સત્યભામાના મહેલના ગવાક્ષ તરફ ગઈ. એણે જોયું તો અલંકારવિહીન નિષ્પ્રાણ આંખો સાથે સત્યભામા ગવાક્ષમાં ઊભી હતી. એણે પહેરેલાં શ્વેત વસ્ત્રો હજીયે એના દેહ પર હતાં. પરંતુ, એ કર્ણફૂલ, એ હાર હવે એના દેહ પર નહોતો. લાંબા વાળનો ગૂંથીને લીધેલો અંબોડો ખોલી નાખ્યો હતો. એના કાળા - ચળકતા લીસા વાળ એની પીઠ પર પથરાયેલા હતા. એના ચહેરા પર સતત રમતું રહેતું સ્મિત કોણ જાણે ક્યાં ખોવાઈ ગયું હતું. એની આંખો પથ્થરવત્ થઈ ગઈ હતી. અત્યંત સુંદર અને જીવનથી ભરપુર સત્યભામા અત્યારે એક મૂર્તિ સરખી ભાસતી હતી, ગવાક્ષમાં!

રુક્મિણીએ ગવાક્ષમાં ઊભેલી સત્યભામાને જોઈ.. એના હૃદયમાં એક પીડાની ટીસ ઊઠી. એને દોડીને સત્યભામાને વળગી પડવાનું મન થયું... એને ખૂબ વહાલ કરીને - માથું સૂંઘીને આશીર્વચન આપવાની ઇચ્છા જાગી ઊઠી રુક્મિણીના મનમાં...

દૂર આકાશમાં જોતી સત્યભામાની આંખો અચાનક રુક્મિણી તરફ ફરી... એણે રુક્મિણીને જોઈ, પણ જાણે ઓળખતી જ ના હોય એમ

એના ચહેરા પરના ભાવ યથાવત્ રહ્યા... એ જ પથ્થરવત્ આંખો ને એ જ સ્મિતવિહીન ચહેરો...

જાણે કેમ રુક્મિણીને પણ સત્યભામાનું એકાંત છંછેડવું યોગ્ય ન લાગ્યું હોય એમ એ આગળ વધી ગઈ. એને એના પ્રભુની પાસે પહોંચવું હતું!

રુક્મિણી વીસ ડગલાં નહીં ચાલી હોય ને એક અવાજ સંભળાયો, "મોટીબહેન... મોટીબહેન..."

રુક્મિણી અટકી ગઈ. અવાજ સત્યભામાનો હતો. એ દોડીને રુક્મિણીની નિકટ આવી. એણે રુક્મિણીને ખભામાંથી પકડી લીધી. પોતાની તરફ ફેરવી. એની આંખોમાં આંખો નાંખી અને પૂછ્યું, "પ્રભુ પાછા નથી આવવાના?" રુક્મિણી હત્પ્રભ શી સત્યભામાની આંખોમાં જોઈ રહી.

કેટલી ખાલી, કેટલી સૂકી હતી એ આંખો! જાણે આંખોની અંદર એક આખું રણ ઊતરી આવ્યું હતું.

છેતરાયાની, તરછોડાયાની પીડા હતી એ આંખોમાં.

રુક્મિણીએ પોતાની આંખો નમાવી દીધી. સત્યભામાને શું જવાબ આપવો, એ ન સૂઝ્યું એને.

"પ્રભુ પાછા નથી આવવાના? કહોને મોટીબહેન..." સત્યભામાએ ફરી પૂછ્યું.

હવે સત્ય કહ્યા વિના રુક્મિણી પાસે કોઈ માર્ગ નહોતો. એણે હળવેકથી સત્યભામાના હાથ પોતાના ખભા પરથી ખસેડ્યા. એને નિકટ ખેંચી. છાતીસરસી ચાંપી દીધી. પીઠ ઉપર હાથ પસવારવા માંડ્યો.

"ખરી વાત છે, પ્રભુ અહીંથી પ્રભાસક્ષેત્ર ગયા છે, ત્યાંથી સ્વધામ..."

"એવું, એવું કેવી રીતે બને?" સત્યભામાએ કહ્યું. એની આંખોમાં એક દયનીયતા, એક ઘેલછાની ઝલક હતી. એના માન્યામાં નહોતું આવતું કે કૃષ્ણ એની વિદાય લીધા વિના જ...

"મોટીબહેન, કંઈ ભૂલ થતી હશે તમારી, પ્રભુ મને કહ્યા વિના... સાથે લીધા વિના... આમ ન જઈ શકે."

"આ અંતિમ પ્રયાણ છે, એમાં કોઈ, કોઈની સાથે ન જાય..."

"પણ હું તો સૌથી પ્રિય... સૌથી નિકટ... ખરું કે નહીં?" સત્યભામાએ

પૂછ્યું, જાણે હજીયે રુક્મિણી હા પાડે તો એના અભાવો, એના ઉપાલંભો, એના રાગદ્વેષ અહીં જ પૂરા થઈ જાય.

"હા. ખરી વાત..." રુક્મિણીએ બાળકની જેમ છાતીએ વળગેલી સત્યભામાના ખુલ્લા વાળમાં આંગળીઓ ફેરવવા માંડી, "તારાથી નિકટ, તારાથી પ્રિય, કોણ હતું, પ્રભુને? તું તો એમના પ્રાણ સમાન... એમની અર્ધાંગિની, એમની પ્રિયા..." રુક્મિણીએ રિસાયેલા બાળકને મનાવતી હોય એમ લાડ કરવા માંડ્યાં.

અચાનક જ મુક્ત કંઠે રડી પડી સત્યભામા.

"મને ક્ષમા કરો... મોટીબહેન, મને ક્ષમા કરો. મેં હંમેશાં તમારી ઈર્ષ્યા કરી. પ્રભુ સાથેનું તમારું તાદાત્મ્ય, તમારું નૈકટ્ય મને ખૂંચતું રહ્યું. તમારું પટરાણીપદ મને દઝાડતું રહ્યું સતત, અને એથી જ હું પ્રભુની પ્રિય ન બની શકી. એમણે અંતિમ પ્રયાણ વખતે તમારી વિદાય માગી, તમને જણાવ્યું... અને મને..." એનાં ડૂસકાં એમ જ અવિરત ચાલી રહ્યાં હતાં...

હૃદયની બધી જ મલિનતા ધ્રૂસકે ધ્રૂસકે ધોવાઈ રહી હતી. સત્ય સૂર્યની જેમ ઊગ્યું હતું એના મનમાં. આજે રુક્મિણીનું સ્થાન સ્પષ્ટ થયું હતું... અને, સત્યભામા ઉપેક્ષિત, અપ્રસ્તુત અનુભવી રહી પોતાને, કૃષ્ણના જીવનમાં.

શ્રીકૃષ્ણએ રુક્મિણીને કહ્યું હતું એ જ વાત રુક્મિણીએ સત્યભામા સુધી પહોંચાડી...

"એ આખેઆખા તમારા છે અને છતાંય એટલા જ બીજાના છે, એટલા જ ત્રીજાના, એટલા જ ચોથાના અને એટલા જ સર્વેના છે. એ ક્યારેય આપવામાં ઓછું નથી કરતા. માત્ર એમના સ્નેહ કરતાં તમારી અપેક્ષા વધે ત્યારે પ્રશ્નો ઉદ્ભવે છે... અભાવ સાલે છે... એમનો જન્મ, એમનું જીવન અને એમનું મૃત્યુ કશાય ઉપર એમનો કે આપણો અધિકાર નથી. એમનો જન્મ જ શુભના સંસ્થાપન માટે થયો હતો, એ જ એમનું કર્તવ્ય છે અને એ જ એમનું અસ્તિત્વ હતું!"

સત્યભામાનું મન વિશુદ્ધ થઈ રહ્યું હતું... જેની સાથે જીવી એ કૃષ્ણ આજે સમજાયા હતા એને... જે કૃષ્ણને સતત શોધતી રહી એ એમના ગયા પછી મળ્યા હતા સત્યભામાને.

કદાચ ઈશ્વર હોવાની આ જ પ્રતીતિ હતી કે તમે શોધો, તમે ઝંખો, તમે માગો ત્યારે એ ન મળે. એ તો સ્વયં પ્રગટે, સત્ય બનીને આત્મામાંથી, હૃદયમાંથી, મનમાંથી અને વ્યાપી જાય રોમેરોમમાં...

શ્રીકૃષ્ણની સત્યા આજે સત્યને પામી હતી!

સત્યભામા સાચા અર્થમાં કૃષ્ણની અર્ધાંગિની બની હતી...

રુક્મિણીએ ખૂબ આશ્વસ્ત કરી સત્યભામાને, પછી પોતાના પ્રભાસક્ષેત્રના પ્રયાણ અંગે જણાવ્યું.

"તું આવીશ?" રુક્મિણીએ પૂછ્યું.

"ના મોટીબહેન, હું અહી જ રહીશ. આ જ દ્વારિકામાં... અહીં, શ્રીકૃષ્ણની સ્મરણઓ છે. એમની સુગંધ છે. એમણે ગાળેલા દિવસો અને ક્ષણો હજીયે જીવે છે અહીં... હું એમની સાથે જીવીશ. જે કૃષ્ણની સાથે રાત-દિવસ જીવતી રહી, છતાંય એમને પામી ન શકી, એ કૃષ્ણને હવે પામીશ હું... આ મહાલયોના પથ્થરમાં એમના ચરણની રજ છે. અહીંના ગુંબજોમાં અવાજ પડઘાય છે એમનો. આ ગવાક્ષોમાં હજીયે પ્રભુ બેઠેલા દેખાય છે મને. આ ચોકમાં જન્માષ્ટમીના ઉત્સવ વખતે ગુલાલ ઉડાડતા સ્વયં શ્રીકૃષ્ણ આજે પણ મારી આંખોમાં જીવી રહ્યા છે... એ બધી જ ક્ષણો નવા પરિમાણથી માણીશ હું. મારા પ્રભુની સાથે ગાળેલા તમામ દિવસો ફરી જીવીશ... મારી અંતિમ ક્ષણ સુધી હવે દ્વારિકા છોડીને ક્યાંય નહીં જાઉં, કારણ કે મારા નાથ, મારા પ્રાણ, મારા પ્રભુ અહીં વસ્યા હતા, અહીં વસે છે અને ચિરકાળ સુધી અહીં જ વસવાના છે..."

સત્યભામા હજીયે બોલી રહી હતી, અસ્ખલિત, અવિરત, છતાં અસંબદ્ધ!

રુક્મિણીએ એને ત્યાં જ છોડી દીધી અને ઝડપથી પગથિયાં ઊતરીને દ્વારિકાના રસ્તા પર આવી ગઈ...

રુક્મિણી દ્વારિકાના સૂના એકલવાયા માર્ગો પર આગળ વધી રહી હતી કે કૃષ્ણના રથના ઘૂઘરા સંભળાયા... ચાંદીના મધુર રણકાર કરતા એ ઘૂઘરા રુક્મિણી જાણતી હતી... પોતાના મહાલયના ગવાક્ષમાં પ્રહરો ઊભી રહેતી એ! માત્ર આજ ઘૂઘરાનો અવાજ સાંભળવા...

અને જે સંધ્યાએ આ ઘૂઘરાનો અવાજ એના મહાલયના પ્રાંગણમાં સંભળાય તે પળ ઉત્સવ થઈ જતી, એને માટે!

"મહારાણી... મહારાણી..." દારુકનો અવાજ સંભળાયો.

કૃષ્ણના સારથિનો આ અવાજ રુક્મિણી માટે અજાણ્યો નહોતો જ... એ અટકી, એણે પાછળ જોયું તો દારુક રથ લઈને આવી રહ્યો હતો.

કદાચ કૃષ્ણ પાછા આવ્યા હોય, એવી ઠગારી આશાએ રુક્મિણીએ રથમાં જોયું... રથ ખાલી હતો.

"પ્રભુ ક્યાં છે?" રુક્મિણીએ દારુકને પૂછ્યું.

"પાર્થ અને માતા દ્રૌપદી ક્યાં છે?" દારુકે પૂછ્યું.

"કેમ?" રુક્મિણીના અવાજમાં થડકારો હતો, ભયનો કે પછી...

"હું એમને જ લેવા આવ્યો છું..."

"મને નહીં?" પ્રશ્ન રુક્મિણીની જીભે આવીને અટકી ગયો.

"ચાલો મા, નહીં તો..." દારુકની જીભ ઊપડતી નહોતી. રુક્મિણીને પણ અમંગળની આશંકા પડી ચૂકી હતી... વધુ પ્રશ્નો પૂછ્યા વિના એ રથમાં બેસી ગઈ અને રથ સડસડાટ કરતો દ્વારિકાના સમુદ્રતટ તરફ આગળ વધ્યો...

"આ તરફ ક્યાં જઈ રહ્યાં છીએ?" રુક્મિણીએ પૂછ્યું.

"મા, સમુદ્રરસ્તે પ્રભાસ ઝડપથી પહોંચાશે... હજીયે કદાચ પ્રભુને મળી શકાય એવું બને..." દારુકે ખૂબ ધીમા પણ વિચલિત અવાજે કહ્યું.

"એટલે..." રુક્મિણીનું ગળું ભરાઈ આવ્યું. એને આવનારી પળની સ્પષ્ટતા થઈ ચૂકી હતી. દારુકનો અવાજ, એના રથની ઝડપ અને પોતાના હૃદયમાંથી ઊઠતા અમંગળ આશંકાના પડઘાઓ રુક્મિણીને વધુ ને વધુ વ્યથિત અને વિચલિત કરી રહ્યા હતા... બંને દ્વારિકાના સમુદ્રતટ પર પહોંચ્યાં ત્યારે ત્યાં એક પણ નૌકા નહોતી...

"હું હમણાં જ નૌકાનો પ્રબંધ કરીને આવું." દારુકે કહ્યું અને દોડ્યો...

મધ્યાહ્નનો સમુદ્ર પૂર્ણ ભરતી પર હતો. પ્રભાસ ગયેલા યાદવોનાં પગલાં ધીમે ધીમે ધોવાઈ રહ્યાં હતાં... સમુદ્રની એક પછી એક લહેર આવતી અને થોડાંક પગલાં ભૂંસીને પાછી વળી જતી...

રુક્મિણી અચાનક એક જાણીતા ચરણકમળના ચિહ્ન પાસે બેસી પડી... એની આંખોમાંથી આંસુ સરી પડ્યાં... આ એ જ ચરણ હતાં, જેના પર એની લટો રોજ નમી જતી. રોજેરોજ આ ચરણને ચંદનની અર્ચના એણે સ્વહસ્તે કરી હતી... આ એ જ ચરણ હતા જેના વિશ્વાસે એ બધું જ છોડીને ચાલી નીકળી હતી... આ એના નાથના, શ્રીકૃષ્ણના ચરણ હતા! આ ચરણ રેતીમાં ઊંડાં હતાં. એનાથી બનેલો ખાડો પાણીથી છલોછલ ભરેલો હતો...

રુક્મિણીનાં આંસુ એ છલોછલ ભરેલા ચરણના સરોવરમાં અભિષેક કરી રહ્યાં હતાં!

દારુક ત્યાં આવીને ઊભો રહ્યો...

એની આંખો આશ્ચર્યમાં પહોળી થઈ ગઈ. છલોછલ ભરેલા એ ચરણના સરોવરમાં રુક્મિણીનાં આંસુ પણ સમાઈ જતાં હતાં. આશ્ચર્યની વાત એ હતી કે એક પણ આંસુ બહાર નહોતું આવતું...

શ્રીકૃષ્ણના પાદચિહ્ન પણ સમસ્તનો સ્વીકાર કરતાં હતાં.

સર્વેનો સમાન ભાવે આદર અને સ્નેહથી સ્વીકાર એ જ શ્રીકૃષ્ણનું જીવન હતું...

"મા, નૌકાનો પ્રબંધ થઈ ગયો છે. ચાલો..."

રુક્મિણી ઊભી થઈ. શ્રીચરણની રજ માથે ચઢાવી અને મધ્યાહ્નના સૂરજથી બચવા ઉત્તરીયને માથે ઓઢી દારુક સાથે એની લાવેલી નૌકામાં બેસી ગઈ... નૌકા સોમનાથના સમુદ્રતટ તરફ આગળ વધવા લાગી...

અર્જુન અને દ્રૌપદીની નૌકા જ્યારે સોમનાથના દરિયાકિનારે લાંગરી, ત્યારે તડકો નમી ગયો હતો... નમતા બપોરનો એ પીળાશ પડતો તડકો સમુદ્રના પાણીને સોનેરી બનાવીને ઉછાળી રહ્યો હતો.

મધ્યાહ્નની ભરતી ઓસરી ગઈ હતી, એટલે નૌકા ખાસ્સી દૂર લાંગરવી પડી. ઓસરતા પાણીમાં નૌકા આગળ જઈ શકી નહીં. દ્રૌપદી સમુદ્રના પાણીમાં ઊતરીને ઝડપથી ચાલવા લાગી... પાણીની છાલકો ઊડી રહી હતી. દ્રૌપદીને સમુદ્રના પાણીમાં ચાલવાની ખાસ્સી મુશ્કેલી પડી રહી હતી. એણે અર્જુનનો હાથ પકડી લીધો અને સોમનાથના સમુદ્રતટ પર પગલાં માંડ્યાં...

સામે જ સોમનાથનું ભવ્ય મંદિર હતું. ચાંદીના સ્તંભ અને મણિ-મોતી, રત્નજડિત વિશાળ ગુંબજો ધરાવતાં એ મંદિરનું શ્રીકૃષ્ણએ જ નિર્માણ કરાવ્યું હતું...

સોમનાથના મંદિરમાં દર્શન કરવા પાંડવો સાથે અવારનવાર આવતી દ્રૌપદી! આ મંદિરની ભવ્યતા અને એના સ્વયંભૂ લિંગમાં અખૂટ વિશ્વાસ

હતો દ્રૌપદીને... ભગવાન સોમનાથ સર્વેને ઇચ્છિત વર આપે છે, એવી એક લોકવાયકા પણ હતી...

મંદિરમાં જવાનો તો સમય નહોતો દ્રૌપદી પાસે, પણ એણે આંખો મીંચીને મનોમન શિવલિંગનું ધ્યાન ધર્યું. એના મનમાંથી પ્રાર્થના નીકળી ગઈ, "હે શિવ! હે શંભો! જેણે સર્વેને સ્વીકાર્યા છે, એનો આદર અને સ્નેહથી સ્વીકાર કરજે, એને ચિર શાંતિ અને પીડારહિત પ્રયાણ પ્રદાન કરજે... બસ, આથી વધુ કંઈ નથી જોઈતું..." અને સાથોસાથ જાણે શ્રીકૃષ્ણ સાથે જ વાત કરતી હોય એમ અસ્ફુટ સ્વરે બડબડી...

"હે ગોવિંદ... તમે ખૂબ આપ્યું છે અમને સૌને... શાંતિ, સ્નેહ, સન્માન અને સુખ... એ સર્વે તમને સમર્પિત કરું છું. પ્રભુ, નથી જાણતી કે તમારા સુધી પહોંચીશ, ત્યારે તમે મને સ્વીકારશો કે નહીં. પરંતુ, હું આ ક્ષણે તમને સંપૂર્ણતઃ સ્વીકારીને તમને તમે આપેલાં બધાં જ બંધનો પાછાં સમર્પિત કરું છું... તમારી મુક્તિ ઝંખું છું. આ દેહનાં બંધનો ત્યાગીને તમે પરમતત્ત્વમાં લીન થવાની ક્ષણે કોઈ અવઢવ કે અસુખમાં ન રહો એટલી જ મારી ઈશ્વરને પ્રાર્થના છે... જાણું છું કે આજ પ્રાર્થના મને મારા માટે પણ કામ લાગશે, કારણ કે તમને આપેલું બધું જ તમે અમને આપો છો, અને તમારું આપેલું બધું જ અમારે સ્વીકારવાનું છે... એ જ સત્ય છે, એ જ અંત્ય છે, એ જ આદિ છે અને એ જ ચૈતન્ય છે... त्वदियमस्ति गोविन्द तुभ्यमेव समर्प्यते ।

આંખો બંધ કરીને શિવલિંગનું ધ્યાન ધરતી દ્રૌપદીના ખભે અર્જુને હાથ મૂક્યો... દ્રૌપદીએ આંખો ખોલી.

જાણે બધું જ શાંત થઈ ગયું હતું.

દ્રૌપદીના મુખ પરનો ઉદ્વેગ, અશાંતિ અદશ્ય થઈ ગયાં હતાં. એની જગ્યાએ એક પરમ શાંતિ, પરમ સત્યના સ્વીકારની આભા પ્રગટી હતી. સર્વે માટે પરમતત્ત્વમાં લીન થઈ જવું એ જ અંત છે. એ જ નવી શરૂઆત... આત્માની એક વસ્ત્ર ત્યાગીને નવું વસ્ત્ર પહેરવાની એ અવિરત ચાલતી પ્રક્રિયાનો એક બીજો અધ્યાય...

અર્જુને દ્રૌપદીના ખભે હાથ મૂક્યો, એની આંખોમાં એને જાણે શ્રીકૃષ્ણનું પ્રતિબિંબ દેખાયું. કુરુક્ષેત્રની મધ્યમાં ઊભેલો રથ... યુદ્ધની પહેલાં જ હારી ગયેલો અર્જુન... સામે પક્ષે ઊભેલા ભાઈભાંડુઓ અને આ પક્ષે ન્યાય માટે લડતા સર્વે - પોતાનાઓ... અને એ એક ક્ષણે શ્રીકૃષ્ણના શબ્દો...

વાસાંસિ જીર્ણાનિ યથા વિહાય નવાનિ
ગૃહ્ણાતિ નરોડપરાણિ ।
તથા શરીરાણિ વિહાય જીર્ણાન્યન્યાનિ
સંયાતિ નવાનિ દેહી ॥

જે પ્રમાણે કોઈ મનુષ્ય જૂનાં વસ્ત્રો ઉતારી નાંખી બીજાં નવાં વસ્ત્રો ધારણ કરે છે તે પ્રમાણે દેહ એટલે શરીરનો માલિક આત્મા, જીર્ણ થયેલ શરીરને ઉતારી બીજા નવા શરીરમાં વાસ કરે છે...

પ્રભાસક્ષેત્ર પહોંચવાને હવે માત્ર કેટલીક ક્ષણો લાગવાની હતી. અહીં રથ નહોતો એટલે દ્રૌપદી અને અર્જુને પગપાળા જ ચાલવા માંડ્યું.

સોમનાથના ભવ્ય મંદિરથી માંડ થોડું અંતર કાપ્યું હશે કે યાદવોના વિખરાયેલા મૃતદેહો દેખાવા લાગ્યા... જે યાદવો લડતા લડતા ભાગીને આ તરફ આવ્યા હતા, એમાંના કેટલાક ઘણું રુધિર વહી જવાના કારણે અંતે અહીં મૃત્યુ પામ્યા હતા...

બળવાન, મહાસત્તા કહેવાતા યાદવોની આ દુર્દશા જોઈને અર્જુનને કમકમાં આવી ગયાં. એણે મૃતદેહોને સન્માનપૂર્વક ભેગા કરવા માંડ્યા... એમનાં વસ્ત્રો એમને ઓઢાડ્યાં. એમનાં કપાયેલાં અંગો, એમના શરીરની નજીક મૂક્યાં અને શ્રીકૃષ્ણએ દાહસંસ્કાર કર્યા પછી પણ જે યાદવોને યોગ્ય દાહસંસ્કાર નહોતા મળ્યા એ યાદવો પણ અર્જુનના હાથે સદ્ગતિને પામ્યા... હવે અર્જુનને ધીમે ધીમે પોતાનું અહીં સુધી આવવાનું પ્રયોજન સમજાવા લાગ્યું હતું. પ્રભુએ બાકી રાખેલાં કાર્યો અર્જુનના હાથે પૂરા થવાનાં હતાં, કદાચ!

અર્જુન પ્રભાસક્ષેત્ર પહોંચ્યો ત્યારે ત્યાં અસંખ્ય ચિતાઓ ઠરી ગઈ હતી.

કેટલાય યાદવોનાં દેખાવડાં, બળવાન શરીરો પંચમહાભૂતમાં ભળીને માત્ર ધૂમ્રસેરોરૂપે આકાશમાં આકારો ચીતરી રહ્યા હતા...

અર્જુને એ તમામ ચિતાઓમાંથી અસ્થિ એકઠાં કર્યાં... આસપાસ દૃષ્ટિ દોડાવી. સોમરસનાં - મદિરાનાં કેટલાંય પાત્રો અને ઘટો વિખરાયેલાં પડ્યાં હતાં, પરંતુ એમાં અસ્થિ ભરીને ન જ લઈ જવાય. એટલે અર્જુને પોતાના ઉત્તરીયમાં પોટલી બાંધી લીધી.

"આ શું કરો છો, પાર્થ?" દ્રૌપદીએ પૂછ્યું.

"આ સર્વેના દાહસંસ્કાર તો સ્વયં શ્રીકૃષ્ણના હાથે થયા છે. પરંતુ

એમના અસ્થિવિસર્જનનું પુણ્ય પ્રભુ મને આપતા ગયા છે. અહીંથી થોડે દૂર ત્રિવેણીસંગમ છે, આ સર્વેનાં અસ્થિઓનું ત્યાં વિસર્જન કરીને એમના આત્માની ચિર શાંતિ માટે પ્રાર્થના કરીશ હું..." અર્જુને ઉત્તર આપ્યો.

"પરંતુ સખા ક્યાં છે?" દ્રૌપદી ક્યારની પોતાની અકળામણ છુપાવી રહી હતી. અર્જુને યાદવોના દાહસંસ્કાર કર્યા, અહીં આવીને એમનાં અસ્થિ એકઠાં કર્યાં, એમાં ખાસ્સો સમય વીત્યો હતો, દ્રૌપદીને શરૂઆતમાં તો ઉતાવળ કરવી યોગ્ય ન લાગી. પરંતુ, અર્જુનને આ બધાં કાર્યોમાં પડી ગયેલો જોઈ, દ્રૌપદીથી ન રહેવાયું, "આપણે અહીં સખાને મળવા આવ્યાં છીએ."

"આવ્યાં નથી, બોલાવ્યાં છે, સખાએ... એમનાં અધૂરાં રહી ગયેલાં કાર્યો સંપૂર્ણ કરવા." અર્જુને કહ્યું. એને તો કર્મયોગની એ વાત આ ક્ષણે પણ સત્ય અને પ્રસ્તુત લાગતી હતી.

"પ્રિયે, સખા તો મળશે જ આપણને, પરંતુ એમણે આપણને આ રસ્તે બોલાવીને એમનાથી ન થઈ શકેલાં કાર્યો સંપૂર્ણ કરવાનો જાણે વગર બોલે આદેશ આપ્યો છે... મને શ્રદ્ધા છે કે સખા અહીં આ પ્રભાસક્ષેત્રની યાદવાસ્થળીમાં તો નહીં જ હોય... આ બધું જોઈને ઘણા વ્યથિત પણ થયા હશે એ, અને આસપાસના કોઈ મંદિરમાં કે વૃક્ષ નીચે જ મળી આવશે..."

"પણ ક્યારે?" દ્રૌપદીએ પૂછ્યું.

"જ્યારે એ ઇચ્છશે ત્યારે." અર્જુને કહ્યું સંપૂર્ણ શ્રદ્ધાથી અને સમર્પણથી. "એમની ઇચ્છા હશે ત્યારે સ્વયં આવી મળશે. અત્યારે તો આપણું કર્તવ્ય અગત્યનું છે. કર્તવ્ય સંપૂર્ણ થતાં જ પ્રભુ આવી મળે છે. એને સ્વયં આવવાની ફરજ પડે છે. જ્યારે કાર્ય સંનિષ્ઠતાથી અને સંપૂર્ણતઃ સમર્પિત થઈને કરવામાં આવે ત્યારે એનું ફળ મળ્યા વિના રહેતું નથી..."

"પાર્થ, કોણ જાણે કેમ, મને લાગે છે, કે સખા આપણી પ્રતીક્ષા કરી રહ્યા છે, આપણે સૌપ્રથમ એમની પાસે પહોંચવું જોઈએ."

"એ કદીયે કોઈની પ્રતીક્ષા નથી કરતા, પરંતુ આપણે જ્યાં સુધી એમના સુધી ન પહોંચીએ ત્યાં સુધી એને પ્રતીક્ષાનું નામ આપીએ છીએ. પ્રતીક્ષા તો આપણે કરીએ છીએ, એ બોલાવે એની, એ આપણને પોતાના સુધી આવવા દે એની... એ આપણને પોતાની પાસે લઈ જાય, પોતાની નિકટ લઈ આવે એની..."

અસ્થિઓ એકઠાં થઈને અર્જુનના ઉત્તરીયમાં બંધાઈ ગયાં હતાં.

"ચાલો દેવી..." અર્જુને કહ્યું.

"પરંતુ સખા?" દ્રૌપદી હજીયે અવઢવમાં હતી. હવે અહીંથી ત્રિવેણીસંગમ જવામાં વેડફાઈ જનારો સમય અને સખા સુધી પહોંચવામાં પડતા અંતરને દ્રૌપદીનું અંતર સ્વીકારી નહોતું શકતું. એનો જીવ ગભરાવા લાગ્યો હતો. એનું મસ્તિષ્ક ભમવા લાગ્યું હતું. આટઆટલી સ્વસ્થતા રાખવાના પ્રયાસ છતાં દ્રૌપદી ઉશ્કેરાઈ ગઈ હતી. ધીમે ધીમે ક્રોધિત થઈ રહી હતી, અર્જુનના આ સંભાષણ પર...

"તમે સખાને શોધો પાર્થ... હું એમને મળ્યા વિના જવાની નથી."

"એય તમને મળ્યા વિના નહીં જાય." અર્જુને કહ્યું સહજ સ્મિત સાથે... "નહીં તો, તમને આટલે દૂર સુધી બોલાવે? શાંત થઈ જાવ, પ્રિયે! સખા જરૂર મળશે!" પછી એણે અસ્થિની પોટલીવાળું ઉત્તરીય ખભે નાખીને ચાલવા માંડ્યું.

દ્રૌપદી જાણે પોતાના જ શરીરનો ભાર ઊંચકતી હોય એમ પાછળ ઘસડાઈ...

બંને ત્રિવેણીસંગમ તરફ આગળ વધી રહ્યાં હતાં...

કૃષ્ણની આંખો દૂર દૂર ક્ષિતિજમાં જાણે આવનારી પળને શોધી રહી હતી. એમના પ્રાણ અટકીને બેઠા હતા પ્રતીક્ષામાં. એ પ્રતીક્ષા કોની હતી? દ્રૌપદીની, અર્જુનની, રુક્મિણીની, રાધાની કે સ્વયં ભગવાન મહાકાળની, જે ક્યારનાય એમને પોતાની સાથે લઈ જવા અહીં-તહીં ચકરાઈ રહ્યા હતા. કૃષ્ણનું શરીર આખેઆખું મોરપિચ્છ બની રહ્યું હતું. વાંસળી મનોમસ્તિષ્કમાં જાણે વિદાયવેળાના અંતિમ સૂર છેડી રહી હતી. જવા માટે તૈયાર, તત્પર કૃષ્ણ હજીય જાણે શ્વાસને મુઠ્ઠીમાં પકડીને રાહ જોતા બેઠા હતા. શા માટે? એની કદાચ એમને પોતાનેય ખબર નહોતી. આખું જીવન ફક્ત બીજા માટે, પરમાર્થ માટે જીવી ગયેલો એક જીવ વિદાયવેળાએ કોણ જાણે પોતાને માટે શું ઝંખી રહ્યો હતો, શું શોધી રહ્યો હતો?

ત્રિવેણીસંગમની ભૂમિ મધ્યાહ્નના તાપે તપી ચૂકી હતી છતાં નદીકિનારાનો ઠંડો પવન એ તાપને એ મધ્યાહ્નના સૂરજની તીવ્ર ગરમીને સહ્ય બનાવતો

હતો. અવારનવાર વહી આવતા ઠંડા પવનની લહેરખીઓથી પીપળાનું ઝાડ હાલી ઊઠતું અને બંધ આંખે બેઠેલા કૃષ્ણ આંખો ખોલ્યા વગર જ જરાને પૂછતા, "જો તો ભાઈ, કોઈ દેખાય છે?"

પછી જરાના મૌનથી જ સમજી જતા કે જેમની એમને પ્રતીક્ષા છે એ સૌ અથવા એ કોઈ હજી સુધી આવ્યા નથી... "શું મારે પ્રિયજનોની વિદાય લીધા વિના જ પ્રયાણ કરવાનું છે?" કૃષ્ણના મનમાં એક વાર વિચાર આવ્યો પણ પછી તુરત જ એમના મને એમને ઉત્તર આપ્યો, "વિદાય તો થઈ ચૂકી, મારા જીવનની અતિ મહત્ત્વની પ્રિયતમ વ્યક્તિઓએ તો મને ક્યારનોય મુક્ત કરી દીધો છે. એમણે બાંધ્યો હોત તો કદીયે હું અહીં સુધી પહોંચી ન શક્યો હોત. એમણે ઉદાર ચિત્તે, ઉદાર ભાવે મુક્ત કર્યો મને અને એટલે જ અહીં, આ સ્થળે કોઈ ચિંતાઓ વગર, કોઈ બોજ વગર મનની કોઈ આંટીઘૂંટીઓ વગર બેઠો છું. મારી પ્રિયતમ વ્યક્તિઓને મળવાનો, એમની વિદાય લેવાનો સમય તો કદાચ ક્યારનોય નીકળી ગયો... હવે તો કોઈનીય પ્રતીક્ષા વિના મન અને હૃદયને સાવ રિક્ત કરીને મુક્તિની દિશામાં પાંખો ફેલાવવાની છે મારે..."

મનોમન ચાલતા આ સંવાદમાં કૃષ્ણ પોતાની જ જાતને કહી રહ્યા હતા જાણે, "પ્રતીક્ષા વ્યર્થ છે... રોજેરોજ પળેપળ કશાની પ્રતીક્ષામાં જીવવું એ જીવન નથી, ઝંખના છે. કશું પામવા, કશું મેળવવા માટે જીવતા જવું, એને બદલે... માત્ર જે આવે તેને સ્વીકારીને શ્વાસને જીવન માનીને શ્વસતા જવું એ વધુ જીવનપૂર્ણ છે, એ વધુ સત્ય છે... અને આ મારાથી વધુ કોણ જાણે છે? જે રોજ આજે એટલા માટે જીવે છે કે કાલ કંઈક થશે, કાલે પણ એટલા માટે જીવશે કે પરમ દિવસે કંઈક થશે, જે રોજેરોજ, આજે કાલને માટે જીવશે એ કદી જીવી નહીં શકે - કારણ કે જ્યારે આવશે ત્યારે આજ આવશે, અને જીવવું તેનું સદા કાલે હશે. કાલે પણ એમ જ થશે, પરમ દિવસે પણ એમ જ થશે, કારણ કે જ્યારે પણ સમય આવશે, એ આજની રીતે આવશે અને આ માણસ પાશમાં બંધાયેલા પશુની જેમ ભવિષ્ય દ્વારા ખેંચાયેલો કાલમાં જીવશે. એ કદી જીવી નહીં શકે. એની આખી જિંદગી અણજીવી - સાચા અર્થમાં જીવ્યા વગર વીતી જશે.

મરતી વખતે એ કહી શકશે કે મેં કેવળ જીવવાની કામના કરી, હું જીવવા નથી પામ્યો અને મરતી વખતે તેની સૌથી મોટી પીડા એ જ હશે કે હવે આગળ કોઈ ફળ નથી દેખાતું. બીજી કોઈ પીડા નથી. જો આગળ કોઈ ફળ તેને દેખાય, તો એ મોતને પણ સહન કરવા તૈયાર થઈ જશે. એટલા માટે મરતો માણસ પૂછે છે, પુનર્જન્મ છે? હું મરી તો નહીં જાઉં?"

અને ત્યારે એમને સ્મરણમાં આવ્યું પોતાનું જ કહેલું,

"નહિ પ્રપશ્યામિ મમાપનુધાયચ્છોકમૂચ્છોષણમિંદ્રિયાણામ્ ।
અવાપ્ય ભૂમાવસપત્નમૃદ્ધંરાજ્યં સુરાણામપિ ચાધિપત્યમ્ ॥"

આખી ભૂમિનું પૂર્ણ સમૃદ્ધિથી ભરેલું રાજ્ય અથવા સ્વર્ગનું પણ આધિપત્ય મળે તો પણ ઈંદ્રિયોને શોષણ કરનારો શોક દૂર થાય એવો ઉપાય હું દેખતો નથી.

"ઝંખનાઓથી મુક્ત થઈને જીવેલું આખુંય જીવન શું એક ડોળ માત્ર હતો?" કૃષ્ણને વિચાર આવ્યો. આ જીવનની ગણી શકાય એટલા શ્વાસ ઉપર ટકેલી અંતિમ પળોએ કઈ ઝંખના આટલી તીવ્ર થઈને એમના રોમેરોમમાં વ્યાપી રહી હતી...

ત્રિવેણીસંગમ દૂરથી દેખાવા લાગ્યો.

"ત્રણ દિશામાંથી આવતી ત્રણ નદીઓ હિરણ્ય, કપિલા અને સરસ્વતીના પ્રવાહો કેટલા સમર્પિત ભાવથી આવીને પોતાનું આટલું સંચિત, મીઠું જળ સમુદ્રમાં રેડી દેતી હતી. એક પણ પ્રશ્ન પૂછ્યા વિના પોતાના સમગ્ર અસ્તિત્વને સમુદ્રમાં ભેળવીને આટલા બધા મીઠા પાણીને ખારું થઈ જવા દઈને પણ આ નદીઓ સમુદ્રને મળવાની ઝંખના કેમ રોકી શકતી નથી?" દ્રૌપદીને વિચાર આવ્યો. "સ્ત્રીનું જીવન શું માત્ર એક દિશામાંથી બીજી દિશામાં નિશ્ચિત કિનારાઓ વચ્ચે વહ્યા કરવું એટલું જ છે? એણે અંતે પોતાનામાં રહેલી તમામ મીઠાશ, પોતાનામાં રહેલી તમામ ઝંખનાઓ, આકાંક્ષાઓ અને લાગણીઓને પુરુષમાં રેડી દઈને એના અસ્તિત્વ સાથે એકરૂપ થઈ જવાનું... શા માટે? શા માટે આ સ્ત્રીનું જીવન છે? એને કેમ મન નથી? અથવા મન છે તો એ વિશે ક્યારેય કેમ કોઈ પ્રશ્ન ઉદ્ભવતો નથી? અને જો ઉદ્ભવે છે તો એને વ્યક્ત કરવાની પણ કેમ રજા નથી એને?" દ્રૌપદીની આંખોમાં ઝળઝળિયાં આવી ગયાં. એની આંખો ત્રિવેણીસંગમના પટમાં વૃક્ષો હેઠળ અહીંતહીં ભટકતી હતી. એક એવું મુખ જોવા માટે એનું મન ઉદ્વેગથી તરફડતું હતું. જે મુખ એને માટે એના સમગ્ર જીવનનો પર્યાય હતું...

"મારું મન કેમ આમ ઉદ્વિગ્ન છે? સખાના આટઆટલા સંસર્ગ પછી પણ હું શા માટે, કયા કારણસર આમ વિચલિત થાઉં છું? જો એમણે બોલાવી છે મને, આટલે દૂરથી તો એ મારી પ્રતીક્ષા કરતા જ હશે, એવું કેમ નથી સ્વીકારતું મારું મન? હવે જ્યારે મિલન હાથવેંતમાં છે ત્યારે મન

કેમ આટલું ચંચળ, કેમ આટલું શંકાશીલ થઈ રહ્યું છે?" દ્રૌપદી શોકાતુર થઈને નદીઓના પટમાં ફેલાયેલી રેતી તરફ જોઈ રહી હતી. આથમતા મધ્યાહ્નનો સૂરજ નદીઓના જળ પર નર્તન કરી રહ્યો હતો. હિરણ્યનું પાણી જાણે સોનેરી રંગનું હોય એમ કલકલ કરતું વહી રહ્યું હતું. સરસ્વતીના પાંખા પ્રવાહમાં તળિયે બેઠેલા સફેદ અને કાળા ગોળ પથ્થરો આટલે દૂરથી પણ સ્પષ્ટ દેખાઈ રહ્યા હતા. કપિલાનો ધસમસતો પ્રવાહ જાણે કે દ્રૌપદીના મન સાથે હરીફાઈ કરતો હોય એમ ગાંડોતૂર થઈ ધસી રહ્યો. અચાનક અર્જુનની દૃષ્ટિ જરા પર પડી. એ એમના તરફ પીઠ કરીને હાથ જોડીને બેઠો હતો. જરાની બાજુમાં જ પીળું ઉત્તરીય દેખાઈ રહ્યું હતું. અર્જુને દ્રૌપદીનો હાથ પકડી એને નિઃશબ્દ ઘસડી... હવે દ્રૌપદી પણ એ ઉત્તરીય જોઈ શકતી હતી...

પટની રેતીમાં અડવાણા પગે દોડતી દ્રૌપદીના પગ દાઝતા હતા. એનું ઉત્તરીય પડી ગયું હતું. વાળ ફરફરાટ ખુલ્લા ઊડતા હતા. રેતીમાં પગ મૂકતાં અને ઉપાડતાં એને સારી એવી પીડા થતી હતી અને છતાં પડતી-આખડતી ઉફણાતા શ્વાસ સાથે દ્રૌપદી બેબાકળી થઈને દોડી રહી હતી, એ ઉત્તરીયની દિશામાં...

રસ્તામાં એક મોટી શિલા કોણ જાણે કેમ દ્રૌપદીએ જોઈ જ નહીં. એનું વસ્ત્ર પગના અંગૂઠામાં ભરાયું અને દ્રૌપદી અડબડિયું ખાઈને એ શિલા પર પડી. શિલા બરાબર દ્રૌપદીના કપાળની મધ્યમાં અથડાઈ. દ્રૌપદીના ચહેરા પર રક્તની ધારા થઈ... કપાળ પર થઈને રક્તની એ ધારા નાસિકા ઉપર થઈ ગળાની નીચે ઊતરવા લાગી. પ્રસ્વેદ અને રક્તમિશ્રિત થઈને દ્રૌપદીના મુખ ઉપર ફેલાવા લાગ્યું હતું. એ લૂછવા માટે દ્રૌપદીએ હાથ ફેલાવ્યા ત્યારે જ એને ધ્યાન આવ્યું કે એનું ઉત્તરીય તો ક્યારનુંય પાછળ પડી ગયું હતું!

એના બેધ્યાન ડગલાં ફક્ત પીપળાના વૃક્ષ તરફ ધસી રહ્યાં હતાં... એની આંખો માત્ર પીળા રંગના ઉત્તરીયના છેડાને જોઈ શકતી હતી. એના હોઠમાંથી અસ્ફુટ સ્વરે જાણે જાપ ચાલતો હતો... "હે ગોવિંદ, હે ગોપાલ... હે ગોવિંદ, હે ગોપાલ..."

પાછળ આવતા અર્જુને એક વાર વિચાર્યું કે એ દ્રૌપદીને રોકે પરંતુ એ જાણતો હતો કે ઉત્તરીયને આમ ધૂળમાં રગદોળાતું જોયા પછી દ્રૌપદી એક ક્ષણ પણ રોકાઈ નહીં શકે... અને એટલે જ એને રોકવી કે સંભાળવી વ્યર્થ છે

એમ માનીને અર્જુને એને જવા દીધી. એ જ્યારે શિલાને અથડાઈને પડી ત્યારે સ્વાભાવિક જ અર્જુનથી બૂમ પડાઈ ગઈ... "પાંચાલીઈઈઈઈઈ..."

પીપળાની નીચે બંધ આંખે કૃષ્ણ હસી પડ્યા. "મન પણ કેવી કેવી માયાજાળ રચે છે! જે નામની પ્રતીક્ષા છે, એ નામ પડઘાયા કરે છે ચોતરફ... ભણકારા જ હશે, બીજું શું?" કૃષ્ણએ વિચાર્યું.

એ જ વખતે જરાએ ઉતાવળા શ્વાસે કહ્યું, "પ્રભુ! એ લોકો આવી ગયા, પ્રભુ..." કૃષ્ણએ આંખો ખોલી.

"ખરે જ?" કૃષ્ણના મનમાં હજીયે અવઢવ હતી. "એ લોકો? એ લોકો એટલે કોણ?" કૃષ્ણને ફરી વિચાર આવ્યો. "મેં તો કંઈ કેટલાંય નામોને સાદ પાડ્યો છે. સૌથી પહેલો મારો સાદ કોને સંભળાયો હશે? કોણ આવી પહોંચ્યું હશે?..." અને એમણે પ્રયત્નપૂર્વક બેઠા થઈને પાછળ જોયું.

પડતી-આખડતી, ખુલ્લા વાળ સાથે રક્તની ધારાઓ વહેવડાવતી ઉત્તરીય વગરની દ્રૌપદી લગભગ કૃષ્ણની લગોલગ આવી પહોંચી હતી...

"સખા..." એણે લગભગ શ્વાસ થંભી જાય એવી ચીસ પાડી.

"મને હતું જ કે તમે આવશો. આ દેહ અંતિમસંસ્કાર વિના રઝળવા નહીં દે મારો મિત્ર, એવી શ્રદ્ધા હતી મને."

"અને હું? મને નથી બોલાવી તમે?"

"મારે માટે તમે અને ફાલ્ગુનિ ભિન્ન નથી, સખી... હું તમને બંનેને સાયુજ્યમાં સખ્યમાં જોઉં છું. તમે બંને એક છો મારે માટે, અદ્વિતીય. હું તમારે કારણે ફાલ્ગુનિને કે ફાલ્ગુનિને કારણે તમને વધુ સ્નેહ કરું છું એની મને જ જાણ નથી."

હવે દ્રૌપદી કૃષ્ણનાં ચરણો પાસે બેઠી હતી. એની આંખોમાંથી આંસુ વહી રહ્યાં હતાં. મુખ, ગળું અને છાતી સુધી રક્તની ધારાઓ પ્રસ્વેદ સાથે મિશ્રિત થઈને ફેલાઈ ગઈ હતી. મોઢામાંથી લાળ ટપકી રહી હતી. એ છાતી ફાડીને રડવા માંગતી હતી. કૃષ્ણના પગમાં વાગેલું તીર જોઈને એને વસ્તુસ્થિતિ સમજાઈ ગઈ હતી. હવે કેટલી ક્ષણોનું નૈકટ્ય બાકી રહ્યું છે, એ પણ એને સ્પષ્ટ થઈ ગયું હતું. એનું મન આ વહેતા સમયને જાણે થંભાવી દેવા, રોકી લેવા ઘાંઘું થઈ ગયું હતું...

"હું નહીં જવા દઉં તમને... તમે જઈ જ નહીં શકો..." દ્રૌપદીએ કહ્યું અને કૃષ્ણનો હાથ પોતાના હાથમાં લઈ લીધો.

"સખી, જવું તો માત્ર આપણી પરિભાષા છે અને હું ક્યાં જઈ રહ્યો છું? માત્ર એક વધુ પ્રયાણ તરફ ગતિ છે મારી... સમયાવધિ પૂરી થતાં પ્રયાણ નિશ્ચિત હોય છે સખી. તમે તો જાણો છો... અને છતાંય વ્યર્થ શબ્દો?"

"મારો સમય કેમ નથી આવ્યો? મારી અવધિ પણ પૂરી કરો."

"એ મારા હાથમાં ક્યાં છે સખી? સૌએ પોતાના સમયની પ્રતીક્ષા કરવાની હોય છે. મેંય કરી છે..."

અર્જુન હવે આવી લાગ્યો હતો. એ પણ કૃષ્ણના ચરણમાં મસ્તિષ્ક નમાવીને રડવા લાગ્યો, "અમે સાવ એકલાં... અધૂરાં થઈ જઈશું. તમારા વિના અમારા અસ્તિત્વનો કોઈ અર્થ નથી મધુસૂદન." એનું ગળું તરડાઈ રહ્યું હતું. કૃષ્ણના અંગૂઠામાંથી વહેતું રક્ત અર્જુનનાં આંસુથી ધોવાઈ રહ્યું હતું.

એક હાથ દ્રૌપદીના હાથમાં હતો, કૃષ્ણ બીજો હાથ લંબાવીને અર્જુનના વાળમાં ફેરવવા લાગ્યા. પછી હસ્યા અને આંખો મીંચી દીધી. ખૂબ પીડા થતી હોય એમ ધીમા અવાજે કહ્યું, "ફરી આખીય ગીતા કહેવાની શક્તિ નથી મારામાં ને સમય પણ નથી રહ્યો પાર્થ... ઊઠ, જાગ અને ધ્યેયપ્રાપ્તિની દિશામાં જો."

"ધ્યેય? હવે કયું ધ્યેય શેષ રહ્યું છે, પ્રભુ?"

"મુક્તિ! તારી અને સર્વેની... અન્ય ધ્યેયો તો ક્ષુલ્લક હતા, ક્ષણજીવી... સાચું ધ્યેય તો હવે તારી દૃષ્ટિ સમક્ષ આવ્યું છે. મુક્ત થઈ જા." પછી દ્રૌપદીના હાથમાંથી હાથ છોડાવી, બંને તરફ જોઈને હાથ જોડ્યા, "ને મુક્ત કરી દો મને. જ્યાં સુધી તમારું મન મારામાં રહેશે ત્યાં સુધી મારું મન મુક્ત નહીં થઈ શકે."

અર્જુને સહેજ ઊંચું જોયું, "પ્રભુ! તમે તો મુક્ત છો જ. નિર્ગુણ, નિઃસ્પૃહી, નિર્લેપ..."

"છતાં માનવ..." કૃષ્ણએ કહ્યું. "દેહના ધર્મોથી કોણ મુક્ત છે પાર્થ?"

"તમે પણ?" દ્રૌપદીએ પૂછ્યું. એની આંખોમાં કોઈ અપાર્થિવ ઝંખના હતી. એક એવો પ્રશ્ન હતો, જે પાંચાલ દેશમાં પહેલી વાર કૃષ્ણને જોઈ ષોડશી કૃષ્ણાની આંખોમાં તરવરી ઊઠ્યો હતો... એ પ્રશ્ન આજે પણ ત્યાં જ હતો.

"કૃષ્ણા!" કૃષ્ણના હોઠ પર આ સંબોધન સાંભળીને દ્રૌપદીના રોમરોમ જાણે તૃપ્ત થઈ ગયાં. અહીં, આ ક્ષણે જ દ્રૌપદીને પૃથ્વી ફાડીને અંદર ગર્ત થઈ જવાનું મન થયું. એનું જીવન, એનો જન્મ આ સંબોધન સાથે સફળ થઈ ગયો હતો...

અર્જુને દ્રૌપદીની સામે જોયું.

એની આંખોમાં એક મિત્રનો ભાવ હતો. એના મનોભાવોને જાણે એના જેટલી જ તીવ્રતાથી સમજતો હોય એમ અર્જુને એને ખભે હાથ મૂક્યો. પછી ઊભો થયો અને જાણે બંનેને એકલાં છોડી દેવાં હોય એમ કપિલા તરફ ચાલી નીકળ્યો...

"**પા**ર્થ..." દ્રૌપદીએ એને અટકાવવા એનું નામ લીધું. પણ જાણે સાંભળ્યું જ ના હોય એમ અર્જુન કપિલાના પટ તરફ સ્થિર સંયત પગલે ચાલતો રહ્યો...

"કૃષ્ણા..." કૃષ્ણએ ફરી કહ્યું. "ચાહવું એ પામવું નથી... અન્યના સુખની પ્રાર્થના કરવી, એને માટે પ્રયત્નશીલ રહેવું, એ પણ પ્રેમ જ છે."

"ના... એક સ્ત્રી માટે એ પ્રેમ નથી."

"હું સ્ત્રી નથી." અત્યારે પણ કૃષ્ણના ચહેરા પર એક વિનોદપૂર્ણ સ્મિત હતું.

"પણ હું છું... અને સંપૂર્ણ સ્ત્રી છું. અનેક પુરુષો માટે કામ્ય. મારા પતિઓ માટે સમર્પિત અને સંપૂર્ણ.. છતાંય કશુંક કેમ મારી અંદર બટકીને ખૂંચતું રહ્યું? શું અપૂર્ણ રહી ગયું કે જે આજે પણ પીડા આપે છે? કહો... કહો મને સખા.."

"કામ્ય! જેની કામના કરો તે કામ્ય. ખરું ને? પરંતુ તમે તો સતત-સહજ ભાવે મારી પાસે હતાં, મારી સાથે જ હતાં. હું તમારી કામના શું કામ કરું? તમારા સ્ત્રીત્વને મેં ક્યારેય સ્ત્રીત્વ તરીકે જોયું જ નથી. મારે માટે એ સ્વત્વ હતું, વ્યક્તિત્વ હતું... કદાચ, આપણી વચ્ચેનો સંબંધ બે વ્યક્તિઓ વચ્ચેનો સંબંધ છે. એકનો બીજા સાથેનો સંબંધ... એમાં સ્ત્રી-પુરુષના ભાવને સ્થાન જ નથી આપી શક્યાં કદાચ... આપણે બંને!"

"બંનેની વાત ન કરશો... તમે તમારા સુધી જ સીમિત રહીને ચર્ચા કરો.

મેં તમારી પાસે પ્રેમ માગ્યો હતો. તમને પ્રથમ વાર પાંચાલમાં જોયા ત્યારથી ફક્ત તમારી જ કામના કરી હતી... સ્વયંવરના સમયે પણ મેં મનોમન તમારા જ વિજયની પ્રાર્થના કરી પરંતુ તમે? તમે મને એક અપૂર્ણતાના જગતમાં તરફડવા માટે છોડી દીધી... એકલી!"

"તમે જ કહ્યું હતું ને? ત્વદિયમસ્તિ ગોવિંદ... એ અપૂર્ણતા કદાચ મેં જ આપી હશે તમને, અને તમે સંપૂર્ણ સ્વીકાર કર્યો હશે કદાચ, અને એટલે જ તમે જે ક્ષણે મને બધું સમર્પી દીધું ત્યારે એ અપૂર્ણતા પણ મારા સુધી આવી ગઈ..."

"તમે તો પૂર્ણ કહેવાઓ છો! પૂર્ણ પુરુષોત્તમ. તમારી પૂર્ણતાનાં તો દૃષ્ટાંત અપાય છે... એક પૂર્ણ પુરુષોત્તમ અપૂર્ણતાની વાત કઈ રીતે કરી શકે? સમગ્ર વિશ્વ હલબલી ઊઠશે, જો એમના આરાધ્ય, ઈશ્વરનો અવતાર મનાતા સમગ્ર જીવનને એક સંપૂર્ણતાથી જીવી ગયેલા દેવ અંતિમ પ્રયાણના સમયે અપૂર્ણતાનો સ્વીકાર કરશે તો..." એના અવાજમાં ક્યાંક અનિચ્છાએ તીક્ષ્ણતા ધસી આવી. એણે પોતાને સંભાળી લીધી, આંસુ લૂછ્યાં અને અવાજ સંયત કરવાનો પ્રયાસ કર્યો.

"સ્વીકાર તો મારો ધર્મ છે સખી. આપણે પૂર્ણતાની ચર્ચા કરીએ કે અપૂર્ણતાની... બંને, આમ જોવા જઈએ તો એક જ છે. જ્યાંથી અપૂર્ણતા પૂરી થાય છે, ત્યાંથી પૂર્ણતા શરૂ થાય છે અને જ્યાં પૂર્ણતા નથી પહોંચી શકતી એ તમામ અપૂર્ણ છે. જ્યાંથી પૂર્ણતા જુદી પડે છે ત્યાંથી અપૂર્ણતા શરૂ થાય છે. શબ્દોમાં વિરોધી છે. બંનેના અર્થ વિપરિત છે પરંતુ જીવનમાં જોવા જઈશું તો સમજાશે કે પૂર્ણતા જ અપૂર્ણતા બની જાય છે અને અપૂર્ણતા પૂર્ણતામાં બદલાય છે. આમ તો જીવન સમસ્ત વિરોધોનો સમાગમ છે. એક જ તત્ત્વનાં જુદાં જુદાં સ્વરૂપો આપણી દૃષ્ટિને દેખાય છે. તત્ત્વ એક જ છે સખી. એના અર્થ જુદા હોઈ શકે."

"શબ્દો... ફરી એક વાર શબ્દો. સખા, ક્યારેક તો શબ્દથી ઊર્ધ્વ જઈને માત્ર અર્થને સત્ય બનાવીને મારા સુધી આવવા દો... એ જ મારી મુક્તિ હશે સખા. મારી વેદનાઓ, મારી પીડાઓ, મારાં અપમાનો, મારાં સત્યો અને અસત્યો, એ તમામને માત્ર તમારા એક સ્વીકારથી પરમ શાંતિ મળશે."

"સ્વીકાર? મેં તો કદી કશું નકાર્યું જ નથી, સખી. મારા જીવનમાં એક છલવિહીન સ્વીકૃતિ છે."

"ના. તમે મને નથી સ્વીકારી, સખા."

હસી પડ્યા કૃષ્ણ, "સખી, કોઈ પોતે જ પોતાને કેવી રીતે સ્વીકારે? તમે તો મારા હોવાનો એક ભાગ છો. તમારી અપૂર્ણતાએ જ મને પૂર્ણતા આપી હોય એવું બને! આવી નાની-નાની અપૂર્ણતાઓ જ અંતે પૂર્ણતાને જન્મ આપતી હોય છે..."

"તમે મને પ્રેમ કર્યો છે કે નહીં, આ એક પ્રશ્ન મારા સ્ત્રીત્વને, મારા સમગ્ર અસ્તિત્વને છેક ઊંડે સુધી વલોવતો રહ્યો છે. શારડીની જેમ મેં જ્યારે જ્યારે એના વિશે વિચાર્યું ત્યારે મારા સમગ્ર અસ્તિત્વને છેદીને એ આરપાર નીકળતો રહ્યો છે. મને કહો, સખા. મને કહો... આજે નીતિને આપણી વચ્ચે લાવ્યા વિના, નૈતિકતાઓને એકાદ પળ માટે ભુલાવીને, હું તમારા મિત્રની પત્ની છું, એ ભૂલીને મને કહો કે તમે મને પ્રેમ કર્યો છે કે નહીં..."

"કર્યો છે... મેં તમને ખૂબ પ્રેમ કર્યો છે, પરંતુ મારે માટે પ્રેમનો અર્થ પત્નીત્વ કે પતિત્વ નથી. લગ્ન મારે માટે પ્રેમનું પરિણામ નથી. મારે માટે પ્રેમ એ કદીયે એક દિશામાં વહેતી બે કિનારા વચ્ચે બંધાયેલી પાણીની ધારા નથી. મારે માટે પ્રેમ સમગ્ર વિશ્વમાં પથરાયેલું, હવાની જેમ આપણા શ્વાસમાં અનિવાર્યપણે અવર-જવર કરતું અને પ્રાણવાયુની જેમ આપણા અસ્તિત્વ માટેનું અનિવાર્ય તત્ત્વ છે. બંધ મુઠ્ઠીમાં પણ એ છે જ અને બંધ ઓરડામાં પણ એ છે જ. એક પળ માટે પણ એના વિના સજીવનું અસ્તિત્વ નથી અને છતાં પળેપળ શ્વાસ લેતા સજીવને એના અસ્તિત્વની નોંધ લેવાની આવશ્યકતા પણ નથી... સખી, મારો પ્રેમ એ તમારા કુશળની પ્રાર્થના છે, તમારા મંગળની કામના છે, તમારા સ્વમાનની રક્ષા છે, તમારા સુખનો પ્રયત્ન છે, તમારી પ્રાર્થનાઓનો પ્રત્યુત્તર છે, તમારી ઈચ્છાઓને પૂર્ણ કરવાનો મારો સંનિષ્ઠ પ્રયાસ છે... સખી, તમને સ્પર્શવું એ જ પ્રેમ નથી મારે માટે. તમારી સાથે જીવવું એ પણ પ્રેમનો પર્યાય નથી મારે માટે... આપણે એક છત્ર નીચે જીવીએ તો જ પ્રેમ? મારે માટે પ્રેમ એ એક આકાશ નીચે ઊભા રહીને એ આકાશ તરફ જોઈને તમારા સ્મિતની કલ્પના કરવી, એ જ છે. સખી, મેં સતત અને સહજ ભાવે પ્રેમ કર્યો છે તમને. આ ક્ષણે પણ કરું છું અને એટલે જ કદાચ આ અપૂર્ણ રહી ગયેલા સંવાદની અપૂર્ણતાએ મને અટકાવી રાખ્યો હતો... પ્રેમ મારા દેહવિલય પછી પણ રહેશે. દેહ અને પ્રેમને જોડનારાઓ અપૂર્ણ છે... સાચા અર્થમાં દેહથી પ્રેમને જુદો પાડીને જુઓ સખી! તમે જે કૃષ્ણને પ્રેમ કરો છો અથવા જે કૃષ્ણને પ્રેમની અપૂર્ણતા અંગે ફરિયાદ કરો છો એ કૃષ્ણ, કોઈ દેહ નથી, એ કૃષ્ણ તો તમારી કલ્પનામાં જીવતો એક પ્રેમ છે, સ્વયં! તમે

તમારી કલ્પનાના કૃષ્ણને પ્રેમ કરો છો. તમે જે કૃષ્ણને પ્રેમ કરો છો એ રુક્મિણીનો પતિ નથી, દેવકીનો પુત્ર નથી, અર્જુનનો મિત્ર નથી, એ માત્ર તમારો કૃષ્ણ છે. એ તમારા સુધી જ સીમિત છે. તમે સમગ્રપણે એનામાં છો અને એ સંપૂર્ણપણે તમારો છે... સખી, તમે જે કૃષ્ણને પ્રેમ કરો છો એ કૃષ્ણ પણ તમને ખૂબ પ્રેમ કરે છે. શ્રદ્ધા રાખજો, તમે જે માંગ્યું છે એ તમારું જ હતું, તમારું જ છે અને એને તમારી પાસેથી કોઈ ક્યારેય નહીં લઈ શકે!"

"સખા!" દ્રૌપદી ભાવવિભોર નયને કૃષ્ણ સામે જોઈ રહી હતી. "તમને પામ્યાની આ ક્ષણ મારા જીવનની સૌથી ધન્ય ક્ષણ છે."

"તો? હવે? આજ્ઞા છે મને વિદાયની?"

"જશો?"

"હું ક્યાં આવ્યો હતો કે જાઉં? હું તો અહીં જ હતો અને અહીં જ રહીશ. પણ દેહ છોડતા પહેલાં આત્માએ કેટલાક દેહધર્મ પૂર્ણ કરવાના હોય છે. આ એમાંનો એક દેહધર્મ છે સખી. તમારું મન જો મારામાં બંધાયેલું રહેત, તો મારું મન મુક્ત થઈ શકત? અને, મન મુક્ત કર્યા વિના મારો આત્મા ક્યાં જાય? સખી, મારું ઉત્તરદાયિત્વ બને છે, તમારા પરત્વે... તમારા સ્નેહ પરત્વે..."

"મારો સ્નેહ તમને પાછા ખેંચી લાવશે, સખા. આ પૃથ્વી પર... ફરી એક વાર સદેહે મળીશ તમને..."

"આ મોહ છે, સખી."

"છે તો છે. મને તમારો મોહ છે, સખા, કારણ કે હું માનવ છું..."

"તે હુંય ક્યાં ઈશ્વર છું? એક તમે જ તો છો, જેણે મને ઈશ્વર નથી બનવા દીધો."

"સખા, શા માટે ગૂંચવો છો મને? કહો, હવે આ હાથ છૂટવાની વેળાએ મારી હસ્તરેખાઓ કઈ દિશામાં વળવાની છે?"

"તમારી હસ્તરેખાઓ પર તો પાંચ પાંચ નામો લખાયેલાં છે, સખી. દિશાઓ પણ ચાર છે. તમે તો, દિશાઓથી પણ વધુ દિશાઓમાં વહેંચાયેલાં છો... અને હવે શા માટે આ પ્રશ્નો પૂછીને મને પણ ગૂંચવો છો? શાંત થઈ જાવ... પ્રશ્નો અને ઉત્તરોના જગતની બહાર એક નિર્લેપ, નિર્ગુણ-નિરાકાર

શાંતિ વસે છે. આજે એ શાંતિએ મને નિમંત્ર્યો છે, કાલે તમારું નિમંત્રણ પણ આવી જ લાગશે."

"ક્યારે સખા? ક્યારે આવશે મારું નિમંત્રણ? હવે આ શરીરનો ભાર લાગે છે. જિવાયેલું જીવન પળેપળ વીંધે છે મને. સંબંધોની આરપાર જઈને ક્ષણોનાં છિદ્રોમાંથી પસાર થઈને, સમયને પેલે પાર જઈને જોવું છે, સ્વને, સ્વયંને..."

"સખી, હજી ઝંખનાઓ, હજી કામનાઓ... ક્યાંથી જશો તમે સમયને પેલે પાર? સમયને પેલે પાર જવા માટે તો હવાથીય હળવા થવું પડે. અહીં જ ઉતારવો પડશે ભાર સઘળો. હસ્તરેખાઓ ભૂંસી નાખવી પડશે. સ્મરણપટ પર અંકાયેલાં દૃશ્યો હળવે હાથે લૂછીને પાટી કોરી કરવી પડશે. ત્યારે સમય એના બાહુપાશ ફેલાવીને બોલાવશે તમને અને તમારી આંગળી પકડીને સ્વયં પોતાને પેલે પાર મૂકી આવશે તમને... આ પળે તો, હું જઈ રહ્યો છું. ક્ષણોનાં છિદ્રોને વીંધતો, એક વિશાળ તેજપુંજ તરફ, જે મારો જ અંશ છે અથવા હું એનો અંશ છું... આપણે સૌ એના અંશ છીએ અને એ તેજપુંજ એના નિશ્ચિત સમયે આપણને એનામાં સમાવી જ લે છે... સમાવી જ લેશે..."

"સખા! હું... હું... પાંચાલી, દ્રૌપદી, દ્રુપદપુત્રી, પાંડવપત્ની, કુરુકુળની વધૂ તમને મારા સ્નેહમાંથી, મારા મોહમાંથી, મારા ઉત્તરદાયિત્વમાંથી મુક્ત કરું છું અને સાથે જ હું પણ મુક્ત થાઉં છું..." રૂંધાયેલા ગળે એણે હવે કહ્યું, त्वदियमस्ति गोविन्द तुभ्यमेव समर्प्यते । આ વખતે કહેવાયેલા આ વાક્યમાં જાણે ખણખણિત સત્ય હતું. હિરણ્ય, કપિલા અને ત્રિવેણીસંગમની દસેય દિશાઓમાંથી આ વાક્ય ફરી-ફરીને, ફરી-ફરીને પડઘાતું રહ્યું...

...અને કૃષ્ણએ શાંતિથી આંખો મીંચી દીધી.

ત્યાં બેઠેલી દ્રૌપદી પણ આંખો બંધ કરી હળવા શ્વાસ લેતી જાણે ઈશ્વર-સ્મરણ કરતી હોય, એમ હોઠ ફફડાવતી રહી.

"ૐ પૂર્ણમદઃ પૂર્ણમિદં પૂર્ણાત્પૂર્ણ મુદચ્યતે ।
પૂર્ણસ્ય પૂર્ણમાદાય પૂર્ણમેવાવશિષ્યતે ॥"

કપિલાના પ્રવાહને ધસમસતો સમુદ્ર તરફ જઈ રહેલો જોઈને અર્જુનના મનમાં એક વિચાર આવ્યો, "કેટકેટલી લાંબી યાત્રા કરીને આવેલી આ નદી

કેટકેટલા સંશયો અને કેટકેટલા પ્રશ્નો એના પ્રવાહ સાથે લાવે છે. એનો લાંબો પથ કેટલા વળાંકો અને કેટલા ઉતાર-ચઢાવથી ભરેલો હોય છે, પરંતુ સમુદ્રની નિકટ આવતાં જ એ શાંત થઈ જાય છે. એના સઘળા સંશયો, એના સઘળા પ્રશ્નો જાણે ઉત્તર પામીને નિર્મૂળ થઈ જાય છે.

દ્રૌપદી પણ અત્યારે જે મનઃસ્થિતિમાં બેઠી છે, એમાં એના તમામ સંશયો જાણે ઉત્તર પામીને નિર્મૂળ થઈ ગયા છે. એના મુખ પર દિવ્ય શાંતિ ઝળહળી રહી છે. સખા એ જેમ મને કુરુક્ષેત્રના યુદ્ધની પહેલાં તમામ ઉત્તરો આપીને શાંત, સંયત અને સ્પષ્ટ કરી નાખ્યો હતો, એમ જ દ્રૌપદી પણ અત્યારે તદ્દન શાંત અને સ્વસ્થ દેખાય છે. સંશય નિર્મૂળ કરવો એ તો જાણે સખાનો પરમ ધર્મ છે. વ્યક્તિને એક સૂર્યોદય દેખાડનાર આ મહાબુદ્ધિશાળી, મહાજ્ઞાની પુરુષ હવે નહીં હોય એ વાત જ મને વિચલિત કરી મૂકે છે... હવે કોણ આપશે મારા સંશયોના ઉત્તરો? હવે કોણ શાંત કરશે મને? હું જ્યારે જ્યારે અવસાદમાં, દુઃખમાં કે અશાંતિમાં તરફડતો હોઈશ, ત્યારે કોણ મારા ખભે હાથ મૂકીને કહેશે..."

પછી એને જાણે કૃષ્ણ સ્વયં કહેતાં હોય એમ હૃદયમાંથી જ ઉત્તર મળ્યો,

"ઉદ્ધરેદાત્માનાત્માનં નાત્માનમવસાદયેત્ ।
આત્મૈવ હ્યાત્મનો બંધુરાત્મૈવ રિપુરાત્મનઃ ॥"

"મનુષ્યે પોતાની મેળે જ પોતાનો ઉદ્ધાર કરવો, પોતાના આત્માને કદી અવસાદ થવા દેવો નહિ, કારણ પ્રત્યેક મનુષ્ય પોતે પોતાનો બંધુ એટલે મદદ કરનાર છે, અને પોતે જ પોતાનો શત્રુ છે."

અર્જુને કૃષ્ણની દિશામાં ચાલવા માંડ્યું.

દ્રૌપદી અને કૃષ્ણ બંને મીંચેલી આંખે બેઠાં હતાં.

પરમ શાંતિ હતી બંનેના મુખ પર. જાણે એક ભયાવહ તોફાન આવીને સહેજ પણ હાનિ કર્યા વિના પસાર થઈ ગયું હોય, એવી શાતા હતી બંનેના મુખ ઉપર... અર્જુન પણ ત્યાં પહોંચીને શાંત થઈને બેસી ગયો હતો. એણે આંખો મીંચી લીધી અને કૃષ્ણનાં ચરણ પર પોતાનો હાથ ફેરવવા લાગ્યો.

જેમ જેમ અર્જુનનો હાથ ફરતો એમ જાણે પીડાથી મુક્તિ થતી હોય એમ કૃષ્ણના મુખ પર ધીરે ધીરે વધુ ને વધુ શાંતિ, વધુ ને વધુ નિરાંત દેખાતી હતી.

અને છતાં, કૃષ્ણની ભીતર કશુંક હજીય વલવલી રહ્યું હતું.

હજી કોણ બાંધતું હતું એમને? કોના સંશયે એમના અંતિમ પ્રયાણમાં વિઘ્ન પડી રહ્યું હતું? કોને પ્રતીક્ષિત હતા, એવા ઉત્તરો જેના પ્રશ્નો હજી પુછાવાના બાકી હતા.

રુક્મિણી જ્યારે સોમનાથના નૌકાતટે ઊતરી ત્યારે અર્જુનની નૌકા જોઈને એને સ્પષ્ટ થઈ ગયું કે દ્રૌપદી અને અર્જુન શ્રીકૃષ્ણની દિશામાં જ ગયાં હશે.

એ દિશા કઈ હશે, એ વિશે એને સહેજેય કલ્પના ન હતી.

કૃષ્ણએ એને યાદવોના અંત વિશે પ્રભાસક્ષેત્રમાં બનનારા પ્રસંગથી જ્ઞાત કરી હતી પરંતુ એ પ્રસંગ કેટલો ભયાવહ અને આતતાયી હશે, એ વિશે એને કલ્પના નહોતી.

સોમનાથના મંદિરથી પ્રભાસક્ષેત્ર તરફ ઉતાવળે પગલે દોડતી રુક્મિણીને યાદવોનાં શબો તો ના દેખાયાં... પરંતુ, ઠેર-ઠેર સળગી ગયેલી ચિતાઓ, યાદવોનાં અલંકારો, વસ્ત્રો, એઠાં વાસણો, રથો અને શસ્ત્રો જોઈને એને પ્રસંગની ભયાવહતા કળાવા લાગી.

એનું હૃદય ફફડી ઊઠ્યું. સાવ કોમળ હૃદય ધરાવતા પોતાના સ્વામીએ આ બધું કઈ રીતે સહ્યું હશે? એ વિચારતાં રુક્મિણીની આંખમાં આંસુ આવી ગયાં. એ જાણતી હતી કે કૃષ્ણને બીજાની પીડા પણ સતત પોતાની લાગતી. એ સાવ અજાણ્યાની પીડામાં પણ સહભાગી થતા.

"આજે એમના પોતાના ભાઈ-ભાંડુઓ, પુત્રો-પૌત્રો અને સ્નેહીઓનાં શબો જોઈને સ્નેહીઓને પોતાની દૃષ્ટિ સમક્ષ એક એક કરીને કાળનો કોળિયો થતા જોતી વખતે મારા સ્વામી સાવ એકલા જ હતા. કેમ કરીને આ પીડા સહી હશે એમણે?" રુક્મિણીને રહી રહીને આ વિચાર વિચલિત કરી રહ્યો હતો.

"આ તો સાત્યકિનો હાર છે... હું ઓળખું છું એને." દારુકે કહ્યું. પછી રક્તરંજિત ઉત્તરીય ઉપાડીને કહ્યું, "આ તો કૃતવર્મા." પછી અનિરુદ્ધ, ચારુદેષ્ણ, પ્રદ્યુમ્ન, અનુજ, ગદ તથા બીજા કેટલાય યાદવોનાં વસ્ત્રો અને અલંકારો ઓળખી બતાવ્યાં. કોઈકનાં મુગુટ, કોઈકના ગળાના હાર, કોઈના

બાજુબંધ તો કોઈકના રક્તરંજિત ઉત્તરીય ચારે તરફ વિખરાયેલાં પડ્યાં હતા. દારુક એક એકને ઉપાડીને હૃદયદ્રાવક વિલાપ કરતો સૌને યાદ કરી રહ્યો હતો.

વિચલિત થયેલી રુક્મિણી એ વસ્ત્રો-અલંકારોની વચ્ચે વૈજયંતી અને પીતાંબર શોધી રહી હતી. મનોમન ઇચ્છતી હતી કે એને ન જ જડે...

અને છતાં, એક એક વસ્ત્ર, એક એક અલંકાર એને જાણે આત્મા સુધી વીંધીને નિશ્ચેટ કરી નાખતું હતું.

મતિભ્રષ્ટ થયેલા વ્યક્તિની જેમ આમતેમ દોડી રહેલો દારુક અચાનક્ જ જમીન પર બેસી ગયો. એણે ત્યાં પડેલી એક પાદુકા ઉપાડી. ચંદન કાષ્ટની બનેલી એ ઝીણી ઝીણી કોતરણીવાળી સુંદર પાદુકા જોઈને રુક્મિણીથી ચીસ પડાઈ ગઈ... "નાથ..." દોડીને રુક્મિણી એ પાદુકા પાસે પહોંચી. એણે એ પાદુકા હાથમાં લીધી, છાતીસરસી ચાંપી, આંખ પર, માથા પર લગાડી...

અને પછી આસપાસ બીજી પાદુકા માટે દૃષ્ટિ ફેરવી. દૂર દૂર સુધી ક્યાંય બીજી પાદુકા દેખાતી નહોતી.

અમંગળ શંકાઓથી રુક્મિણીનું મન ક્ષુબ્ધ થઈ ગયું. એને જાતજાતનાં ભયાવહ દૃશ્યો દૃષ્ટિ સમક્ષ દેખાવા લાગ્યાં. આ ક્ષણ સુધી એણે જે નહોતું કલ્પ્યું, એ બધું જ એની કલ્પનામાં સજીવ થવા લાગ્યું.

"નાથ! કેટલી પીડા પામ્યા હશો? શું આ પાદુકા પણ... યાદવોનાં વસ્ત્ર-અલંકારોની જેમ જ..."

"મા, આ રહી... આ રહી બીજી પાદુકા..."

રુક્મિણીએ કંપતા હાથે એ પાદુકા હાથમાં લીધી. પાદુકાનો અગ્ર ભાગ રક્તરંજિત હતો. રુક્મિણીએ એ પાદુકાને પણ છાતીસરસી ચાંપી.

"નાથ, મને લઈને ગયા હોત તો? તમારી તમામ પીડાઓને હું મારા ઉપર લઈ લેત. તમારા સુધી કોઈ પીડા, કોઈ દુઃખની છાયા સુધ્ધાં ન આવવા દેત."

"શું થયું હશે? કેમ થયું હશે? કોણે કર્યું હશે?"ના ધ્રુજાવી રાખનારા પ્રશ્નો રુક્મિણીના અસ્તિત્વને તીક્ષ્ણ બાણ બનીને વીંધી રહ્યા હતા. એની આંખોમાંથી ચોધાર આંસુ વહી રહ્યાં હતાં. રક્તરંજિત પાદુકા ઉપર એ આંસુનો અભિષેક થતો હતો અને કૃષ્ણની એ પાદુકા ઉપર લાગેલું રક્ત હળવેહળવે ધોવાઈ રહ્યું હતું...

"ક્યાં ગયા હશે નાથ? કઈ દિશામાં? ક્યાં શોધું એમને?" રુક્મિણી વિહ્વળ થઈ ગઈ હતી. દારુકે હળવેકથી એનો હાથ પકડીને એને ઊભી કરી. રુક્મિણી હજીયે પાદુકાને પોતાના બે હાથે પકડીને છાતીસરસી ચાંપી, જાણે મૂર્તિ હોય, એમ શૂન્યમાં તાકતી અન્યમનસ્ક શી ડગલાં ભરી રહી હતી. એનો હાથ પકડીને આગળ-આગળ ચાલતો દારુક નીચે પડેલાં રક્તનાં ટીપાંથી પોતાની દિશા શોધતો હતો.

બીજી પાદુકા જ્યાંથી મળી, ત્યાં રક્તનું એક નાનકડું વર્તુળ બની ગયું હતું. પીડાગ્રસ્ત પગલાં ત્યાંથી ખૂબ ધીમે લંઘાતાં આગળ વધ્યાં હશે, એવું દારુકને રક્તનાં ટીપાં જોતાં સમજાતું હતું.

"પરંતુ, સ્વામીએ સ્વયંને ઈજા પહોંચાડી હશે?" દારુકને વિચાર આવ્યો. બાકી ભીષણ રક્તપાતની વચ્ચે પણ કુરુક્ષેત્રના યુદ્ધમાં કૃષ્ણને એક શસ્ત્ર સરખું સ્પર્શી નહોતું શક્યું, એ ચમત્કાર દારુકે જાતે અનુભવ્યો હતો.

"કોણ હશે, જેણે મારા સ્વામીને આટલી પીડા આપી? મારી દૃષ્ટિ સમક્ષ આવે તો, ટુકડા કરી નાખું." દારુક ક્રોધમાં કંપી રહ્યો હતો. રુક્મિણીનો હાથ પકડી ધીમે ધીમે એને રક્તનાં ટીપાંને જોતો માર્ગ શોધી રહ્યો હતો.

"મા, જરાય ચિંતિત ન થશો. સ્વામી જ્યાં હશે ત્યાં ક્ષેમકુશળ હશે." ભરાયેલા ગળે અને આંસુ નીતરતી આંખે રુક્મિણીએ કહ્યું, "એ તો રક્તરંજિત પાદુકા જોઈને જ માની શકાય એમ છે. શા માટે ઠાલાં આશ્વાસનો આપો છો, દારુક? પ્રભુએ તો દ્વારિકાથી વિદાય લેતી વેળાએ જ મને કહ્યું હતું કે દેહધર્મનું કાર્ય પૂર્ણ થયું છે... એમણે તો ક્યારનોય દેહ ત્યાગી દીધો હશે. મોહ વિનાના તદ્દન નિઃસ્પૃહ એવા મારા સ્વામી ક્યાં કોઈની પ્રતીક્ષામાં કે જિજીવિષામાં દેહમાં બંધાઈને હજીયે શ્વાસ લેતા હશે, એમ માનવું જ આપણી અલ્પબુદ્ધિ છે, દારુક!"

"મા, સ્વામી એમ જઈ શકે જ નહીં."

"એ તો દ્વારિકાથી નીકળ્યા ત્યારે વિદાય લઈ ચૂક્યા હતા. જવામાં એમણે તો માત્ર સમાધિ લેવાની અને એમના પ્રાણને બ્રહ્મમાં વિલીન કરી નાખવાનો. કેટલું સરળ! કેટલું હળવું કાર્ય હતું એમના માટે! તને શું લાગે છે, દારુક? એ પીડાને ઘૂંટડે ઘૂંટડે પીતા વિદાયની ક્ષણોને લંબાવતા શા માટે પ્રતીક્ષા કરે? એને તો પરમ બ્રહ્મમાં વિલીન થવા માટે તાલાવેલી હશે..." અને પછી, સાવ ખાલી અવાજે આહત થઈને કહ્યું, "એટલે તો મને એકલી મૂકીને ચાલી આવ્યા... સપ્તપદીના ફેરા ફરતી વખતે મારો હાથ સાહીને એમણે કહ્યું હતું, 'નેતિ ચરામિ' શું થયું એ વચનનું? મોક્ષના રસ્તે એકલા

જ ચાલી ગયા મારા સ્વામીનાથ. મને અહીં એમના વિયોગમાં મૂકીને, એકલી પીડા ભોગવવા શા માટે છોડી ગયા એ, કહે દારુક, કહે. શું હું મોક્ષના માર્ગે એમની સાથે ચાલી શકવા સક્ષમ ન હતી?"

"શા માટે તમારા આત્માને પીડો છો મા? મારા સ્વામી ક્યારેય પોતાનું ઉત્તરદાયિત્વ પૂરું કર્યા વિના જાય નહીં. તમારા મનમાં ઊઠતા સંશયો સ્પષ્ટ કરે છે કે હજીય તમારે પ્રભુને એક વાર મળવાનું છે. મારા સ્વામી તમારા મનના સઘળા સંશયોને શાંત કરીને તમને મુક્તિનો માર્ગ ચીંધ્યા વિના પોતે મુક્ત થઈ જાય, એટલા સ્વાર્થી નથી... મારું માનો મા. ઝટ પગ ઉપાડો. આ રક્તનાં ટીપાં આપણને મારા સ્વામીની પીડાની દિશામાં લઈ જાય છે."

"ખરે જ, દારુક. મારાથી વધારે તો તેં ઓળખ્યા એમને. એમના માટેની આ રાવ મારા મનમાં ઉદ્‌ભવી એનો અર્થ જ એમ થાય કે એ હજીયે મને ઉત્તર આપવા ક્યાંક મારી પ્રતીક્ષા કરી રહ્યા છે. જો ખરે જ, એમણે પ્રયાણ કર્યું હોત તો મારા મનમાં સર્વ પીડાઓ, સર્વ સંશયો અને સર્વ કોઈ આવતા-જતા વિચારોને ભૂંસીને એમણે મારું મન મુક્ત અને શાંત કરી નાખ્યું હોત. કદાચ એ જ મને મળવા પ્રતીક્ષા કરી રહ્યા છે... ચાલ, દારુક. મને અને મારા સ્વામીને છેટું પડી રહ્યું છે."

અત્યાર સુધી જાણે પથ્થરના પગ હોય એમ ડગલાં ભરતી રુક્મિણી અચાનક જ હરણફાળે ચાલવા માંડી. એને જાણે સામેની તરફથી આવતા પવનોમાં કૃષ્ણની સુગંધ આવતી હોય એમ રક્તનાં ટીપાં પણ જોવાની પ્રતીક્ષા કર્યા વિના એ આંધાધૂંધ ત્રિવેણીસંગમની દિશામાં દોડવા લાગી.

કેમ જાણે એને શ્રીકૃષ્ણનો સાદ સંભળાતો હોય એમ એણે વાયુને બૂમ પાડીને કહ્યું, "થોભજો, નાથ! હું ઝાઝી દૂર નથી... તમારી દિશામાં જ છું હું... બસ, ક્ષણભરમાં પહોંચીશ હું. થોભજો, નાથ!"

કપિલા નદી પર એના પ્રવાહની સાથે ઊભરાઈ આવેલું એક મુખ જાણે કૃષ્ણને પોતાની જળસભર આંખોથી કહી રહ્યું હતું : "હજી તો ઘણું પૂછવાનું છે, ઘણું કહેવાનું છે, નાથ! એમ લાગે છે કે આટલાં વર્ષોના આપણા સહવાસ દરમિયાન જાણે આપણે કોઈ વાત જ નથી કરી. સમયનો સાદ પડ્યો અને તમે પ્રયાણ આદર્યું ત્યારે જાણે મને અચાનક સમજાયું કે મારે તમને કંઈ કેટલુંય કહેવાનું છે... તમારી પાસેથી કંઈ કેટલુંય સાંભળવાનું છે... આપણો સંવાદ હજીય અધૂરો છે, નાથ. થોભજો..."

કૃષ્ણએ અચાનક આંખો ખોલીને એમના મુખ ઉપર પથરાયેલા વિસ્મય મિશ્રિત પ્રતીક્ષાના ભાવ જોઈને દ્રૌપદીએ કહ્યું, “સખા, હજી કોઈ આવવાનું છે? કોની પ્રતીક્ષા છે તમારા હૃદયમાં?”

“સખી, પ્રતીક્ષા નથી. પીડા છે. આ કોઈની પીડા મારી ભીતર ઊતરીને મને વીંધી રહી છે અને એ એટલી તીવ્ર છે કે એને શાંત કર્યા વિના હું જઈ નહીં શકું.”

“સખા, કોણ છે એ? આમ તો, તમારા જવાની પીડા સૌને છે. તમારા ઉપર અમે એટલા તો આધારિત છીએ કે તમે નહીં હો, એ કલ્પના માત્ર જ વીંધી નાખનારી છે. અમારા સુખ અને દુઃખમાં તમારું હોવું અનિવાર્ય બની ગયું છે સખા... પરંતુ આ કોણ છે, જેની પીડા એટલી તીવ્ર છે કે તમારા આત્માને બેડીઓ બાંધીને હજીયે રોકી શકી છે.”

“કોણ હોઈ શકે, સખી? મારી અર્ધાંગિની. મારી સ્મરણમાં વિચલિત છે. હું દ્વારિકાથી નીકળ્યો ત્યારે પણ એણે આપેલી વિદાય, પૂર્ણ વિદાય નહોતી. એની દૃષ્ટિમાં મને ન જવા દેવાનો સંપૂર્ણ અનુનય હતો. એ હજીય મને બાંધી રહી છે. રહી રહીને એનું મુખ મારી સ્મરણમાં આવે છે. એની સજળ આંખો, એના લંબાતા હાથ, એના કાંપતા હોઠ અને ભાલ પર પડેલી કરચલીઓ, કંપતી ભ્રૂકુટિની સાથે જાણે કશું કહેવા તત્પર છે... મારી સ્મરણમાં આવતું એનું મુખ શાંત નથી. એનો અર્થ છે કે, એ પણ શાંત નથી...”

“અમે દ્વારિકા ગયા ત્યારે...”

“તમે દ્વારિકાથી આવ્યા? તો રુક્મિણી તમારી સાથે કેમ ન આવ્યાં? સત્યભામાએ હઠ ન કરી તમારી સાથે આવવા?”

“એટલો સમય જ નહોતો સખા. હું સ્વયં મારા પ્રાણ મુઠ્ઠીમાં પકડીને અહીં પહોંચી છું.”

“એ આવશે દ્રૌપદી. રુક્મિણી વિદુષી સ્ત્રી છે. શાસ્ત્રો સમજે છે. ખૂબ સંવેદનશીલ છે અને એટલે જ જાણે છે કે એમનું મન જો મારામાં પરોવાયેલું હશે તો હું શાંત મને નિશ્ચિંત થઈને પ્રયાણ નહીં કરી શકું... એ જરૂર આવશે. પોતે મુક્ત થવા આવશે અને પોતે મુક્ત થઈને મને મુક્ત કરી જશે. એ જરૂર આવશે...”

રુક્મિણી ત્રિવેણીસંગમની નજીક પહોંચી. એણે દૂરથી દ્રૌપદીને કૃષ્ણનાં ચરણમાં બેઠેલાં જોયાં. પાસે હાથ જોડીને ડઘાયેલો મૂંગોમંતર થઈ ગયેલો જરા પણ જોયો. એ આશ્ચર્યચકિત હતો કે, "આ કેવો મનુષ્ય છે, જેને બધી જ ખબર છે. મેં તો ચતુર્ભુજ સ્વરૂપ જોયું છે એનું. આ સૌ જે એમની પાસે રડી રહ્યાં છે, એ સૌને એના ઈશ્વરપણાની ખબર નહીં હોય?"

હજી તો જરા દ્રૌપદી અને અર્જુનના આગમનને સમજે એ પહેલાં રુક્મિણી અંધાધૂંધ દોડતી આવીને શ્રીકૃષ્ણનાં ચરણોમાં પડી. એના આખાય મુખ પર પ્રસ્વેદનાં ઝીણાં ઝીણાં ટીપાં બાઝ્યાં હતાં ખરે જ, જેવું વર્ણન કૃષ્ણએ કર્યું હતું, એવી જ છબી હતી રુક્મિણીની! એની દૃષ્ટિમાં કૃષ્ણને ન જવા દેવાનો સંપૂર્ણ અનુનય હતો. એ હજીય એમને બાંધવા માગતી હતી. રહી રહીને એનું મુખ મ્લાન પડી જતું હતું. એની સજળ આંખો, એના લંબાતા હાથ, એના કાંપતા હોઠ અને ભાલ પર પડેલી કરચલીઓ, કંપતી ભ્રકૃટિની સાથે જાણે કશું કહેવા તત્પર હતી એ... અત્યંત અશાંત અને વિચલિત હતી રુક્મિણી.

આવીને કૃષ્ણના ચરણમાં એણે મસ્તક નમાવ્યું. પ્રસ્વેદના કારણે એનું સૌભાગ્યચિહ્‌ન રેલાઈ ગયું હતું. કોરા કંકુનો એનો ચાંલ્લો આખાય કપાળ પર ફેલાઈને લાલચોળ રંગે કપાળને રંગી રહ્યો હતો.

જેવું એણે ચરણમાં મસ્તક નમાવ્યું કે શ્રીકૃષ્ણના રક્ત સાથે ભળીને એ કુમકુમ વધુ લાલ થઈ ગયું...

"આ શું થઈ ગયું નાથ? આ કેમ થઈ ગયું? શા માટે નાથ? શા માટે તમે આ..."

"પ્રિયે, મેં તો તમને દ્વારિકાથી પ્રયાણ કરવાના સમયે જ કહ્યું હતું કે, સહજીવનનો સમય પૂરો થયો. તમે મને વિદાય તો આપી પણ પૂરેપૂરા મનથી નહીં. ક્યાંક, કશેક મને ન જવા દેવાની, મને બાંધી રાખવાની વૃત્તિ એમની એમ હશે. અને, એટલે જ આજે, હું તમારી પ્રતીક્ષા કરતો અહીં બેઠો છું અને તમારે અહીં સુધી આવવું પડ્યું. મને વિદાય આપવા." કૃષ્ણએ સ્મિત કરીને કહ્યું. પછી ઈશારાથી રુક્મિણીને નિકટ બોલાવી. રુક્મિણી નિકટ આવી. કૃષ્ણએ અત્યંત બળપૂર્વક પોતાનો હાથ ઊંચો કરીને એના ગાલ પર મૂક્યો.

"પ્રિયે, આ અશ્રુ લુછી નાખો. તમે તો ક્ષત્રિયની પુત્રી છો. પતિના પ્રયાણવેળાએ આંસુ સારો તો તમારું રાજવંશીપણું લાજે. પતિને તો હસતા

મુખે અત્યંત વીરતાપૂર્વક વિદાય આપવી, એ ક્ષાત્રધર્મ છે."

"એ તો પતિ યુદ્ધમાં જતો હોય ત્યારે. આ ક્યાં યુદ્ધ છે પ્રભુ?"

"આ પણ યુદ્ધ જ છે પ્રિયે. જીવન અને મરણ વચ્ચેનું યુદ્ધ. માનવદેહ ન જવા માટે ટળવળી રહ્યો છે અને બ્રહ્માંડ આત્માને પોતાના તરફ ખેંચી રહ્યું છે. તમે હસતા મુખે વિદાય નહીં આપો તો કેમ જઈ શકીશ હું?"

"નાથ! યુદ્ધમાં જનારો પતિ ક્યારેક તો પાછો આવતો હોય છે અને પત્નીને વિજયયાત્રાને પોંખવાનું સૌભાગ્ય મળતું હોય છે. અહીં તો..." રુક્મિણીનું ગળું રૂંધાઈ ગયું. એ આગળ ના બોલી શકી.

સૂર્ય મધ્યાહ્નનમાંથી ધીમે ધીમે પશ્ચિમ તરફ ખસી રહ્યો હતો. તમ્ર કિરણો સહેજ કૂણાં પડીને હવે ત્રાંસાં બન્યાં હતાં. ઝાડ નીચે બેઠેલા સર્વેના પડછાયા લંબાઈ રહ્યા હતા. જાણે વ્યક્તિઓ કરતાં એમના પડછાયા મોટા હતા...

ઇતિહાસ પણ આ વ્યક્તિઓ કરતાં એમના પડછાયાઓને મોટા આંકવાનો હતો. એ જાણતો હોય એમ સૂર્ય ખૂબ ધીમે, ખૂબ મંથર ગતિએ, પરંતુ પશ્ચિમ તરફ જતાં જતાં આ સર્વેને જોઈ રહ્યો હતો.

નદીઓનાં જળ થોડાંક પીળાશ પડતાં લાગતાં હતાં.

પીપળાનાં પાનમાંથી ચળાઈને આવતો સૂરજનો તડકો સહેજ સહ્ય અને સોનલવર્ણો બન્યો હતો.

કૃષ્ણએ એક દૃષ્ટિ આથમતા સૂર્ય તરફ નાખી. જાણે હવે પોતાનો આથમવાનો સમય પણ નિકટ આવ્યો હોય એમ ઊંડો શ્વાસ લઈ રુક્મિણી સાથેની ચર્ચા આગળ વધારી.

"**અ**હીં તો શું પ્રિયે? તમે તો વિદુષી છો. શાસ્ત્રો જાણો છો. માનવદેહની નશ્વરતાથી જ્ઞાત છો તમે અને એ પછી પણ... આપણો સંબંધ તો બે આત્માઓનો સંબંધ હતો."

"હતો? પ્રભુ! એટલે આ સંબંધ પૂરો થયો?"

"દેહ સાથે બધા સંબંધો જ પૂરા થતા હોય છે. દેહના જવા સાથે પિતૃતર્પણ કરીને શ્રાદ્ધની ક્રિયા કરવાનું કારણ જ એ છે કે, દેહમાંથી નીકળેલો આત્મા દેહ સાથે જોડાયેલા મોહ, માયા અને બંધનો ત્યાગીને મુક્ત રીતે પ્રયાણ કરી શકે. પ્રિયા, મારો આ દેહ જેને સૌ 'કૃષ્ણ'ના નામે ઓળખે છે, એમાંથી આત્માનું તત્ત્વ નીકળી ગયા પછી આ દેહ લાકડાના ટુકડા કે માટીના ઢગલાથી વિશેષ શું રહી જવાનો? જે મુખને તમે 'કૃષ્ણ' કહો છો, જેને તમે ખૂબ પ્રેમ કર્યો છે. એ મુખ શ્વાસોચ્છ્વાસ ચાલે છે ત્યાં સુધી તેજસ્વી છે, સુંદર છે, જીવિત છે પરંતુ, એક વાર આત્મા દેહધર્મ છોડીને બહાર નીકળી જાય પછી આ મુખ વિકૃત થઈ જશે. તમે પણ એને સ્નેહ નહીં કરી શકો, પ્રિયે! અને, એટલે જ ધર્મએ અગ્નિસંસ્કારની વિધિનું માહાત્મ્ય કહ્યું છે. તમામ અશુદ્ધ નિર્જીવ અને મલિન વસ્તુઓ અગ્નિદેવના ખોળે જઈને ભસ્મ થઈ જાય છે... અગ્નિ સૌને પોતાનામાં બાળીને અશુદ્ધિ સ્વાહા કરીને તત્ત્વોને શુદ્ધ કરે છે. પછી એ સોનું હોય કે આત્મા."

રુક્મિણીની આંખો જોઈને કૃષ્ણને કેટલીય સાંજનું સ્મરણ થઈ આવ્યું. આમ જ, આ જ રીતે, રુક્મિણી એમની સામે જોઈ રહેતી. રુક્મિણીની દૃષ્ટિમાં શ્રદ્ધા અને સ્નેહ દીપ બનીને પ્રજ્વળી રહેતાં. કૃષ્ણને રુક્મિણી સાથે ગાળેલી એ સ્નેહશીલ પળો સ્મરણમાં આવી ગઈ. એનાં લાડ, એનો પ્રેમ, એની સમજદારી અને વિદ્વત્તા પર રચાયેલી દાંપત્યની સુખમય પળો કૃષ્ણ બંધ આંખે વાગોળી રહ્યા. એમને રુક્મિણીના મહાલયમાં પ્રજ્વલિત દીપકોની હારમાળા જાણે દૃષ્ટિ સમક્ષ દેખાતી હતી...

નદીઓ પર ઊંચો-નીચો થઈ રહેલો સૂરજનો તડકો ઝિલમિલ કરતો રુક્મિણીના મહાલયના દીપકોની જેમ ટમટમી રહ્યો હતો.

"પરંતુ પ્રભુ... આટઆટલાં વર્ષો દરમિયાન આપણી વચ્ચે ક્યારેય એવો સંવાદ રચી ન શકાયો, જેમાં હું તમને તમારા આત્મા સુધી પહોંચીને ઓળખવાનો, પામવાનો પ્રયાસ કરી શકું. તમે જ્યારે મને મળ્યા ત્યારે

ખંડોમાં વિભાજિત ટુકડે-ટુકડે મળ્યા. જ્યારે જ્યારે મારા બાહુપાશમાં ઘેરાયેલા હતા તમે ત્યારે પણ તમારા મનોમસ્તિષ્કમાં અન્ય કોઈની સમસ્યા, અન્ય કોઈના પ્રશ્નો અને કોઈક બીજી વ્યક્તિની પીડાઓ હતી જ... આપણે ક્યારેય એકલાં નહોતાં નાથ. આપણા એકાંતમાં સતત કોઈને કોઈ હાજર રહ્યું. કોઈ એવું જેને હું જોઈ નહોતી શકતી, જાણી નહોતી શકતી, સ્પર્શી નહોતી શકતી પણ સતત અનુભવતી રહી. તમે ક્યારેય સંપૂર્ણપણે મારા થઈ શક્યા જ નહીં નાથ. મેં સતત તમને કોઈની સાથે જોયા છે. એ કોઈ પ્રત્યેક સમયે ભિન્ન હતું અથવા પ્રત્યેક વખતે કોઈ એક જ હતું; પણ કોઈ હતું. એ તમે પણ જાણો છો અને હું તો સતત જાણતી જ હતી..."

હસી પડ્યા કૃષ્ણ. "સ્ત્રીઓ કેટલી પારદર્શક હોય છે! અમે પુરુષો એવા નથી થઈ શકતા. આમ તો કહેવાય છે કે, સ્ત્રીના મનનો તાગ લેવો અઘરો છે. ખૂબ ઊંડું મન હોય છે સ્ત્રીઓનું... પરંતુ આજે મને અનુભવ થયો કે એ ઊંડા મનમાં ભરેલું જળ અત્યંત સ્વચ્છ અને નિર્મળ હોય છે. તળિયે પડેલો ઝીણામાં ઝીણો પથ્થર પણ જોઈ શકાય, એટલું સ્વચ્છ! પ્રિયે, તમે શું માનો છો કે, તમારી આ પીડા, આ રાવ તમે શબ્દોમાં કહો તો જ મને સમજાય? તમારી આંખોમાં, તમારા સ્પર્શમાં એ પીડા મેં સતત અનુભવી છે..."

"પરંતુ, નાથ! એ વિશે તમે ક્યારેય કશું કર્યું નહીં. મને તમારો જે સમય જોઈતો હતો, એ સમય તમે મને ક્યારેય આપ્યો નહીં. કહો તો, મારે શું જોઈતું હતું? આ પટરાણીપદ, સિંહાસન પર તમારી બાજુમાં સ્થાન, વસ્ત્ર-અલંકારો, ભવ્ય મહાલય... આ બધું તો મને શિશુપાલને ત્યાં પણ મળી શકત. એ માટે પત્ર નહોતો લખ્યો તમને. આર્યાવર્તના શ્રેષ્ઠ પુરુષને લજ્જા નેવે મૂકીને લખાયેલો પત્ર એટલા માટે પાઠવ્યો હતો કે હું તમારી સાથે જીવવા માગતી હતી. તમારી પત્ની બનીને મારી ક્ષણેક્ષણ તમારામાં વિલીન કરીને, એકાકાર કરીને સ્વને ભૂલી જઈને માત્ર કૃષ્ણ બનીને જીવવા માગતી હતી હું."

"તો પછી, આ પસ્તાવો શા માટે? આ વસવસો કઈ વાતનો છે? તમે કૃષ્ણ બનીને જ જીવ્યા છો પ્રિયે. અને, કૃષ્ણ બનીને જીવવાનો અર્થ એટલે સ્વને ભૂલી જવું. મને કદીયે મારા પોતાના માટે સમય નથી મળ્યો, એનો વસવસો નથી થયો. મારા સમય ઉપર તો આમેય બીજાઓનો જ અધિકાર છે, જેને જ્યારે જોઈએ ત્યારે કૃષ્ણ મળી રહે, એ જ મારા અસ્તિત્વનો અર્થ છે, પ્રિયે! તમે આ વ્યક્તિને કે તે વ્યક્તિને પ્રેમ નથી કરતા. કેવળ પ્રેમ કરો છો અને ધીમે ધીમે સ્વયં પ્રેમ બની જાઓ છો. પ્રિયા, પ્રેમ જ્યારે

કોઈ એક વ્યક્તિમાં સીમિત થઈ જાય ત્યારે એ બંધિયાર પાણીની જેમ, બંધિયાર ઓરડાની જેમ મલિન અને દૂષિત થઈ જાય છે. કોઈ મારું છે અથવા હું કોઈનો છું, એ અહં છે અને પ્રેમને અહં સાથે અહંકાર સાથે કદીયે સંબંધ રહ્યો નથી.''

''પરંતુ નાથ, કોઈ પણ સ્ત્રી માટે પોતાના પતિ સાથેનો સમય ફક્ત એનો જ, એની એકલીનો હોય, એવી અપેક્ષા રાખવી શું વધુ પડતી છે? તમે ભલે રોજેરોજની રાત્રિઓ મારી સાથે ન ગાળો, રોજેરોજ મારા વાળમાં પુષ્પો પરોવો કે મારા માટે વસ્ત્રાલંકારોની ભેટ લાવો, એ હું ન ઈચ્છું, પરંતુ તમે જ્યારે મારી પાસે આવો ત્યારે તમારી બધી ચિંતાઓ, જવાબદારીઓ અને પ્રશ્નો મુકુટની જેમ મારા કક્ષની બહાર ઉતારીને આવો, એટલી અપેક્ષા પણ મારે નહોતી રાખવી જોઈતી?''

રુક્મિણીની ભીની આંખો જોઈને કૃષ્ણનું હૃદય દ્રવી ઊઠ્યું.

કૃષ્ણ મનોમન વિચારી રહ્યા...

''...શું માગતી હોય છે સ્ત્રી, પ્રેમ? અનર્ગળ, અવિરત, અવિભાજ્ય પ્રેમ...

સાચે જ સ્ત્રીઓને સુખી કરવી બહુ સરળ છે. એની અપેક્ષાઓ સાવ સૂક્ષ્મ અથવા અલ્પ હોય છે. પુરુષો એને સમજી શકતા નથી કદાચ... અને એથી જ સ્ત્રી અપૂર્ણતા, અધૂરપ અનુભવ્યા કરે છે. લગ્ન કરીને પણ એના મનની ક્ષુધા શાંત થતી નથી, કારણ કે પતિ એને અપાતા સમયમાં પણ સંપૂર્ણતઃ એનો નથી થઈ શકતો...'' પછી રુક્મિણીની સામે જોઈને કહ્યું, ''પ્રિયા, તમે તો બંધનની વાત કરો છો અને દાંપત્ય એ બંધન નથી, સાયુજ્ય છે. મારી જવાબદારીઓ, મારી ચિંતાઓ કે મારા પ્રશ્નો એ મારા હોવાનો ભાગ છે. શું તમે એવું ઈચ્છો કે હું મારું અપૂર્ણ હોવું લઈને તમારા કક્ષમાં આવું? મારી પૂર્ણતા જ આ પ્રશ્નો, આ જવાબદારીઓ અને મારામાં રહેલા બીજાઓને કારણે સંભવે છે. એ બધું જો હું કાઢી નાખું તો હું પોતે જ અપૂર્ણ બની જાઉં, દેવી. બે પ્રેમીઓ કોઈ અદશ્ય વસ્તુ, કોઈક અત્યંત મૂલ્યવાન વસ્તુને પ્રેમ કરે છે. તેઓ કોઈ સંવાદિતાને આધાર પૂરો પાડે છે. પરંતુ આમ છતાં સ્વતંત્ર રહે છે. તેઓ પોતાની જાતને બીજા સામે ખુલ્લી કરી શકે છે. કારણ કે તેમાં કોઈ ભય નથી. બે બીજ બંધાઈ શકતાં નથી. કારણ કે, તે પોતે બંધ જ હોય છે, પરંતુ બે ખુલ્લાં પુષ્પો એકબીજા સાથે સંબંધાઈ શકે છે.''

રુક્મિણી અને કૃષ્ણ વચ્ચેના આ સંવાદ દરમિયાન દારુક આમતેમ દોડીને ઘાબાજરિયું લઈ આવ્યો. પથ્થર પર લસોટીને એણે એનો લેપ બનાવ્યો. કૃષ્ણના પગમાં વાગેલા બાણને ખેંચીને એ લેપ લગાડવા જ જતો હતો ત્યાં કૃષ્ણએ કહ્યું, "રહેવા દે ભાઈ, આ બધું વ્યર્થ છે. એ બાણ ત્યાં જ રહેવા દે. જ્યાં સુધી એ બાણ મારા અંગૂઠામાં ખૂંપેલું રહેશે ત્યાં સુધી જ મારા પ્રાણ બાંધી શકીશ મારા દેહ સાથે... પીડામુક્ત થવાની પળ હવે દેહમુક્ત થવાની પળ જ હશે અને આ ઘાબાજરિયું બાંધવાથી મારા શરીરના ઘાવ હવે નહીં રુઝાય..."

"પરંતુ પ્રભુ..." દારુક કંઈક બોલવા ગયો.

"તું મહારાણી રુક્મિણીને અહીં સુધી લાવ્યો એ જ તારો ઉપકાર છે. જો હું એમને ના મળ્યો હોત તો મારો આત્મા સંપૂર્ણતયાઃ મુક્ત થઈને નિર્વાણના પંથે નયે જઈ શક્યો હોત કદાચ. જીવનભર તેં મારો રથ હાંક્યો છે. હું આભારી છું તારો." કૃષ્ણએ હાથ જોડ્યા.

"હું તમારો આભાર માનું છું પ્રભુ કે આપે મને આપની સેવા કરવાની તક આપી. મારો તો જન્મ સફળ થઈ ગયો."

"તું સ્વચ્છ મનનો શુદ્ધ મનુષ્ય છે. મારી અંતિમ પળો સુધી મારી સાથે રહ્યો છે. એક વિશ્વસનીય સેવક બનીને તેં મને એ બધું જ આપ્યું છે, જેની મને તારી પાસેથી અપેક્ષા હતી... તું મુક્ત છે દારુક. તું તારા માર્ગે જા."

"મારો માર્ગ તો આપની જ સાથે છે પ્રભુ. તમને મૂકીને હું ક્યાં જાઉં?" દારુક ચોધાર આંસુએ રડી રહ્યો હતો. કૃષ્ણએ મહાપ્રયત્ને બેઠા થઈને એના માથે હાથ મૂક્યો અને કહ્યું, "સર્વે જનાઃ સુખીન્ ભવન્તુ સર્વે સંતુ નિરામયાઃ. સૌ સુખી થાવ, સૌ સ્વસ્થ રહો... તું ઘણું જીવે દારુક. તારી તમામ ઇચ્છાઓ પૂરી થાય. ઈશ્વર તારું કલ્યાણ કરશે. અસ્તુ."

રુક્મિણી કૃષ્ણ-દારુકનો આ સંવાદ સાંભળી રહી હતી. અર્જુન અને દ્રૌપદી જાણે પથ્થરના બન્યાં હોય એમ સ્થિર થઈ ગયાં હતાં. સૌ કૃષ્ણની શાંતિ માટે એમની પીડા થોડીક ઓછી થાય એ માટે મનોમન પ્રાર્થના કરી રહ્યા હતા ત્યારે રુક્મિણીએ વાતનું સંધાન કરતાં કહ્યું, "નાથ, મુક્તિ પણ

સહિયારી હોઈ શકે. તમે મુક્ત થાવ એને હું અટકાવી ના શકું, પરંતુ મોક્ષના આ ફેરામાં મારો હાથ છોડવાથી અન્યાય થશે મને..."

"પ્રિયા! મોક્ષનો માર્ગ તો એકલા જ સિધાવવાનો માર્ગ છે અને આપણા હાથ તો હસ્તમેળાપના સમયથી જ એક થઈ ગયા છે. હવે છૂટવાનો પ્રશ્ન જ ક્યાં ઉદ્ભવે છે?"

"પ્રભુ! આ તો જ્ઞાનની વાતો છે. પ્રેમને જ્ઞાન સાથે શું સંબંધ? શબ્દોમાં કહેવાતી વાતો, પ્રેમને વ્યક્ત કરી શકતી નથી. પ્રેમ તો અનુભૂતિ છે અને એ અનુભૂતિ અંગત હોય છે. તમે કંઈ પણ કહો, મેં જે અનુભવ્યું છે, એ મારું સત્ય છે પ્રભુ. અને, મારા સત્યને તમે કઈ રીતે સમજી શકો? મારી તૃષા, મારી એકલતા, મારું એકાકીપણું તો મારા જ હતા ને? એમાં તમે ક્યાં હતા?"

આ ચર્ચા સાંભળતો સૂરજ પણ જાણે ક્ષિતિજ તરફ મંથર ગતિએ જઈ રહ્યો હતો, એના અસ્ત સાથે જ આજે પૃથ્વી પર વ્યાપી જનારો અંધકાર અત્યંત શોકાર્ત, ભયાવહ અને એકલતામાં ડૂબેલો હશે. એ નિયતિથી જાણે જ્ઞાત હોય, એમ એ પણ બને એટલો વધુ સમય પોતાનું અજવાળું સાચવી રાખવા માગતો હતો.

"ખરું છે. સૌ પોતપોતાની એકલતામાં એકલા જ હોય છે. સૌએ પોતાના એકાકીપણાનો ભાર પોતે જ ઉપાડવાનો હોય છે. પરંતુ પ્રિયા, એકલતા અને એકાકીપણા વચ્ચે બહુ મોટો ભેદ છે. એકલતાને એકાકીપણું સમજી લેવાની ભૂલ આપણે સૌ કરીએ છીએ. એક વખત તમે તમારા એકાકીપણાને એકલતા સમજી લેવાની ભૂલ કરો છો એટલે પૂરો સંદર્ભ બદલાઈ જાય છે. એકાકીપણું સુંદરતા, ભવ્યતા, હકારાત્મકતા ધરાવે છે. એકલતા, કંગાલિયત, નકારાત્મકતા, અશુભ અને શોકમગ્ન પરિસ્થિતિ સૂચવે છે. પ્રિયા, એકલતા પ્રકૃતિદત્ત છે. કોઈ એનાથી મુક્ત રહી શકતું નથી. સૌ એકલા જ આ જગતમાં પ્રવેશે છે અને અંતિમ પ્રયાણ સમયે એકલા જ હોય છે."

"તો શા માટે સૌ લગ્ન કરે છે? શા માટે કુટુંબ ઊભું કરે છે? શા માટે ભાઈ-ભાંડુ, સગાં-વ્હાલાં, સ્નેહીઓ-મિત્રોના સંબંધ બાંધે છે?"

"એકલતા એ આપણો મૂળભૂત સ્વભાવ છે પ્રિયા. પરંતુ તે આપણે જાણતા નથી અથવા જાણવા માગતા નથી પ્રિયા. આપણે આપણી જાતથી અપરિચિત રહી જઈએ છીએ. જેઓ એકાકીપણાને સમજે છે, એની સાથે મિત્રતા કરે છે, તેઓ કહે છે કે, એકાકી હોવાથી સુંદર, શાંતિમય અને

વિશેષ આનંદદાયક બીજું કશું છે જ નહીં. તમે સ્વયં એકલા થઈને સૌમાં ભળી શકો... 'એક છું તો અનેક થાઉં'નો ભાવ એકાકીપણામાંથી આપોઆપ પ્રગટે છે, પ્રિયે."

"અને પ્રેમનું શું? સ્ત્રી માટે અનેક પ્રેમ શક્ય નથી. એને માટે એનો પુરુષ એ એક માત્ર કેન્દ્ર છે, એના સુખનું.." પછી દ્રૌપદી બાજુમાં બેઠી છે એનો ખ્યાલ આવતાં રુક્મિણીએ ઉમેર્યું, "સહુ કોઈ પાંચાલી જેટલું સક્ષમ ન પણ હોઈ શકે. હું સામાન્ય સ્ત્રી છું. એક પુરુષને પ્રેમ કરતી, એની જ પાસેથી પોતાના સુખની અપેક્ષા રાખતી, એક અતિ સામાન્ય સ્ત્રી."

કૃષ્ણને રુક્મિણીનું રિસાવું, મનાવું, પોતાની સાથે ક્યારેક નાના બાળકની જેમ લાડ કરવાની એ ક્ષણો યાદ આવી. જ્યારે રુક્મિણી સાચે જ એક સામાન્ય સ્ત્રી તરીકે વર્તી હતી. ગમે તેટલી વિદુષી, ગમે તેટલી વિદ્વાન હોય, પરંતુ સ્ત્રીનું હૃદય સ્ત્રીનું જ રહે છે. એ વાત કૃષ્ણને અત્યારે, આ ક્ષણે તદ્દન સાચી લાગી હતી.

છતાં એમણે રુક્મિણીના મનનું સમાધાન કરતાં કહ્યું, "પ્રિયા, તમે કોઈ સામાન્ય નથી જ, હોઈ શકો જ નહીં. કૃષ્ણની અર્ધાંગિની સામાન્ય કઈ રીતે હોઈ શકે? આ મારું અભિમાન નથી કે મારો અહંકાર પણ નથી. મેં જ્યારે પાર્થને કહ્યું કે, હાથીઓમાં હું ઐરાવત છું, વૃક્ષોમાં હું પીપળો છું. ગાયોમાં હું કામધેનુ છું, નદીઓમાં હું ગંગા છું, એમ સ્ત્રીઓમાં હું રુક્મિણી છું. પ્રિયા, તમે શ્રેષ્ઠ છો અને એટલે જ મારા શ્રેષ્ઠતમ જીવનનો શ્રેષ્ઠતમ અંશ તમે છો. પ્રેમ કોઈ વસ્તુ પર આધારિત નથી. પ્રેમ આત્મિક ઓજસતા છે. સ્વાત્માનું ઓજસ જેટલું વધુ વ્યાપક હશે, એટલો પ્રેમ વધુ વિશાળ બનશે. પ્રેમની પાંખો જેટલી ફેલાશે, એટલું તમારું અસ્તિત્વનું આકાશ વિકસતું જશે... " બોલવામાં ખૂબ શ્રમ પડી રહ્યો હતો કૃષ્ણને. એમણે આંખો લૂછી લીધી. એમના શ્વાસ મદ્ધિમ થઈ રહ્યા હતા. ધીમે ધીમે અવાજ ક્ષીણ થતો જતો હતો. પગમાં વાગેલા બાણને કારણે વહી રહેલું રક્ત હવે એમના દેહને નિર્બળ બનાવી રહ્યું હતું. છતાં એમણે કહેવાનું ચાલુ

રાખ્યું, "સ્વપ્નમાં રાચતા અને લગ્ન પાસેથી ખૂબ બધી અપેક્ષાઓ રાખતા સર્વને લાગે છે કે, લગ્ન પ્રેમ નથી અથવા લગ્ન પહેલાં જે પ્રેમ હતો તે આ નથી; પરંતુ પ્રેમ એક અત્યંત ઊંડી સમજ છે જેથી કોઈક વ્યક્તિ કોઈક રીતે તમને પૂર્ણ બનાવે છે. કોઈક તમને સંપૂર્ણ વર્તુળ બનાવે છે. જીવનમાં અન્યની ઉપસ્થિતિ તમારી ઉપસ્થિતિની વૃદ્ધિ કરે છે. પ્રેમ તમને 'તમે' બનવાની સ્વતંત્રતા આપે છે અને જો કોઈની ઉપસ્થિતિ ઉપર જ સુખ કે દુઃખની વિભાવનાઓ ટકી હોય તો કઈ રીતે પ્રિયા, કઈ રીતે તમે સુખી થઈ શકો?

પ્રિયા, આપણે જે સમય સાથે ગાળ્યો, એ આપણા બંનેનો શ્રેષ્ઠ સમય હતો. આપણું સુખ સહિયારું હતું. આપણી આનંદની પળો વહેંચાયેલી હતી. આપણે એકબીજાને ખૂબ સુખ આપ્યું છે… તમારા પક્ષે કદાચ સમર્પણ વધુ હોઈ શકે. પરંતુ આપણે પતિ-પત્ની તરીકે એક અદ્વૈતનો અદ્‌ભુત અનુભવ કર્યો છે, એમ માનીને જો વિચારશો તો તમને સમજાશે કે જે મેળવ્યું તે ન મેળવી શકાયાના વસવસા કરતાં ઘણું વધુ હતું…"

રુક્મિણીની સાથે-સાથે દ્રૌપદીના મનમાં પણ જાણે એક ઉજાસ પથરાયો. વિષાદનાં ઘેરાયેલાં વાદળાં જાણે વિખરાઈ ગયાં અને રુક્મિણી જે રીતે શાંત થઈ, કૃષ્ણના મુખ તરફ જોઈ રહી હતી, એ જોઈને દ્રૌપદીને પણ જાણે શાતા વળી. રુક્મિણીની સઘળી વ્યથા, સઘળો વિષાદ જાણે આ સંવાદ પછી વિશુદ્ધ થઈને એમના અંતરને ધોઈને નીકળી ગયા હતા.

આ એના સ્વામી હતા! એને કેટલો સ્નેહ કરતા હતા, કેટલું સન્માન હતું, એમના હૃદયમાં અને કેટલી ભિન્ન, કેટલી અનન્ય અને કેટલી શાશ્વત હતી એમની સાથે ગાળેલી ક્ષણો! આજ સુધી રુક્મિણીને જે ક્ષણો રિક્ત, નિરર્થક અને એકલવાયી લાગતી હતી, એ બધી જ ક્ષણો અનાયાસે સભર-સુગંધી બનીને એની આસપાસ નર્તન કરવા લાગી. એક પૂર્ણ; પ્રેમાળ અને અદ્વિતીય દાંપત્ય પામ્યાનો પરમ સંતોષ એના મુખ ઉપર ઝળહળી રહ્યો.

"નાથ! ખરે જ, આ સંવાદ ન થયો હોત તો મારા મનમાં ક્યાંક કશુંક ખૂંચતું રહેત. મેં એક શ્રેષ્ઠ પત્ની બનવાના સંનિષ્ઠ પ્રયાસો કર્યા પરંતુ, મારી ભીતર એક અભાવ મને પીડતો રહ્યો. આજે તમે હળવા હાથે એ અભાવનું વાદળ ખસેડીને મારા મનમાં સ્પષ્ટતાનો ઉજાસ પાથર્યો છે. નાથ, હવે જ્યારે પાછળ વળીને જોઉં છું ત્યારે સમજાય છે કે જેને મેં તમારી અવગણના સમજી, એ મને અપાયેલો અવકાશ હતો. જેને મેં તમારી અંદર ઘુંટાતાં રહસ્યો માનીને મનોમન વિષાદ સંઘર્યો, એ ખરેખર

તો મારા સુધી તમારી પીડાઓ નહીં પહોંચવા દેવાની તમારી લાગણી હતી. જેને મેં સમયનો અભાવ ગણ્યો, એ તો બીજા માટે સંપૂર્ણપણે સમર્પિત થઈ જવાનો તમારો સેવાભાવ હતો. અને, જ્યારે જ્યારે મેં એકલતા અનુભવી ત્યારે ત્યારે તમે મને મારી વધુ નિકટ આવવાની એક તક આપી. નાથ! સ્ત્રીને માત્ર વસ્તુ કે શરીર માનીને ભોગવતા પુરુષોથી તમે કેટલા ઊંચા, કેટલા ભિન્ન છો... પત્ની સાચા અર્થમાં સાતમે પગલે મિત્ર થઈ જાય એ સપ્તપદીના વચનને તમે પૂરું કરી દેખાડ્યું નાથ. મને ક્ષમા કરો. હું તમારા ઉદાત્તપણાને અવગણના સમજી મનોમન પીડાતી રહી."

"પ્રશ્ન એ જ હોય છે. આપણે સામેની વ્યક્તિને એના દૃષ્ટિકોણથી સમજવાનો પ્રયાસ નથી કરતા. એ શું કહેવા માગે છે અથવા શું કહી શકે, એ વાત વિચારવાને બદલે એણે જે કહ્યું, એનો આ જ અર્થ હોઈ શકે એમ ધારીને ઉત્તમ સંબંધોને નિમ્ન કક્ષાએ લઈ જતા હોઈએ છીએ. તર્ક વ્યક્તિમાં રહેલો પુરુષ છે અને મન વ્યક્તિમાં રહેલી સ્ત્રી. જ્યારે જ્યારે યુદ્ધ થાય, ત્યારે તર્કને આગળ કરી યુદ્ધ લડવું જોઈએ, પરંતુ જ્યારે જ્યારે સંવેદનશીલતાની વાત આવે ત્યારે મનનું કહેવું માનવું જોઈએ... સ્ત્રી સ્ત્રી છે અને પુરુષ પુરુષ. બંનેના વિચારવામાં, વર્તવામાં અને જીવવામાં ભેદ છે. સ્ત્રીએ પોતાનું જુદાપણું જાળવી રાખવું જોઈએ. ઘર્ષણ ઊભું કરવાને બદલે તમામ ગુણોને વધુ શુદ્ધ કરી વધુ સ્ત્રીત્વ વિકસાવવું જોઈએ. મન અને તર્ક વચ્ચેનું ઘર્ષણ ટાળવાનો એક શ્રેષ્ઠ ઉપાય એ છે કે વ્યક્તિ સતત આંખો ઉઘાડી રાખે અને ઉઘાડી આંખે દેખાતી વાતને પ્રથમ અનુભવે અને પછી એને તર્ક સુધી લઈ જાય. જો આટલું થઈ શકે, તો દાંપત્યજીવનના પ્રશ્નો ઉદ્ભવે જ નહીં. પ્રિયા, મેં તમને ખૂબ પ્રેમ કર્યો છે. તમારા સમર્પણનું મારા હૃદયમાં ખૂબ ઉચ્ચ સ્થાન છે અને ફરી જન્મ લઉં તો તમને જ મારી અર્ધાંગિની તરીકે પામવાની મારી પ્રાર્થના રહેશે..."

રુક્મિણી છૂટા મોઢે રડી પડી. ડૂસકે ડૂસકે અને હીબકે હીબકે જાણે એના હૃદયની મલિનતા ધોવાઈ રહી હતી. કૃષ્ણ સાથે આટલાં વર્ષો ગાળ્યાં પછી પણ એમને પોતે કેમ ન સમજી શકી, એ વિચારે રુક્મિણી અત્યંત અસ્વસ્થ થઈ ગઈ હતી. કૃષ્ણના મનોભાવોને પોતે ખોટી રીતે મૂલવ્યા, એમ વિચારીને વ્યથિત રુક્મિણી કૃષ્ણનાં ચરણમાં મસ્તક નમાવીને ધ્રુસકે ધ્રુસકે રડી રહી હતી. કૃષ્ણનો સ્નેહશીલ હાથ, એની પીઠ પર ફરી રહ્યો હતો. જાણે કહી રહ્યો હોય, "કાઢી નાખો બધી મલિનતા. શુદ્ધ થઈ જાઓ. મુક્ત થઈ જાઓ અને મને પણ મુક્ત કરી દો... કારણ કે જ્યાં સુધી

તમારું મન મને મુક્ત નહીં કરે, તમારા પરત્વેના ઉત્તરદાયિત્વમાંથી, ત્યાં સુધી મારું અંતિમ પ્રયાણ શક્ય નથી..."

"નાથ! તમે આપેલું બધું જ આ ક્ષણે તમને સમર્પિત કરું છું... त्वदियमस्ति गोविन्द तुभ्यमेव समर्प्यते । રુક્મિણીએ કહ્યું અને આંસુ ખાળીને એકવાર માથું ઊંચકીને કૃષ્ણની સામે જોયું. કૃષ્ણની આંખો પરમ શાંતિમાં મીંચાયેલી હતી. રુક્મિણીને ધ્રાસકો પડ્યો. એણે કૃષ્ણની છાતી પર હાથ મૂક્યો. બંધ આંખે કૃષ્ણએ બંને હાથથી રુક્મિણીનો હાથ હૃદય પર દબાવી દીધો...

"વાર છે હજી... હજી થોડો સમય કદાચ આ દેહમાં રહેવાનું છે મારે. હજી કોઈ મને સ્મરી રહ્યું છે... હજી કોઈના મનમાં હું પીડા બનીને ખૂંચી રહ્યો છું. હજી કોઈકના પ્રશ્નો અધૂરા છે ક્યાંક... હજી કોઈની બે આંખો મારી તરફ જોઈને કહી રહી છે, 'કા'ના... જઈશ? આજેય મારો વિચાર નહીં કરે?' "

"...રાધા..." રુક્મિણીનું હૃદય એક થડકારો ચૂકી ગયું.

"એ આવશે?" દ્રૌપદીના મનમાં પ્રશ્ન થયો.

"મા... કેમ આટલું રડો છો?"

"હું? હું ક્યાં રડું છું?" રાધાએ આંસુ લૂછી નાખ્યાં.

"મારાથી છુપાવશો?" શુભ્રાએ રાધાના ગળામાં હાથ નાખીને એની આંખોમાં જોયું, "મા, તમારી કઈ પીડા, તમારું કયું સુખ, તમારો કયો વસવસો અને તમારી કઈ લાગણી મારાથી અજાણી છે... કોઈ યાદ આવે છે મા?"

"હું ક્યાં ભૂલી છું કે મને યાદ આવે? સતત મારી સાથે મારી પળેપળમાં જીવીને એણે મને એને યાદ કરવાની તક જ નથી આપી. આજે એ મને યાદ કરે છે."

"ક્યાં હશે એ?"

"હું શું જાણું? અહીંથી ગયો એક વાર પછી એણે ક્યાં સુધ લીધી છે મારી?"

પછી જાણે એ વાત ન કરવી હોય એમ એણે ઊભા થવાનો પ્રયાસ કર્યો. શુભ્રાએ એનો હાથ પકડીને એને ઊઠતી રોકી...

"કોઈ આપણને ભૂલી જાય તોય આપણાથી ભુલાય છે?"

"જો શ્યામા... મારે આ વિષય પર લાંબી-લાંબી વાતો નથી કરવી." રાધા ઊભી થઈ ગઈ, "મારે ઘણાં કામ છે."

"મા... જોજો ક્યાંક એવું ન થાય કે તમારો આત્મા કોઈકને મળ્યા વિના અધૂરો રહી જાય..." રાધાના ગળે ડૂમો બાઝી ગયો. અવાજ રૂંધાવા લાગ્યો. તેમ છતાં એણે શુભ્રાની વાતનો જવાબ આપતાં કહ્યું, "મને એ નથી સમજાતું કે તું શા માટે એનો આટલો પક્ષ લે છે? તું તો એને જાણતીય નથી."

શુભ્રાની આંખો જાણે યમુનાના જળમાં તરતી માછલી હોય એમ ચંચળ થઈ આવી. "કોણ કહે છે, હું એને નથી જાણતી? રોજેરોજ તમારી આંખોમાં જોઉં છું એને. મારા નામ સાથે એનું નામ જોડાયેલું છે. તમે જ્યારે જ્યારે શુભ્રાને બદલે મને શ્યામા કહીને બોલાવો છો ત્યારે મને દ્વારિકાથી ઉત્તર આપવાનું મન થાય છે."

"દ્વારિકા સાથે મારે શું?" રાધાએ શુભ્રાની આંખોમાં જોવાનું ટાળ્યું.

"દ્વારિકામાં વસે છે એ. એની સાથે જોડાયેલી તમામ વાતો દ્વારિકાની આસપાસથી વહેતી રહી છે."

શુભ્રા જાણે રાધાનો કેડો નહોતી જ મૂકવાની આજે! પણ રાધાએ મન ન જ આપવાનો નિર્ણય કરી લીધો હતો. "એને હું નથી ઓળખતી. સાંભળ્યું છે એ તો રાજા છે. સુવર્ણનગરી દ્વારિકાનો રાજા. સાંભળ્યું છે, જ્ઞાનની, યોગની, ભક્તિની વાતો કરે છે હવે તો! જેને મેં ચાહ્યો એ તો... અહીં જ વસે છે. ગોકુળની ગલીઓમાં... યમુનાના કિનારે, કદમનાં વૃક્ષોની વચ્ચે, ગાયોની ભાંભરમાં અને મા યશોદાની આંખોમાં..."

"મા... એ આવે તો? તમને મળવા?"

"ગાંડી! જનાર ક્યારેય આવતા નથી. જો આવવું જ હોત તો જાત જ શું કામ? એ તો સમય છે મારો. એને કોઈ નામ કે આકાર ક્યાં છે?"

શુભ્રા એકીટશે જોઈ રહી રાધાને. જીવનને એક ધર્મ માનીને જીવી ગયેલી આ સ્ત્રી ક્યાંય ઊણી નહોતી ઊતરી. શ્રેષ્ઠ પત્ની, શ્રેષ્ઠ મા બનીને એણે સૌને જતનથી જાળવ્યાં હતાં. જીવનના દરેક વળાંકે એણે પોરો ખાવા માટે પણ એક ક્ષણ સરખીય નહોતી ગુમાવી. પાછળ તો જોયું જ નહોતું. બસ ચાલતી જ રહી હતી એ... આગળની તરફ...

આજે શું થયું હતું કે આ પ્રૌઢા જીવનના એક વળાંકે આવીને થોભી ગઈ હતી, જાણે એના પગમાં મણ-મણની બેડીઓ હોય, એમ આગળ નહોતી વધી શકતી. એટલું જ નહીં, વળી-વળીને પાછળ જોતી હતી, જાણે કોઈ એને સાદ પાડતું હોય. આજે આ પ્રૌઢાની આંખો એને સોળ વરસની કન્યાની આંખો જેવી લાગતી હતી. એવી ષોડશી, જે હજી હમણાં જ કોઈને પ્રેમ કરવા લાગી હતી. એવી ષોડશી, જેની યુવાની હજી તો ગઈ કાલે સાંજે જ એના શરીર પર પોતાનો રંગ ચઢાવી એને યુવતીમાંથી મેઘધનુષ બનાવીને ગઈ હતી...

"મા... હું તમને પૂછું છું? એ આવે તો? તમને મળવા?"

"તો? તો મને પણ નથી ખબર કે હું શું કરીશ? પણ એક વાત કહું તને, ગોકુળના કમાડ મેં ચારે તરફથી એટલાં તો ચસોચસ ભીંસી દીધાં છે કે અહીંથી કોઈ બહાર ન જઈ શકે અને એક વાર બહાર ગયેલી વ્યક્તિ પાછી ગોકુળમાં ન આવી શકે."

"પણ શા માટે મા, એના વિનાની તમારી જિંદગીનો વલવલાટ જોયો છે મેં! જોયું છે કે જીવનની પ્રત્યેક ક્ષણે તમે પ્રતીક્ષા કરી છે એમની..."

"પ્રતીક્ષા કરતાં હોઈએ એટલે કોઈ આવે જ, એવું ક્યાં છે? અથવા કોઈ આવવાનું છે, એટલે પ્રતીક્ષા કરવી એવું પણ નથી. પ્રતીક્ષા તો એટલા માટે છે કે પ્રત્યક્ષ કોઈ નથી."

"એટલે પ્રત્યક્ષ ન હોય એની પ્રતીક્ષા હોય, ખરું ને?"

રાધાની આંખો જાણે વીતી ગયેલી ગઈ કાલ જોતી હતી... "છોકરી, બહુ પ્રશ્નો પૂછે છે! સંબંધો પૂરા થાય ત્યારે ઋણ ઊતરતું જાય છે. વ્યક્તિ મુક્ત થવા માગે છે. તમામ બંધનોથી, લેણા-દેણીથી અને પોતાને પરમ આત્મા સાથે જોડવા તત્પર હોય છે. હું એમ તો નહીં કહું કે, ઋણ ઊતરી ગયું પરંતુ, ઋણ ઉતારવા માટે જે જોઈએ તે હું પાછું આપી દેવા તૈયાર છું અને જો, એનું જ આપેલું એને પાછું નહીં આપું તો એ જશે કેમ? એ તો લેણિયાત છે મારો, જન્મ-જન્માંતરોનો. એ માગે તે એને આપી જ દેવું, એવો મારો પ્રયાસ રહ્યો છે જીવનભર. કારણ કે, એ જે કંઈ માગે છે, તે બધું એનું જ છે."

"મા... એક વાત પૂછું?" આજે જાણે રાધાના હૃદયમાં ડોકિયું કરવાની ગાંઠ વાળીને બેઠી હતી. એણે રાધાનો સમગ્ર વિષાદ, સમગ્ર પીડા પોતાની અંદર સમાવી લેવાનું નક્કી કર્યું હતું.

સાવ એકલી સતત પોતાની જાત સાથે જ સંવાદ કરતી રાધા આમ તો જાણતી કે શુભ્રા જે ધારે છે તે કરે છે. સતત એણે રાધાની નિકટ રહીને રાધાના મનનો તાગ લેવામાં રાધાની જ મદદ કરી હતી.

એવી કેટલીય વાતો હતી જે રાધા પોતાની જાતને કહેતાં પણ અચકાઈ જતી. ક્યારેક રાધાને પોતાને પણ શુભ્રા પોતાની નિકટ લઈ આવતી. જે નામ, જે ક્ષણોને રાધાએ અંધારા ઓરડામાં મૂકીને તાળાં મારી દીધાં હતાં, એ ઓરડાને ઉઘાડી નાખ્યો હતો શુભ્રાએ. હવે ઝળાંહળાં પ્રકાશ રાધાના જીવનની ક્ષણેક્ષણમાં વ્યાપ્યો હતો. એ શુભ્રાને જ્યારે જ્યારે ઉત્તર આપતી ત્યારે જાણે પોતાના જ મનને ઉત્તર આપતી હોય, એટલી સ્વાભાવિક અને સાચી બની રહેતી.

શુભ્રા જાણે એની અંદર જીવતી એક બીજી સ્ત્રી બની ગઈ હતી.

સમય સાથે રાધાના મનના જાણે બે ભાગ પડી ગયા હતા. એક, અયનની પત્ની, આર્યકની મા, ગોકુળની મહીં વેચતી એક ગોવાલણ રાધા... અને બીજી, એક કૃષ્ણમય, કૃષ્ણની થઈને જીવતી સ્ત્રી, જેના અસ્તિત્વમાં કૃષ્ણ સિવાય બીજું કશુંય નહોતું. એના શ્વાસ કૃષ્ણના નામે ચાલતા. એનો રક્તસંચાર કૃષ્ણના નામે થતો. એની આંખો કૃષ્ણને જોતી. એનું મન પ્રત્યેક ક્ષણે કૃષ્ણ સાથેના સંવાદમાં રત રહેતું... અને છતાંય, અયનની પત્નીને ક્યારેય નૈતિકતાના પ્રશ્નો નહોતા નડતા. એણે સમગ્ર મન, વચન અને કર્મથી અયનની સેવા કરી હતી. સંપૂર્ણ સમર્પિત હતી એ, એક પત્ની તરીકે, અને તોય એક પ્રેમિકા તરીકે એનામાં કદીયે ઊણપ નહોતી આવી.

"મા... કેમ જીવી ગયાં બબ્બે જીવન તમે? એક જ શરીરમાં રહીને?"

"શરીર? શરીર તો ક્યારનુંય નશ્વર બની ગયું. જે ક્ષણે એણે ગોકુળ છોડ્યું, એ ક્ષણથી આ શરીરમાં પ્રાણ જ ક્યાં છે? હું તો માત્ર મારો સમય પૂરો કરી રહી છું. પ્રતીક્ષા કરી રહી છું, એવા નિમંત્રણની જે મને મુક્ત કરે."

શુભ્રા રાધાનો હાથ પોતાના હાથમાં લઈ ખૂબ જ આત્મીયતાથી પૂછવા લાગી, "મા... તમને ક્યારેય દ્વારિકા જવાનું મન નથી થયું? એ જોવા કે, એ શું કરે છે? કેમ જીવે છે? એની સાથે કોણ રહે છે? કોણ-કોણ એની નિકટ છે? અને કોણ એના હૃદયની અત્યંત પાસે રહીને એને સમજે છે-અનુભવે છે એનાં સંવેદનોને?"

"ના." રાધાએ એકાક્ષરી ઉત્તર આપ્યો. શુભ્રા એમ કેડો મૂકે એમ નહોતી.

"કેમ?" એણે પૂછ્યું.

"કારણ કે, હું જાણું છું એનો ઉત્તર મેળવ્યા પછી હું દ્વારિકાથી પાછી નહીં ફરી શકું. મારું સ્થાન છોડીને ક્યાંક બીજે જઈને વસું, એ મારો સ્વભાવ નથી અને મને મારા સ્થાન સિવાય ક્યાંય સ્વીકારે એ એની પ્રકૃતિ નથી:"

"પણ મા... આ અતૃપ્તિ, આ એકલતા, આ મિલનની પ્રતીક્ષાનો તરફડાટ, આ વેદના, આ ખાલીપાની પીડા... એ બધાંથી શું મળે?"

"સુખ. નિયતિએ જે નિશ્ચિત કર્યું હોય, એના સ્વીકારમાં સુખ છે. ખરેખર તો આ આપણી મૂર્ખતા છે કે આપણે એવા અહમ્‌માં રાચીએ છીએ કે આપણે કશુંક કરી શકીએ છીએ. અમારું મળવું નિયતિ હતું. અમારો વિરહ પણ અમારા મિલનના સમયે જ નિશ્ચિત થઈ ગયો હતો. પ્રત્યેક ક્ષણ વીતી જવા માટે જ જન્મ લે છે. આપણે સૌ ક્ષણોને બાંધી રાખવાના તરફડાટમાં વધુ ને વધુ પીડા ભોગવીએ છીએ. હું એને રોકી શકી જ ન હોત... પરંતુ, એના વિનાની આ અતૃપ્તિ, આ એકલતા અને જેને તું વેદના કહે છે, એ સુખ મારે માટે એની સાથે મારા જોડાયેલા હોવાની પ્રતીતિ છે. જો એણે મને વિસારે પાડી હોત, તો મનેય ઝાઝો સમય ન લાગ્યો હોત, એને ભૂલતાં... આ તો અગ્નિ જેવું છે. જો ઈંધણ ન નાખો, તો તરત જ ઠરી જાય... પણ મને જાણ છે, મારો આત્મા જાણે છે કે, એણે પ્રત્યેક પળે ઈંધણ નાખ્યા કર્યું છે. અને એટલે જ, આ અગ્નિ આટલો પ્રજ્વલિત છે."

"મા... બાપુએ ક્યારેય... તમને પૂછ્યું નથી?"

"એ જાણે છે... એ જાણે છે કે, એની પત્ની માત્ર એની જ પત્ની છે. સંપૂર્ણપણે સમર્પિત, નિષ્ઠાવાન, એના જ ઘરની ચાર દીવાલોમાં ઘેરાઈને જીવતી અને જે બીજી સ્ત્રી છે એની પત્નીના શરીરમાં એની સાથે, એને કોઈ સરોકાર નથી, એ તો પોતાની રીતે જ કોઈ બીજાને ચાહે છે..."

"પણ છતાંય, એક પુરુષ માટે અઘરું નથી?"

"એક જ શા માટે? બંને પુરુષ માટે અઘરું છે. કોઈની પત્નીને આટલો અઢળક પ્રેમ કરવો કે, પોતાની પત્નીને કોઈ પ્રેમ કરે, એ બંને વાત સરળ નથી જ... અને આમ જો, શ્યામા, તો પ્રેમની અનુભૂતિ જ સરળ નથી.

એની સાથે કેટલોય તલસાટ, કેટલોય વલવલાટ, કેટલીય પીડા જોડાયેલી છે."

"પણ મા... સુખની અનુભૂતિ પણ પ્રેમ જ આપે છે ને?"

આ પ્રશ્ન સાથે જ રાધાનું રોમેરોમ જાણે વાંસળી બની ગયું. કાનાના હોઠ રોમેરોમ પર સ્પર્શ કરતા હતા અને રાધાના આખાય શરીરમાંથી એક અદ્દ્ભુત સૂર નીકળતો હતો... એને કાનાની સાથે ગાળેલી તમામ ક્ષણો સજીવ થઈને આસપાસ ઊડતી દેખાઈ... પ્રેમની અનુભૂતિનું સુખ એનાથી વધારે કોણ જાણી શકે એમ હતું?!

"હા અને હું મારા આ પ્રેમની અનુભૂતિએ જ સુખી છું. એ જ્યાં છે ત્યાં મને સ્મરે છે. મને ચાહે છે. એ વાત મને એની સાથે જીવવા કરતાં વધારે સુખમય અને રોમાંચક છે."

"જો એટલું જ સુખ હોય તો આ છેલ્લા થોડા દિવસથી હું શું જોઉં છું? કયો વિષાદ ઘેરી વળ્યો છે તમને? શું પીડે છે તમને? કઈ જિજીવિષાએ તમારા પ્રાણ આટલા ઉદ્વિગ્ન છે મા?"

"મારે મુક્તિ આપવાની છે કોઈને. હું મુક્ત નહીં થાઉં તો એ કેમ થશે? અને મુક્તિ વિના એને શાંતિ કેમ મળશે? હું તો સુખ છું એના જીવનનું, એની સમગ્ર કમનીયતા, એનું સંગીત, એના જીવનનો રાગ છું હું... હું પીડા કઈ રીતે બનું એના જીવનની? પ્રત્યેક પ્રયાણ સમયે મારી પાસેથી વિદાયની અપેક્ષા છે એને અને મારે એ આપવી રહી... મારે તો એને માત્ર શાતા આપવાની છે. એ જ મારો ધર્મ છે અને એ જ મારી પાસેથી એની અપેક્ષા છે..."

દ્રૌપદીએ બંધ આંખે સૂતેલા કૃષ્ણની સામે જોયું. એમના મુખ ઉપર પળેપળ પલટાતા હાવભાવ જાણે એ કોઈ સાથે સંવાદ કરી રહ્યા હોય એમ પળેપળે જુદો રંગ ધારણ કરતા હતા. એક ક્ષણે જ્યારે કોઈ જૂની વાત યાદ કરીને એમના મુખ ઉપર સ્મિત વિલસી રહેતું તો, બીજી જ પળે ઘેરા વિષાદની કાલિમા એમના મુખને ઘેરી વળતી...

રુક્મિણી, દારુક, અર્જુન, દ્રૌપદી અને જરા કૃષ્ણને ઘેરીને બેઠાં હતાં.

આટઆટલાની ઉપસ્થિતિ છતાં કૃષ્ણ જાણે સાવ એકલા હોય એમ મનોમન પોતાની જાત સાથે એમનો સંવાદ ચાલી રહ્યો હતો.

કૃષ્ણની આંખો બંધ હતી. આંખો સામે એક ચંચળ, નમણી, સહેજ ઊજળી ચાંદની જેવી ગોરી, કાળાભમ્મર વાળ અને નાચતી ભ્રકુટિ ધરાવતી એક કન્યા તરવરી રહી. યમુનાના જળ જેવી ઉછાળા મારતી ચંચળતા, હરણ જેવી ભોળી-નિર્દોષ આંખો કૃષ્ણને તાકી રહી હતી અને પૂછતી હતી...

"હવે શું બાંધે છે તને? જા ને, જતો હોય તો..."

"માત્ર તને મળવા માટે આ પ્રાણ પ્રતીક્ષિત છે... તું નહીં આવે ત્યાં સુધી મારે દેહમાં બંધાઈને તારી પ્રતીક્ષા કરવી પડશે."

"વ્યર્થ છે આ પ્રતીક્ષા, હું નથી આવવાની."

"આવું તો તું રોજ કહેતી. ને પછી, મારી વાંસળીના સૂરે બંધાઈને ખેંચાઈ આવતી. સ્મરણમાં છે તને?"

"ના. મને તો કશુંય સ્મરણમાં નથી..." એના મુખ ઉપર સહેજ ગુસ્સાની અને સહેજ તડકાની લાલાશ હતી.

"ચાલી આવ... તું નહીં આવે તો હું જઈશ કેમ?" કૃષ્ણએ મનોમન રાધિકાને વિનંતી કરી.

ઢળતી સાંજનો તડકો કેસરી થઈ ગયો હતો. દૂર જ્યાં નદીઓ સમુદ્રને મળતી હતી ત્યાં સૂરજ ડૂબવાની ક્ષણો આવી લાગી હતી. નદીઓનું જળ જાણે કેસૂડાનાં ફૂલો ઘોળ્યાં હોય એમ કેસરી થઈ ગયું હતું. આકાશ ભગવી ચાદર ઓઢીને લગભગ સાધુત્વને આરે સૂર્યને વિદાય આપવા માટે મનને કઠણ કરી ચૂક્યું હતું.

સૂર્યનો કેસરી તડકો કૃષ્ણના ચહેરા પર એક અજબ રંગ આપી રહ્યો હતો.

સંધ્યાના અજબ રંગો ચારે તરફ વિખરાયા હતા.

પીપળાનાં પાન પણ કેસરી દેખાતાં હતાં.

કૃષ્ણ આંખો મીંચીને ડૂબી રહેલા સૂરજની સાખે એના મનના આકાશમાં ઊભરાઈ આવેલી રાધાની છબી સાથે સંવાદ કરી રહ્યા હતા...

"હું? હું કેમ આવું? આપણી દિશાઓ ફંટાઈ ચૂકી છે કા'ના... જે પળે તેં ગોકુળ છોડ્યું, એ પળથી આજ સુધી આપણે એકબીજાથી વિરુદ્ધ દિશામાં પ્રવાસ કર્યો છે. હવે હું તારા સુધી આવવા માગું તોય પહેલા મારા ભાગનો ને પછી તારા ભાગનો પ્રવાસ કરવો પડે મારે... બહુ છેટું પડી ગયું છે કા'ના."

"છેટું એને પડે, જેણે હાથ છોડ્યા હોય. ગમે તેટલી વિરુદ્ધ દિશામાં પ્રવાસ કર્યો હોય આપણે, પણ એકબીજાનો હાથ નથી છોડ્યો ક્યારેય... દિશા કોઈ પણ હોય, દશા તો એક જ રહી છે બંનેની."

"કા'ના... તું તો પહેલેથી જ ચતુર છે. શબ્દની રમત રમીને મને ભોળવી લેતાં સારી આવડે છે તને. જ્યારે જવું હતું ત્યારે એમ ભોળવી લીધી અને હવે બોલાવે છે તો ફરી શબ્દોની રમત રમે છે. પણ યાદ રાખજે, હું હવે નાની નથી. એ પહેલાંની ભોળી, તારી વાતમાં સપડાઈ જતી રાધા નથી રહી હું."

"મારે માટે તો તું એ જ છે. તને છોડી, ગોકુળની સાથે. પછી મારે માટે તારું સ્વરૂપ ક્યારેય બદલાયું નથી. મને તો તું એ જ, રડતી, રિસાતી, મારે માટે ઘેલી થતી, રાધા... દેખાયા કરે છે."

"હા જ સ્તો... કારણ કે એ રાધાને તું ધારે તેમ નચાવતો હતો."

"તે? હવે તું નચાવ મને." કૃષ્ણના ચહેરા પર રમતિયાળ સ્મિત વિલસી રહ્યું. જાણે રાધાની સાથે જીભાજોડી કરવાનો આનંદ આજે પણ એટલો જ હતો.

"તારી આંગળીઓમાં જાદુ છે કા'ના. સમગ્ર આર્યાવર્ત નાચે છે તારી આંગળીઓના ઈશારે." રાધાએ ખભા ઉલાળ્યા.

કૃષ્ણ હસી પડ્યા, બંધ આંખે...

"પણ હજીય, એ આંગળીઓના ટેરવે તારા સ્પર્શની સુગંધ અકબંધ છે રાધિકે... ક્યારેક મારી જ આંગળીઓ મારી નાસિકા પાસે લઈ જાઉં તો મને તારી ત્વચાની સુગંધ આવે છે એમાંથી."

"ને તારી રાણીઓ... સોળ સહસ્ર એકસો ને આઠ?"

"એ પત્નીઓ છે મારી. અર્ધાંગિની. તું તો આત્મા છે મારો. મારું સત્ય, મારું અસ્તિત્વ, મારી કમનીયતા, મારું હોવું, તું છે. સોળ સહસ્ર એકસો ને આઠમાંથી કોઈનુંય નામ નથી જોડાયું મારી સાથે, રાધિકે... વિશ્વ રાધા-કૃષ્ણ કહે છે. તારું નામ પહેલાં ને મારું નામ પછી..."

"જા જા... આ તો બધી વાતો છે. આટલાં વરસમાં ક્યારેય મને સાદ પાડ્યો? બોલાવી મને?"

"તને કેમ બોલાવું રાધે? તું તો પળ પળ મારી પાસે હતી. તારા વિનાની એક ક્ષણ પણ જાત તો મેં અચૂક સાદ પાડ્યો હોત તને... તારા વિના મારું અસ્તિત્વ જ અધૂરું છે."

"એટલે જ મને મૂકીને ચાલી ગયો?" અચાનક જ રાધાની આંખોમાં યમુના દેખાવા માંડી.

કૃષ્ણનો હાથ અનાયાસે જ લંબાઈ ગયો રાધાની આંખનાં આંસુ લૂછવા. પછી એમણે હાથ પાછો લઈ લીધો. એ ક્યાં હતી અહીંયાં?

પરંતુ એની સ્મરણ પણ એટલી બધી સજીવ હતી કે જાણે અહીંના કણેકણમાં રાધાનું હોવું પ્રતીત થતું હતું.

"હા.. ખરે એટલે જ... જો તારી પાસે જ રહેત તો તારી પૂર્ણતામાં રાચતો રહેત. કશું શોધવા, કશું પામવાનો પ્રયાસ જ ન કર્યો હોત મેં. મારાં સઘળાં કાર્યો, મારી સઘળી પ્રવૃત્તિ, તારી આસપાસ જ ગુંથાયેલી રહેત, રાધે."

"અને મારું શું થાય એનો વિચાર ન કર્યો? જૂઠું બોલીને ગયો તું. તેં કહ્યું કે, તું પાછો ફરીશ... મારે માટે. મારી પાસે."

"પણ જઈ જ ક્યાં શક્યો? જાત તો જરૂર પાછો ફરત. હું તો મારું સમગ્ર હોવું તારી પાસે મૂકીને નીકળી ગયો, રાધે. આજે આ ક્ષણે હું શોધી રહ્યો છું એ કૃષ્ણને, જેને મારી સાથે લઈને આવ્યો હતો. પાછા જતાં એને લઈ જવો પડશે... મને પાછો આપ, મારો એ કૃષ્ણ."

"એ તારો ક્યાં છે? એ તો મારો છે. હમણાં તો તેં કહ્યું કે, એ કૃષ્ણને તો તું ગોકુળ જ મૂકી ગયો. મેં સાચવ્યો છે એને, આટલાં વરસો. હવે તું માગે એટલે પટ્ટ કરતો પાછો આપી દઉં? જા જા... બધું કંઈ તારા ધાર્યા પ્રમાણે ના થાય, કા'ના... "

"પ્રિયા, રાધિકે... એ એક જ તો તારી પાસે પાછું માંગું છું." કૃષ્ણના અવાજમાં ભોળા, નિર્દોષ બાળકની આજીજી હતી. જાણે માખણનું શીકું લઈને ઊભેલી રાધા કૃષ્ણને દૂરથી દેખાડીને એને લલચાવતી હતી અને કૃષ્ણ કોઈ પણ રીતે એ શીકું મેળવવા માગતા હતા.

"પણ એટલું જ છે મારી પાસે. એ આપી દઈશ તો મારી પાસે શું શેષ વધશે?" રાધાના અવાજમાં એથીય વધુ આજીજી હતી... જીદ હતી. પોતાનું એકમાત્ર પ્રિય રમકડું કોઈ માગે અને બાળક એને જેમ છાતીસરસું ચાંપી દે એમ રાધાએ કૃષ્ણની સ્મરણને છાતીસરસી ચાંપી દીધી...

કૃષ્ણએ અવાજને ગંભીર કરીને રાધાને સમજાવવા માંડી, "આપણે બંને પોતપોતાનાં વર્તુળો પૂરાં કરી શકીશું. આજ સુધી એક જ વર્તુળમાં ઘેરાઈને એકબીજાને માટે જીવતાં રહ્યાં. એકબીજાને ઝંખતાં રહ્યાં. મને પૂર્ણપુરુષોત્તમ કહીને માથે બેસાડ્યો આ વિશ્વએ. પરંતુ, તું સંપૂર્ણ સ્ત્રી છે, જેણે મને પૂર્ણ પુરુષોત્તમ બનવા સુધી પહોંચાડ્યો. તારા વિના મારું અસ્તિત્વ કલ્પી જ કેમ શકાય, રાધા? મારી અંદર જે કંઈ સ્ત્રૈણ છે, જે કંઈ નાજુક છે, એ બધું જ તું છે. મારી અંદર જે કંઈ શુદ્ધ છે, આધારભૂત છે, તળિયાનું છે, પાયાનું છે, એ બધું જ તું છે રાધા. આ આખુંય ચણતર મારી અંદર વસતી રાધાનાં સારતત્ત્વો પર ચણાયું છે. તું યથાર્થ છે મારો. તું નિષ્કર્ષ છે, મારા સમગ્ર જીવનનો. તું વૈશ્વિક રૂપ છે મારું. તું સૃષ્ટિમાં વિહરતી મારી એ ચેતના છે, જેણે મને આજ સુધી અસ્પૃશ્ય, અકબંધ, પરિશુદ્ધ જાળવી રાખ્યો છે."

"કા'ના, બહુ મોટો માણસ થઈ ગયો છે. મોટી મોટી જ્ઞાનની વાતો કરતો થઈ ગયો છે. મને તો હૃદયની વાતો સમજાય છે. આવી અઘરી ભાષા મને નથી સમજાતી કા'ના."

"ખરી વાત છે. આ જ્ઞાન અને રાજનીતિની વાતોમાં અટવાઈને હું વ્રજભૂમિની પાવનકારી સુગંધ ભૂલી ગયો, પણ આજે તું આવી છે તો ફરી એ જ સુગંધ લઈને આવી છે. આજે જાણે હું ફરી યમુનાના કાંઠે બેઠો છું. મારા હાથમાં તારો હાથ સાહીને... અને કદમનાં વૃક્ષોમાંથી ચળાઈને આવતું ચંદ્રનું અજવાળું તને સ્પર્શી રહ્યું છે."

"કા'ના, ચાલ મારી સાથે. પાછો વ્રજ લઈ જાઉં તને, આ બધાથી દૂર. ફરી એક વાર એ નાનકડા ગામની સુંદરતા, એ વરસાદનાં ટીપાં જેવાં નિર્મળ હૃદયો, ગાયોની એ ભાંભર અને માના હાથનાં મહી-માખણ ખાવા. ચાલ લઈ જાઉં તને."

"રાધિકે, કેમ આવું હવે? હવે તો મોડું થઈ ગયું..."

"હજી કંઈ મોડું થયું નથી. હજી સૌ તારી રાહ જુએ છે. હજી સૌ એમના એમ જ છે ત્યાં. ત્યાં રમવાની, નાચવાની, ભમવાની, લૂંટવાની, લૂંટાવાની, રિસાવાની, મનાવવાની, ગાવાની, ગાયો ચરાવવાની, ફરિયાદ કરવાની, મીઠી ઈર્ષ્યા કરવાની, છેતરવાની ને છેતરાવાની, મટકી ફોડવાની - બધીય ક્ષણો એમ જ ઊભી છે. આવ, ચાલ, મારી સાથે."

"રાધિકે, મારું તો ભાગ્ય જ વિપરીત છે. જે દિશામાંથી એક વાર પસાર થઈ ગયો એ દિશામાં ફરી જઈ નથી શકતો. હું મૂળમાંથી વિસ્તૃત તરફ જાઉં છું, ધારા બનીને વહું છું, પણ તું તો રાધા છે. ધારા જ્યારે પલટાય ત્યારે રાધા બને છે. વિસ્તૃત જગતમાંથી બધું જ સંકેલીને તું મૂળ તરફ પાછી વહી શકી છે. સદ્‌ભાગી છે તું. સૌની ઊર્ધ્વમૂલ ઝંખનાને તેં પ્રેમનો રંગ લગાડ્યો છે."

આ સંવાદની સાથે સાથે કૃષ્ણના મનમાં કેટલાંય દશ્યો આવતાં હતાં અને ભૂંસાઈ જતાં હતાં. ગોકુળમાં ધોધમાર વરસતો વરસાદ, કદમનાં પાંદડાં ઉપરથી પડતાં ટીપાં, યમુનાના જળમાં ખીલેલાં લાલ અને સફેદ કમળો, પોતાના ઉપર પાણીનું ટીપુંય ન ટકવા દેતાં એનાં મોટાં મોટાં પાન, મયૂરનું નૃત્ય, ગાયોનાં ગળામાં બાંધેલી ઘંટડીઓ, એમનાં રંગેલાં શિંગડાં, ઘરના આંગણામાં ચાલતાં વલોણાં, સતત પ્રતીક્ષામાં રહેતી માની આંખો અને આંખો ઉપર ભાલમાં કરેલું લાલચોળ સૂરજ જેવું તિલક, પોતાનું મોરપિચ્છ અને મા જે કોઠાએ બાંધી દેતી એ આંગણામાં પડેલી સૂની કોઠી...

એક એક દશ્ય નજર સામે આવતું અને ભૂંસાઈ જતું. કૃષ્ણના મુખ ઉપર એ પ્રત્યેક દશ્ય સાથે કોઈક ભાવ આવતો અને દશ્ય ભૂંસાઈ જવાની સાથે ઓગળી જતો.

દ્રૌપદી અને રુક્મિણી કૃષ્ણના મુખ ઉપર ચાલી રહેલી આ ભાવોની નર્તનલીલા જોઈ રહ્યાં હતાં. બંધ આંખે કૃષ્ણ જાણે વ્રજભૂમિમાં વિહાર કરી રહ્યા હતા. નાનકડો કા'નો માને સતાવતો આમતેમ દોડી રહ્યો હતો, તો ક્યારેક રાધાની મટકી ફોડીને કદમ્બના વૃક્ષ પર સંતાઈ જતો. ક્યારેક મિત્રો સાથે શીકું ફોડીને માખણ ખાતો તો ક્યારેક સુદામા સાથે ઝાડ પર બેસીને ધોધમાર વરસાદમાં થરથર ધ્રૂજતો...

"કા'ના, એક વાત કહે મને."

"બોલને પ્રિયા!"

"તું જેટલું જીવ્યો, જે જીવ્યો એ બધું જ સાચું? કે પછી ક્યાંક તેં પણ છળ કર્યું? જાત સાથે અને બીજાઓ સાથે..."

"છળ નથી કર્યું કદીય, પણ હા એટલું જરૂર કહીશ કે જેમ જીવવું હતું એમ નથી જીવ્યો. મારું કર્તવ્ય, મારું કર્મ ખેંચતું રહ્યું મને. મારું મન કંઈક બીજું જ માગતું હતું. પીડા બહુ આપી છે સૌને... કદીક અન્યાય પણ લાગ્યો હશે કોઈને, પણ મેં કશુંયે સ્વાર્થ માટે નથી કર્યું."

"કા'ના, કેટલો સરળ, કેટલો મીઠો અને કેટલો ભોળો હતો તું... આ રાજનીતિ, આ જ્ઞાન, આ લેવડ-દેવડ અને આ કર્મની જાળમાં ક્યાં ફસાઈ ગયો તું?"

"મને પણ એવો વિચાર આવતો હતો ક્યારેક... કદીક આ મહાયુદ્ધની વચ્ચે વચ્ચે તને યાદ કરતો. શસ્ત્રોના ખણખણાટ, હાથીઓની ચિંઘાડ, ઘોડાઓની હાવડ અને મરણાસન્ન માણસોની ચીસોની સાથે પાંચજન્યનો અવાજ સાંભળીને વાંસળીની યાદ આવતી મને, પરંતુ પાછા ફરવું અશક્ય હતું મારા માટે."

"જાણું છું."

"જાણે છે? કઈ રીતે?"

"જો શક્ય હોત તો તું પાછો ફર્યો જ હોત! તારા પાછા ન ફરવાની પાછળ તારી કોઈ વિવશતા જ હશે. બાકી તું મારી સુધી પાછો ન ફરે, એવું ન બને કા'ના."

"પણ તું કેમ ન આવી કદીક મને મળવા? જોવા, કે હું કેમ છું? જેમ છું તેમ સુખી છું કે નહીં?"

"તું તો ગોકુળ છોડીને ચાલી ગયો... પછી બેમાંથી એકે તો ગોકુળમાં રહેવું પડેને? તારું કર્મ અને મારો ધર્મ... આપણે કેમ કરીને ભેગા થઈએ કા'ના?"

"રાધા, મને ખબર નથી તું માનીશ કે નહીં, પણ મને કદી કદી બધુંયે છોડીને ગોકુળ ધસી આવવાનું મન થતું. થતું કે આ રાજનીતિ, આ જવાબદારી, આ સિંહાસન અને આ બધી જ આંટીઘૂંટી છોડીને તારી પાસે આવી જાઉં. બસ, માત્ર તારી બાજુમાં બેસી રહું કલાકો... ચૂપચાપ.... અને પછી પાછો ચાલ્યો આવું."

"કા'ના, હું તો માનું જ છું, કારણ કે કેટલીયે વાર યમુનાને કાંઠે જ્યારે હું એકલી બેઠી હોઉં ત્યારે મેં મારી બાજુમાં યમુનાના પાણીમાં વર્તુળો રચાતાં જોયાં છે. મેં અનુભવ્યું છે કે મારી બાજુમાં કોઈ ઊંડા ઊંડા શ્વાસ લઈને, મૌન રહીને પોતાની વેદના વ્યક્ત કરતું હોય. માનું છું કા'ના, કે તું આવ્યો જ હોઈશ."

"ન આવું તો બીજે ક્યાં જાઉં? મને જ્યારે જ્યારે સત્યમાંથી, સ્વયંમાંથી શ્રદ્ધાના પાયા હચમચતા લાગ્યા ત્યારે મેં તારો જ વિચાર કર્યો. જીવનરસથી ભરપૂર તારી આ બે આંખોએ મને જીવન-વિમુખ થતો રોક્યો. મારું તમામ ઉત્તરદાયિત્વ, મારાં તમામ કર્તવ્યો, મેં માત્ર તારી આંખોને આધારે તો નિભાવ્યાં છે." પછી ઘડીક અટકીને વાત બદલી.

"રાધિકે, બધું બરાબર છે ને? તારો પતિ, તારાં બાળકો? તું સુખી છે ને?"

"કા'ના, કોણ જાણે કેમ પણ મને સુખી રહેવાનો અભિશાપ છે... હું કોઈ પણ સ્થિતિમાં, ક્યાંય પણ મારું સુખ શોધી જ લઉં છું."

સૂર્ય આથમવા લાગ્યો હતો. દરિયાકિનારાનો ઠંડો પવન ફરફરાટ કરતો વાતો હતો. સૌ કોઈ કૃષ્ણને ભૂતકાળમાં સરી ગયેલા જોઈ શકતા હતા. આકાશ આખેઆખું કેસરી રંગે રંગાઈ ચૂક્યું હતું. અગ્નિના ગોળા જેવો કેસરી રંગનો સૂર્ય ક્ષિતિજ ઉપર આકાશ અને સમુદ્રની વચ્ચે આવીને ઊભો હતો...

"રાધા, તું સુખી છે એ જાણીને મને બહુ સારું લાગ્યું છે." રાધાની આંખોમાં જાણે એક ન સમજાય તેવો ભાવ આવી ગયો. કૃષ્ણને ક્યારેય રાધાની આંખો ન સમજાઈ હોય તેવું નહોતું બન્યું... પરંતુ આજે એની આંખોનો ભાવ એટલો તો દુભાયેલો, ડુમાયેલો હતો કે કૃષ્ણના મનમાં વિષાદ ઘેરાઈ ગયો.

"આમ દુભાઈને ન જો. હું સાચે જ તારા સુખની કામના કરું છું."

"મારું સુખ તો તારી આસપાસ છે કા'ના. પતિ અને બાળકો મારો ધર્મ છે. એમાં મારું સુખ નથી. તારો પ્રેમ, તારી સ્મરણ અને તારી સાથે વિતાવેલો સમય જ મારા સુખની સાચી વ્યાખ્યા છે કા'ના. તું પણ મને આમ પૂછે તો હું દુભાઉં નહીં? એક તું જ છે જે મને ભીતરથી ઓળખે છે અને બીજી શ્યામા..."

"શ્યામા?"

"તારા અવાજમાં ઈર્ષ્યા કેમ લાગે છે, કા'ના? શ્યામા તો સ્ત્રી છે, મારા આર્યકની વહુ.."

"મારા સિવાયનું કોઈ પણ તને ભીતરથી ઓળખે તો મને ઈર્ષ્યા આવે જ રાધા. તારી ભીતર હું એકલો જ વસું..."

"તને ભગવાન કહે છે બધા. આવી સાવ સામાન્ય માણસ જેવી વાત કરે છે?"

"એક તું જ તો છે રાધિકે, તારા સુધી પહોંચીને હું સરળ, સામાન્ય બની જાઉં છું. મારી ઉપર ચડેલાં એક પછી એક પડળો ઊતરતાં જાય છે અને હું ધીમે ધીમે મારા ભૂતકાળમાં પહોંચી જાઉં છું. તું મને ધમકાવી શકે છે, વઢી શકે છે. મારી સાથે ઝઘડી શકે છે અને જેના માટે મને આવો અધિકારભાવ છે, એ માત્ર તું છે. હું અવલંબિત છું તારી ઉપર. તારી ભીતરથી મને ક્યારેય નહીં કાઢતી રાધિકે, હું ન હોઉં તો પણ."

રાધાની આંખમાં ક્યારનાંય રોકી રાખેલાં આંસુ હવે ધસી આવ્યાં. ગળું ભરાઈ ગયું અને ગુસ્સામાં એણે કાનાને કહ્યું, "હવે મૂળ વાત કરી. ક્યારનોય કહેતો નથી... ક્યાં જવાનો છે હવે?"

"જ્યાંથી આવ્યો હતો, ત્યાં જ તો વળી!"

"ક્યાંથી આવ્યો છે? ગોકુળથી? ચાલ, તને લેવા જ આવી છું."

હસી પડ્યા કૃષ્ણ, મુક્ત મને. એમની આંખો બંધ હતી. દ્રૌપદી, અર્જુન, રુક્મિણી કે દારુક કોઈએ એમનું આવું હાસ્ય પહેલાં ક્યારેય નહોતું જોયું. શિશુનું ભોળપણ, એક રમતિયાળ અને નિખાલસતાથી સભર એ હાસ્ય કૃષ્ણના મુખને જાણે કોઈ જીવનરસમાં ઝબોળીને કાઢ્યું હોય એમ તાજું-તરવરતું કરી ગયું! સૌ જોઈ રહ્યાં. સૌ સમજતાં હતાં કે કૃષ્ણનો મનોમન સંવાદ કોની સાથે ચાલતો હશે! રુક્મિણી અને દ્રૌપદી બેઉ સ્ત્રીઓ રાધાના અહોભાગ્ય વિશે વિચારીને ગદ્‌ગદ્‌ થઈ ગઈ! કૃષ્ણનું આવું હાસ્ય ફક્ત રાધા માટે જ હતું...

"કહે ને, ક્યાંથી આવ્યો છે તું?"

કૃષ્ણનો અવાજ જાણે પાંચજન્ય શંખ હોય, એમ ચોતરફથી ફુંકાવા લાગ્યો. દ્રૌપદી, રુક્મિણી, દારુક અને જરા સહિત સૌ આ અવાજની દિવ્યતામાં ડૂબી રહ્યા. અર્જુનને કુરુક્ષેત્રમાં સાંભળેલા અવાજનું સ્મરણ થઈ આવ્યું. કૃષ્ણ બંધ આંખે બોલી રહ્યા હતા,

"હું પૂર્વ દિશામાંથી નથી આવ્યો,
હું પશ્ચિમ દિશામાંથી નથી આવ્યો,
હું ઉત્તર દિશામાંથી નથી આવ્યો,
હું દક્ષિણ દિશામાંથી નથી આવ્યો,
હું ઊર્ધ્વ દિશામાંથી નથી આવ્યો,
હું અધો દિશામાંથી નથી આવ્યો,
હું કોઈ પણ દિશા કે વિદિશામાંથી નથી આવ્યો;
હું આવ્યો જ નથી, હું તો હતો જ.
છું જ. અને, રહીશ જ!"

"ચૂપ રહે! મારે આ બધું નથી સાંભળવું."

"ભલે! પણ ગોકુળથીય પહેલાં, મથુરાના કારાવાસથીય આગળ અને શ્રાવણ વદ આઠમની એ મેઘલી રાત પહેલાંય, મા દેવકીની કૂખમાં પ્રવેશતાં પહેલાં, હું જ્યાં હતો, ત્યાં જઈશ હવે."

"તો જા ને. જતો કેમ નથી? કે પછી હંમેશની જેમ મને ચીડવીને, દુઃખી કરીને, રડાવીને, તરફડાવીને જવા માગે છે?" એની આંખોમાંથી ઝરઝર આંસુ સરતાં હતાં, "શું આનંદ મળે છે તને? વારે વારે મને છોડીને જવામાં, કહે તો! ક્રોધ તો એવો આવે છે કે તને આ પીપળાના ઝાડ સાથે બાંધી દઉં." રાધાએ કહ્યું.

"આટલો તો બાંધ્યો છે, હવે કેટલો બાંધીશ? ને બાંધી દઈશ, તોય જઈશ... જવું જ રહ્યું પ્રિયે! આજ સુધી તેં જ બાંધી રાખ્યો હતો. હવે તું મુક્ત કર, તો જઈ શકું."

"જા ને... હવે નથી રોકવાની તને."

"વચન આપે છે?"

"કા'ના... હવે મને વધુ ગુસ્સે ન કર."

"ગુસ્સામાં હોય છે ત્યારે એટલી વહાલી લાગે છે."

"વહાલી લાગે છે." ચાળા પાડ્યા રાધાએ, "એટલે તો છોડીને જાય છે."

"સાચે જ, એટલે જ છોડીને જાઉં છું. તું આમ ને આમ વહાલ કર્યા કરીશ તો હું ક્યાંય નહીં જઈ શકું... કેટલી સદીઓ સુધી આમ જ બંધાઈને રહેવું પડશે મારે, જાણે છે?" રાધા ભોળી આંખે, કંઈ સમજ્યા વિના એકીટશે કૃષ્ણ સામે જોતી રહી.

"શું કહે છે?" રાધાએ પૂછ્યું.

"કંઈ નહીં."

"તું શું કહે છે, એ ક્યારેક મને સમજાતું નથી..."

"મનેય ક્યાં પૂરું સમજાયું છે... એ માટે તો પ્રવાસ કરવાનો છે, જાઉં?"

"જા, જતો રહે. અને ક્યારેય પાછો નહીં આવતો." રાધા ઊંધી ફરી ગઈ. કૃષ્ણ મનોમન જાણે ઊભા થઈને એની નિકટ ગયા.

"ફરી બોલ તો..." આંખો મીંચીને પીપળા નીચે સૂતેલા કૃષ્ણ અસ્ફુટ સ્વરે બડબડ્યા...

"હા... હા. જતો રહે, અને ફરી ક્યારેય પાછો નહીં આવતો..."

કૃષ્ણની આંખો ભરાઈ આવી. એમણે અત્યંત કરુણામય આંખે ઊંધી ફરીને ઊભેલી રાધા તરફ જોયું. બંધ આંખે પણ રાધાની પીઠ એમને સ્પષ્ટ દેખાતી હતી. એમણે જાણે રાધાને સ્પર્શી શકાય એટલી નિકટ હોય એવું અનુભવ્યું. એમણે ઊંચો કરેલો હાથ રાધાના ખભે મૂકવાનો વિચાર કર્યો. પછી કોણ જાણે કેમ પળભર એમ જ ઊભા રહ્યા...

બંધ આંખે એમની સામે જાણે આખુંય દૃશ્ય ભજવાઈ રહ્યું હતું.

રાધાની પીઠ જાણે એમનો હાથ ન પહોંચી શકે એટલી એટલી દૂર લાગી એમને. ઊંચો કરેલો હાથ એમણે એમ જ રાખ્યો અને કહ્યું :

"તથાસ્તુ!"

એમનું ગળું રૂંધાઈ ગયું હતું. બંધ આંખોમાંથી અવિરત અશ્રુ વહી રહ્યાં હતાં અને એ અશ્રુમાં રાધાની છબી ધીમેધીમે ધોવાઈને ઝાંખી થતી જતી હતી.

કા'ના તરફ પીઠ ફેરવીને ધીમે ધીમે દૂર જઈ રહેલી રાધાએ એક વાર પાછળ વળીને કૃષ્ણ સામે જોયું. ઊભરાઈ જતી આંખોએ રાધાએ કૃષ્ણને સંબોધીને કહ્યું, "જા કા'ના, જા... અને હવે પાછો નહીં આવતો... તારું આપેલું બધું જ હું તને આપું છું અને મારામાં બંધાયેલું તારું મન મુક્ત કરું છું, કારણ કે બાંધવું એ મારો સ્વભાવ નથી. મેં તો ત્યારેય નહોતો બાંધ્યો તને... તો હવે શા માટે? જા કા'ના.... ચાલી જા..."

અને, પોતે પીઠ ફેરવીને જાણે દૂર... દૂર જવાનો નિશ્ચય કર્યો હોય એમ ચાલી નીકળી.

કૃષ્ણએ આંખો ઉઘાડી.

દ્રૌપદી, અર્જુન, દારુક, રુક્મિણી અને જરા...બેઠાં હતાં એમની આસપાસ.

એક અજબ પ્રકારની શાંતિ હતી. દૂર ક્ષિતિજમાં સૂરજ આથમી રહ્યો હતો. સમુદ્ર અને આકાશની વચ્ચે માત્ર એક કેસરી રેખા જોઈ શકાતી હતી.

કૃષ્ણએ ખૂબ ઊંડો શ્વાસ લીધો અને આંખો મીંચી દીધી.

ભીતરથી કશુંક ખૂબ વજનદાર, ખૂબ કીમતી એમણે અહીં જ મૂકી દીધું અને હળવેકથી સાવ ગણગણતા હોય એમ એમના હોઠમાંથી શબ્દો સર્યા.

"હવે કોઈ બંધન નથી, કોઈ ઝંખના નથી, કોઈ અપેક્ષા નથી ને કોઈ ઋણ નથી. કોઈ પ્રશ્નો નથી, કોઈ ઉત્તરદાયિત્વ નથી, કોઈ સંઘર્ષ નથી ને કોઈની પ્રતીક્ષા નથી. હું પૃથ્વીથીય વધુ સત્ત્વશીલ, હવાથીય વધુ હળવો, પ્રકાશથીય વધુ તેજસ્વી, જળથીય વધુ નિર્મળ અને આકાશથીય વધુ વ્યાપ્ત થઈ રહ્યો છું. મારી દિશા નિશ્ચિત થઈ ગઈ છે. હું જોઈ શકું છું, મારી દિશામાં, તેજનો પુંજ મને પોતાની તરફ બોલાવી રહ્યો છે."

હજ્જારો બ્રાહ્મણો વેદગાન કરતા હોય એમ ચારે દિશામાં ગુંજી રહ્યું હતું...

...મમૈવાંશો જીવલોકે જીવભૂતઃ સનાતનઃ ।
મનઃષષ્ઠાનીંદ્રિયાણિ પ્રકૃતિસ્થાનિ કર્ષતિ ॥

મારો જ સનાતન અંશ આ મૃત્યુલોકમાં જીવ બનીને પ્રકૃતિમાં રહેલી પાંચ ઈંદ્રિયો તથા છઠ્ઠું મન પોતાનામાં ખેંચી લે છે.

એમના શ્વાસ એકદમ ધીમા ચાલવા લાગ્યા. એમના મુખ ઉપર એક પરમ શાંતિની આભા પથરાઈ અને મુખ અલૌકિક તેજથી ઝળહળવા લાગ્યું. સામે દૂર ક્ષિતિજમાં સૂર્ય અસ્ત થઈ ગયો. સમુદ્રના જળમાં જાણે તેજનો એક પુંજ ઓગળી ગયો અને સમુદ્રનું પાણી સોનલવરણું થઈ ગયું.

શ્રીકૃષ્ણએ પોતાના હાથ જોડ્યા અને, એક ઊંડો શ્વાસ લીધો.

આસપાસ બેઠેલા સર્વે પરમ તત્ત્વના આ અંશને ફરી એક વાર પરમ તત્ત્વમાં વિલીન થતો જોઈ રહ્યા...

ચારે તરફ જાણે એક અવાજ પડઘાઈ રહ્યો હતો અને કહી રહ્યો હતો...

નૈનં છિંદંતિ શસ્ત્રાણિ નૈનં દહતિ પાવકઃ।
નચૈનં ક્લેદયંત્યાપો ન શોષયતિ મારૂતઃ॥

અચ્છેદ્યોઽયમદાહ્યોઽયમક્લેદ્યોઽશોષ્ય એવચ।
નિત્યઃ સર્વગતઃ સ્થાણુરચલોઽયં સનાતનઃ॥

જાતસ્ય હિ ધ્રુવો મૃત્યુર્ધ્રુવં જન્મ મૃતસ્ય ચ।
તસ્માદપરિહાર્યેઽર્થેન ત્વં શોચિતુમર્હસિ॥

અવ્યક્તાદિની ભૂતાનિ વ્યક્તમધ્યાનિ ભારત।
અવ્યક્તનિધનાન્યેવ તત્ર કા પરિવદેવના॥

આ આત્માને શસ્ત્રો કદી છેદી શકતાં નથી અને અગ્નિ બાળી શકતો નથી, તેમજ પાણી એને પલાળી શકતું નથી અને વાયુ સૂકવી શકતો નથી.

આ આત્મા અવ્યયરહિત હોવાથી છેદી શકાતો નથી, બાળી શકાતો નથી, ભીંજવી શકાતો નથી. સર્વવ્યાપી, સ્થિર, અચલ છે અને સનાતન એટલે ચિરંતન છે.

કારણ જેનો જન્મ છે, તેનું મરણ નિશ્ચિત છે. તેમજ જેનું મરણ છે તેનો પાછો જન્મ પણ તેટલો જ નિશ્ચિત છે, એટલે આ અપરિહાર્ય વસ્તુને માટે શોક કરવો તેને ઘટતો નથી.

અવ્યક્ત કહેતાં માયા એ જેનું પૂર્વરૂપ છે, તેવાં આ શરીર જન્મ તથા મરણના મધ્યકાળનાં સ્પષ્ટ રૂપે પ્રત્યક્ષ દેખાય છે અને પરિણામે તેઓનો લય પણ માયામાં જ થાય છે, માટે તેમાં શોક શો કરવો!